ಅಮ್ಮನವರ ಇಚ್ಛಾ !

ಬೀchi

ಬೀchi ಪ್ರಕಾಶನ
"ಬೀchi", 1743, 'ಸಿ' ಬ್ಲಾಕ್, ಸಹಕಾರನಗರ, ಬೆಂಗಳೂರು-92
ದೂರವಾಣಿ : 9845264304

"**AMMANAVARA ICHHA !**" by ಬೀChi Prakashana Sahakaranagar, Bangalore - 560 092. Mob : 9845264304. Ph : 080-29731414 Website : www.beechi.in

ಮುದ್ರಣ : 1st 1975

ಮುದ್ರಣ : 2nd 1976

ಮುದ್ರಣ : 3rd 1981

ಮುದ್ರಣ : 4th 2020

Copy Rights : **Beechi ™ Prakashana**

Price : Rs. 125/-

Pages : 144

ISBN Number : 978-81-945585-1-4

BEECHI™ PRAKASHANA, Sahakaranagar, Bangalore - 92

ಮುನ್ನಡಿ

"ಕಲಿ ಪ್ರವೇಶ ಆದಮೇಲೇನಿದೆ ? ಕಾಲವೇ ಕೆಟ್ಟುಹೋಯಿತು. ನಮ್ಮ ಕಾಲ ಹೀಗಿತ್ತೇ ?"

ಇದು ಅನೇಕ ಮುದುಕರ ಪೇಚಾಟ. ಇವರ ಕಾಲ ಹೇಗಿತ್ತು, ಹಾಗಾದರೆ ? ಕಾಲ ಕೆಟ್ಟದೆ ಅಂದರೇನು ? ಕಲಿಪ್ರವೇಶ ಎಂದು ಆಯಿತು? ಈ ಎಲ್ಲ ಪ್ರಶ್ನೆಗಳಿಗೆ ಅವರಲ್ಲಿ ಉತ್ತರ ಇದೆಯೆ ?

ಎಲ್ಲ ಕಾಲದಲ್ಲೂ ಸೂರ್ಯ ಪೂರ್ವಕ್ಕೇ ಹುಟ್ಟಿದ, ಪಶ್ಚಿಮಕ್ಕೇ ಮುಳುಗಿದ. ಎಂದಿನಿಂದಲೂ ಭೂಮಿ ಇದೆ, ನೀರು ಇದೆ. ಕೆಲ ಬಾರಿ ನೀರು ಸರಿದು ಭೂಮಿ ಹೆಚ್ಚಾಗುತ್ತದೆ, ನೀರು ಕಡಮೆ ಆಗುತ್ತದೆ. ಇನ್ನು ಕೆಲಬಾರಿ ನೀರು ಏರಿ ಭೂಮಿ ಕಡಮೆ, ನೀರು ಹೆಚ್ಚು. ಇವು ಕೇವಲ ಪ್ರಕೃತಿ ನಿಯಮ. ನೀರು ಇದ್ದಕ್ಕದ್ದಂತೆ ಏರಿದಾಗ ಜನ ಮುಳುಗಿ ಸಾಯುತ್ತಾರೆ. ಇದು ಅನಿವಾರ್ಯ. ಇದರ ಅರ್ಥ ಪಾಪ ಹೆಚ್ಚಾಯಿತೆಂದೇ ? ಅನೇಕ ಕಡೆ ಪಾಪ ಹೆಚ್ಚುತ್ತಲೇ ಇದೆ, ಆ ಪಾಪಿಗಳು ಉಂಡುಟ್ಟು ಸುಖವಾಗಿದ್ದಾರಲ್ಲಾ ?

ಕಲಿಯುಗದ ಮಾತು ಬೇಡ. ಕೃತ, ದ್ವಾಪರ, ತ್ರೇತಾಯುಗಗಳ ಮಾತನ್ನೇ ತೆಗೆದುಕೊಳ್ಳಿ. ಆಗೆಲ್ಲ ಏನಿತ್ತು ? ಪುರಾಣದ ರಾಮನ ಕಾಲದಲ್ಲಿಯೇ ರಾವಣನಿದ್ದ, ಧರ್ಮನೊಟ್ಟಿಗೇ ದುಶ್ಶಾಸನ ದುರ್ಯೋಧನರಿದ್ದರು. ಯಾವ ಕಾಲದಲ್ಲಿ ಒಳ್ಳೆಯರಿಲ್ಲ, ಕೆಟ್ಟವರಿಲ್ಲ ? ಈ ಪ್ರಶ್ನೆಯನ್ನು ಉತ್ತರಿಸುವ ಮೊದಲು ಒಳ್ಳೆಯವ, ಕೆಟ್ಟವ ಎಂಬ ಶಬ್ದಗಳ ಅರ್ಥವನ್ನೂ ನಾವು ಸರಿಯಾಗಿ ತಿಳಿದುಕೊಳ್ಳಬೇಕು.

ಕಲಿಪ್ರವೇಶವೂ ಆಗಿಲ್ಲ. ಕಾಲವೂ ಕೆಟ್ಟಿಲ್ಲ. ಪ್ರಾಯಶಃ ಜೀವನದ ಹಲಕೆಲವು ಪದ್ಧತಿಗಳಷ್ಟೆ ಬದಲಾಗಿವೆ. ಇಂದಿನ ಯುವಕರು ತಮ್ಮ ಅಜ್ಜನಂತೆ ವೇಷ ಪೋಷಾಕುಗಳನ್ನು ಹಾಕಿಕೊಳ್ಳಲಿಚ್ಛಿಸುವುದಿಲ್ಲ. ತಲೆಯಲ್ಲಿ ಜುಟ್ಟು ಧರಿಸಿ, ಒಂಭತ್ತು ಮೊಳದ ಪಂಚೆಯುಟ್ಟು, ಚಪ್ಪಲಿ ಹಾಕಿಕೊಳ್ಳುವ ಬದಲು ಹಿಪ್ಪಿ ಕೂದಲು, ಟೈಟ್ ಪ್ಯಾಂಟು, ಇಲಿ ಮೂತಿಯ ಭೂಟುಗಳಿಂದ ಅಲಂಕೃತ ರಾಗುತ್ತಾರೆ. ಏನೀಗ ? ಕಾಲ ಕೆಟ್ಟಿತೆ, ಅವರು ಕೆಟ್ಟರೆ ?

'ಇದು ನಮ್ಮ ಸಂಸ್ಕೃತಿ ಅಲ್ಲಪ್ಪಾ !'

ಎಂದು ರಾಗರಾಗಿ ಹೇಳಿ ಪೇಚಾಡಿಕೊಂಡರು ಒಬ್ಬ ಹಿರಿಯರು.

ಸಂಸ್ಕೃತಿ ಎಂಬುದು ಉಡುಪು, ಕೂದಲುಗಳಲ್ಲಿದೆಯೇ ? ಇವೇ ಸಂಸ್ಕೃತಿ ಎಂಬುದಾದರೆ ನಮ್ಮ ಸಂಸ್ಕೃತಿ ಎಷ್ಟು ಬೇಗ ಹೋದರೆ ಅಷ್ಟು ಒಳಿತು. ಯಾವ ಸಂಸ್ಕೃತಿಯೂ ನಿಂತ ನೀರಾಗಬಾರದು, ಮಲೆತು ದುರ್ನಾತ ಹರಡುವಂತಾಗಬಾರದು. ಸಂಸ್ಕೃತಿ ಎಂಬುದು ಇವಾವೂ ಅಲ್ಲ.

ದೇವರಿಲ್ಲ ಅನ್ನುವ ನಾಸ್ತಿಕನು ಅಸಂಸ್ಕೃತನೇ ? ದೇವರಿದ್ದಾನೆ, ನಾ ಕಂಡ ಬಾಬಾನೇ ದೇವರು ಎಂಬವನು ಸುಸಂಸ್ಕೃತನೇ ? ಸಹಜೀವಿಗಳೊಂದಿಗೆ ಒಬ್ಬನು ಹೇಗೆ ವರ್ತಿಸುತ್ತಾನೆ, ಅವನ ನಿತ್ಯ ವ್ಯವಹಾರದಲ್ಲಿ ಅವನ ನೀತಿ ರೀತಿಗಳೇನು ಎಂಬುವಷ್ಟೆ ಮುಖ್ಯವಾಗಲಿ ಅವನು ದೇವರಿದ್ದಾನೆಂದು ನಂಬುತ್ತಾನೆಯೊ ಇಲ್ಲವೊ ಎಂಬುದಲ್ಲ. ಅವನ ನಡೆ, ನುಡಿ ಅವನ ಸಂಸ್ಕೃತಿ ಏನೆಂಬುದನ್ನು ಹೇಳುತ್ತವೆ ಬುದ್ಧ ಆಸ್ತಿಕನೋ ನಾಸ್ತಿಕನೋ ? ದೇವರು ಇದ್ದಾನೆ, ಇಲ್ಲ ಎಂಬ ಗೋಜಿಗೇ ಹೋಗದ ಬುದ್ಧನನ್ನು ನಾವು ದೇವರ ಹಂತಕ್ಕೇ ಏರಿಸಿ–ಅರ್ಥಾತ್ ಕೊಂದು–ಆತನನ್ನು ದೇವರ ಅವತಾರದ 'ಲಿಸ್ಟ್'ನಲ್ಲಿ ಸೇರಿಸಿಕೊಂಡಿದ್ದೇವೆ, ನಮ್ಮ ಅನುಕೂಲಕ್ಕಾಗಿ !

ಒಬ್ಬನ ದೇವರಲ್ಲಿಯ ನಂಬಿಕೆ, ಮಡಿ ಮೈಲಿಗೆ ಕಲ್ಪನೆಗಳು, ಅವನು ಹುಟ್ಟಿದ ಜಾತಿ, ಅವನಾಡುವ ಮಾತುಗಳು ಅವನೆಂತಹನು ಎಂಬುದನ್ನು ನಿರ್ಧರಿಸುವ ತೂಕದ ಕಲ್ಲುಗಳಲ್ಲ. ಅವನ ವೃತ್ತಿ ಪವಿತ್ರವಾದುದಿರಬಹುದು, ಆದರೆ ಅವನ ಮನೋವೃತ್ತಿ ? ಒಬ್ಬ ತನ್ನ ವೃತ್ತಿಯನ್ನು ಹೇಗೆ ನಿರ್ವಹಿಸಿ ಕೊಂಡು ಹೋಗುತ್ತಿದ್ದಾನೆಂಬುದಕ್ಕೆ ನಾವು ಆದ್ಯ ಗಮನ ಕೊಡಬೇಕು.

ನಾನು ಮೊದಲು ಬಹು ಚಿಕ್ಕ ಸಂಬಳದ ನೌಕರಿಗೆ ಸೇರಿದಾಗ ನನಗೊಬ್ಬ ಹಿರಿಯರು ಒಂದು ಕಿವಿ ಮಾತನ್ನು ಹೇಳಿದರು–ಇಂದಿಗೂ ನೆನಪಿದೆ ಆ ಮಾತು.

"ಸಂಬಳ ಕಡಿಮೆ ಆಯಿತೆಂದು ಕೆಲಸ ಕಡಿಮೆ ಮಾಡಬೇಡ. ನಿನ್ನ ಯೋಗ್ಯತೆ ಮೀರಿ ದುಡಿ. ಸಂಬಳ ಕಡಮೆ ಆಯಿತು ಎಂದು ನಿನಗನಿಸಿದರೆ ಆ ಕೆಲಸಕ್ಕೇ ಸೇರಬೇಡ."

ಎಂತಹ ವಿವೇಕಪೂರ್ಣವಾದ ಬುದ್ಧಿವಾದ !

ಈ ಎಲ್ಲ ಸುದೀರ್ಘ ಉಪನ್ಯಾಸ ಏಕೆ ?

ಸಮಾಜ ಎಂಬುದು ಸಮುದ್ರ–ಕಂಣೋಡಿಸಿದಂತೆಲ್ಲ ಕಾಣುತ್ತಿದೆ, ದೃಷ್ಟಿಯ ಆಚೆಯೂ ಇದೆ. ನನಗೆ ಕಂಡುದರಲ್ಲಿ ನಾನು ನೋಡಿದುದೆಷ್ಟು, ಏನು ? ವ್ಯಕ್ತಿಗಳೇ ಬೇರೆ, ಸಮಾಜವೇ ಬೇರೆ ಅಲ್ಲ. ವ್ಯಕ್ತಿಗಳಿಂದಲೇ ಸಮಾಜ. ಹಲಕೆಲ ವ್ಯಕ್ತಿಗಳನ್ನು–ಕಂಣಿಗೆ ಬಿದ್ದ ವ್ಯಕ್ತಿಗಳನ್ನು ಮಾತ್ರ–ಸನಿಯದಿಂದ ನೋಡಿದ್ದೇನೆ. ನಾನಾ ವೃತ್ತಿಯವರಿದ್ದಾರೆ. ಯಾರಿವರು ? ಎಂದರೇನು ಹೇಳಲಿ ? ನಾನಿರಬಹುದು, ತಾವಿರಬಹುದು, ಅಂತೂ ಇವರೆಲ್ಲರೂ ನಮ್ಮಲ್ಲಿಯೇ

ಇದ್ದಾರೆ–ಹಿಂದೂ ಇದ್ದರು, ಮುಂದೆಯೂ ಇರುತ್ತಾರೆ. ಕೆಲ ವ್ಯಕ್ತಿಚಿತ್ರಗಳನ್ನು ತಮ್ಮ ಮುಂದು ಇಟ್ಟಿದ್ದೇನೆ.

ಈ ಇವರಲ್ಲಿ ಯಾರು ಮೇಲು, ತಮಗಾರು ಬೇಕು ಎಂಬುದನ್ನು ಆರಿಸಿ ಕೊಳ್ಳುವ ಹಕ್ಕು ಸಂಪೂರ್ಣವಾಗಿ ತಮ್ಮದು.

ಈ ಲೇಖನಗಳೆಲ್ಲ ಈ ಮೊದಲೇ ಕೆಲ ಪತ್ರಿಕೆಗಳಲ್ಲಿ ಮುದ್ರಣವಾಗಿವೆ. ಈ ಎಲ್ಲ ಪತ್ರಕರ್ತರ ಉಪಕಾರವನ್ನು ಸ್ಮರಿಸುತ್ತೇನೆ. ನನ್ನ ಅರವತ್ತನೆ ಪುಸ್ತಕವಾದ ಈ ಸಂಗ್ರಹವನ್ನು ಪ್ರಕಟಿಸಿದ 'ರಾಜಲಕ್ಷ್ಮೀ ಪ್ರಕಾಶನ'ದ ಮಾಲೀಕರದೂ ಉಪಕಾರ. ಈ ಎಲ್ಲರಿಗೂ ನಾನು ಋಣಿ. ಓದುಗರ ಉಪಕಾರ ನನ್ನ ತೀರದ ಸಾಲ.

'ತಿಂಮನ ಮನೆ'
ನಂಜಪ್ಪ ರಸ್ತೆ, ಶಾಂತಿನಗರ
ಬೆಂಗಳೂರು–92
ಬೀchi

25–2–75

ಒಳಗಡೆ

ಮಗು ಯಾಕೆ ಬೇಕು ?

ದೇವರು ಕಾಯುತ್ತಾನೆ

ಆ ಮುಖ – ಈ ಮುಖ

ಯಾವುದು ಸುಳ್ಳು ?

ಮೋಸಾಶ್ರಮ

ಅಧಮನ ಕೈಫಿಯತ್ತು

ಇವರ ಕತೆ ಕೇಳಿ

ದೊಡ್ಡ ಜಾತಿ

ಶೇಷಮ್ಮ ಮನೆ ಬಿಟ್ಟಳು

ಹರಿರ್ಕತಾ

ಕಳ್ಳೇಕಾಯಿ

ಯಾರು ಬೇಕು ?

ಯಾರದು ಧಾರಾಳ ?

ಮೌಲ್ಯ ! ಹಾಗಂದರೇನು ?

ಹರಳು !

ಇದರ ನೀತಿ ಏನೆಂದರೆ....

ಹೇಳುವವರು ಮೂರ್ಖರಾದರೆ ?

ಗಾಂಧಿ ಮಹಾತ್ಮಾ ಕೀ ಜೈ !

ಬೀಚಿ ಸಂದರ್ಶನ

ದೇವರಿದ್ದಾನೆಯೆ ?

ಆತ್ಮ ?

ಭಿಕ್ಷೆ

ಶನಿದೇವರು

ಸ್ಮಶಾನ ಕುರುಕ್ಷೇತ್ರ

ಅಮ್ಮನವರ ಇಚ್ಛಾ !

ಮಗು ಯಾಕೆ ಬೇಕು ?

"ಇವತ್ತು ಯಾವ ಪುಣ್ಯಾತ್ಮ ಸಿಕ್ಕಿದ್ದ ?"

ಗಂಡ ಒಳಬಾಗಿಲಲ್ಲಿ ಕಾಲಿಟ್ಟೊಡನೆಯೇ ಮೂಗೇರಿಸಿ ಕೇಳಿದಳು ಕಲಾವತಿ.

"ನಿನಗೆ ಅದೇ ಗೀಳು. ಯಾವನೇ ಕುಡಿದಾನೆ ?"

ಹುಚ್ಚು ನಗೆ ನಗುತ್ತ ಕುರ್ಚಿಯಲ್ಲಿ ಕುಳಿತು ಬೂಟಿನ ಲೇಸ್ ಬಿಚ್ಚಲಾರಂಭಿಸಿದ ಸ್ಥೂಲಕಾಯದ ತಿಂಮ.

"ಒಂದು ಮೈಲಿ ದೂರದಿಂದಲೇ ಬರುತ್ತೆ ವಾಸನೆ...."

ದುಸುಮುಸು ಮಾಡಿ ಒಳಕ್ಕೆ ನಡೆದಳು. ಗಂಡನ ಮುಖ ಕೊಂಚ ಪೆಚ್ಚಾಯಿತು. ಮನೆಗೆ ಬಂದೊಡನೆ ಮಡದಿ ಹುಬ್ಬು ಗಂಟಿಕ್ಕಿದರೆ ಗಂಡನ ಮುಖ ಬೇರಿನ್ನೇನು ಆಗಲು ಸಾಧ್ಯ ?

ಲಗ್ನಪತ್ರಿಕೆಯ ಭಾಷೆಯಲ್ಲಿ ಹೇಳುವದಾದರೆ 'ಆರ್ಯರು ನಿಶ್ಚಯಿಸಿದಂತೆ ಗುರುಹಿರಿಯರ ಆಶೀರ್ವಾದ'ದಿಂದ ಆದ ಲಗ್ನವಲ್ಲ ಇವರದು. ಕಲಾವತಿ ಮತ್ತು ತಿಂಮ ಅವರ ಮದುವೆಗೆ ಸಾಕ್ಷಿಯಾಗಿ ಯಾವ ಅಗ್ನಿಯೂ ಬಂದಿರಲಿಲ್ಲ. ವಿವಾಹ ಮಹೋತ್ಸವಾಹ್ವಾನ ಪತ್ರಿಕೆಯನ್ನು ಪಡೆದು ಬಂದು ಯಾರೂ ಸ್ವಚ್ಛಂದನ ತಾಂಬೂಲವನ್ನು ಸ್ವೀಕರಿಸಲಿಲ್ಲ. ಇವರದು ಹಸೀ ಪ್ರೇಮ ವಿವಾಹ.

ಪ್ರೇಮವಿವಾಹ ತಪ್ಪೇ ? ಪ್ರೇಮವಿಲ್ಲದ ವಿವಾಹಗಳೇ ಹೆಚ್ಚಿರುವ ಸಮಾಜದಲ್ಲಿ, ವಿವಾಹವಿಲ್ಲದ ಪ್ರೇಮವೂ ತಪ್ಪಲ್ಲ. ಹೀಗಿರುವಾಗ ಕಲಾವತಿ ಮತ್ತು ತಿಂಮ ಅವರ ಪ್ರೇಮವಿವಾಹಕ್ಕೆ ಯಾವ ಬುದ್ಧಿವಂತನೂ ಆಕ್ಷೇಪಿಸಲಾರ. ಮೆಚ್ಚಬೇಕು ಇಂತಹ ಮದುವೆಗಳನ್ನು.

ಆದರೆ ಇನ್ನೂ ಒಂದು ಚಿಕ್ಕ ತೊಡಕು ಈ ಮದುವೆಯಲ್ಲಿ ಈರ್ವರ ಜಾತಿಗಳೂ ಬೇರೆ ಬೇರೆ.

ಅದಾರೋ ಮಿತ್ರರು ಒಮ್ಮೆ ತಿಂಮನನ್ನು ಒಂದುಬಾರಿ ಕೇಳಿದ್ದರು.

"ಏನ್ರೀ, ನಿಮ್ಮೂಧ ನಿಮ್ಮ ವೈಫ್ದೂ ಜಾತಿ ಬೇರೆ ಬೇರೆ ಅಂತೆ ಹೌದೇ ?"

"ಹೌದು. ಆಕೀದು ಹೆಣ್ಜಾತಿ, ನಂದು ಗಂಡು ಜಾತಿ"

ಎಂದು ಹೇಳಿ ಗಹಗಹಿಸಿ ನಕ್ಕುಬಿಟ್ಟಿದ್ದ ತಿಂಮ.

'ಮೂರ್ಖ ಜನ, ಈ ಯುಗದಲ್ಲೂ ಇನ್ನೂ ಜಾತಿಯ ಮಾತನ್ನಾಡುತ್ತಿವೆ. ಸ್ವಜಾತಿಯ ಒಬ್ಬ ಅಯೋಗ್ಯನಾದರೂ ಸರಿ ಈ ಜನಕ್ಕೆ. ಅಂತರ್ಜಾತೀಯ ವಿವಾಹಗಳು ನಮ್ಮಲ್ಲಿ ಸರ್ವೇಸಾಧಾರಣ ಆಗಿಹೋಗಬೇಕು....'

ಹೀಗೆಯೇ ಏನೇನನ್ನೋ ಬಾಯಲ್ಲಿಯೇ ಪೇಚಾಡಿಕೊಂಡು ಮುಂದು ಸಾಗಿದ್ದ.

ಗಂಡು ಗಂಡೇ – ಎಲ್ಲವನ್ನೂ ದಕ್ಕಿಸಿಕೊಂಡು ಬಿಡುತ್ತೆದೆ. ಆದರೆ ಹೆಂಣಿನ ಪರಿಸ್ಥಿತಿ ತುಂಬಾ ನಾಜೂಕು. ಅದರಲ್ಲೂ ಇಂತಹ ಮದುವೆ – ಹಿಂಡು ತಪ್ಪಿದ ಗಿಳಿಯ ಗತಿ ಕಲಾವತಿಯದು. ತನ್ನ ಜಾತಿಯವರು ಸನಿಯಬಾರರು. ಗಂಡನ ಜಾತಿಯವರು ದೂರವಿಡುತ್ತಾರೆ.

'ಯಾರಿಂದ ನನಗೇನಾಗುವುದಿದೆ, ಹುಲಿಯಂತಹ ಗಂಡನಿರುವಾಗ?'

ಎಂದು ಕಲಾವತಿ ತನಗೆ ತಾನೇ ಧೈರ್ಯ ಹೇಳಿಕೊಂಡಿದ್ದಳು. ತಿಂಮ ನಿಜವಾಗಿಯೂ ಹುಲಿಯಂತಹ ಗಂಡ – ದೈಹಿಕವಾಗಿಯಂತೂ ಹೌದು.

ಹೆಂಡತಿಯ ಹೆಸರು ಮಾತ್ರ ಕಲಾವತಿ ; ಆದರೆ ಗಂಡ ನಿಜವಾಗಿಯೂ ಕಲಾವಿದ. ಒಳ್ಳೆಯ ಚಿತ್ರಕಾರ, ಪಳಗಿದ ಕೈ. ಕುಸುರಿನ ಕೆಲಸವಂತೂ ತುಂಬಾ ನಾಜೂಕು.

ಚಿತ್ರಗಳನ್ನು ಬರೆದರೆ ಹೊಟ್ಟೆ ತುಂಬುತ್ತೆಯೆ ? ಹಸಿವಾಗುತ್ತದೆ. ಆದರೆ ಕಲಾವಿದನಾಗಿ ಬರೀ ಕಲೆಯಿಂದಲೇ ಬದುಕಬಲ್ಲೆ ಎಂಬ ಹುಚ್ಚು ತಿಂಮನಿಗೂ ಒಂದು ಕಾಲದಲ್ಲಿತ್ತು – ಅದು ಮದುವೆಯ ಮುಂಚೆ. ಹೆಂಡತಿ ಬಂದಳು – ಸಹಜ ಕರ್ಮ – ಒಂದು ಹೆಂಣು ಮಗುವೂ ಆಯಿತು. ಅನ್ನದ ತಪ್ಪೇಲು ಬೆನ್ನಿನ ಮೇಲೆ ಒದೆಯಿತು. ವಾರಪತ್ರಿಕೆಯಲ್ಲಿ ಕೆಲಸಕ್ಕೆ ಸೇರಿದ. ಸುಖ ಸಂಸಾರ ಸಾಧ್ಯವಾಯಿತು, ಜರುಗಿತು ಹೇಗೋ.

ಎಲ್ಲ ಕಲಾವಿದರ ಬಾಳೂ ಅಷ್ಟೇ. ತೋಳ ಬಾಗಿಲಿಗೆ ಬಾರದಂತೆ ಬದುಕಿದರೆ ಅವರೇ ಧನ್ಯರಲ್ಲವೇ ? ತತ್ರಾಪಿ ನಮ್ಮ ನಾಡಿನಲ್ಲಿ.

ತೃಪ್ತಿ ಸಿಕ್ಕಿತು ಜೀವನದಲ್ಲಿ – ಎಂದಂದುಕೊಳ್ಳುತ್ತಿದ್ದಳು ಕಲಾವತಿ ಇನ್ನೂ. ಗಂಡ ಸಂಜೆಗೆ ಬಾಯಿ ವಾಸನೆ ಮಾಡಿಕೊಂಡು ಮನೆಗೆ ಬರಲಾರಂಭಿಸಿದ. ಏನಾಗಬೇಕವಳ ಪರಿಸ್ಥಿತಿ ?

"ಇಲ್ಲ ಚಿನ್ನಾ ! ಆರ್ಟ್ ಕ್ಲಬ್‌ನಲ್ಲಿ ಪಾರ್ಟಿ ಇತ್ತು. ಗೆಳೆಯರೊಂದಿಗೆ ಒಂದೇ ಒಂದು ಗ್ಲಾಸ್ ಬೀರು ಗುಟುಕರಿಸಿ ಬಂದೆ. ಅಷ್ಟೆ."

ಇದು ಮೊಟ್ಟ ಮೊದಲ ದಿನ ಹೆಂಡತಿಗೆ ಗಂಡ ಹೇಳಿದ ಸಮಾಧಾನ. ಈ ಮಾತಿನಿಂದ ತೃಪ್ತಿಯಾಯಿತೇ ಕಲಾವತಿಗೆ ?

"ಏನಾದರೂ ಮಾಡಿಕೊಳ್ಳಿ"

ಎಂದಂದು ಸಪ್ಪೆ ಮುಖ ಹಾಕಿದ್ದಳು.

ತಾನು ಮಾಡಿದುದರಲ್ಲಿ ಏನೂ ತಪ್ಪಿಲ್ಲ, ಅನವಶ್ಯಕವಾಗಿ ಹೆಂಡತಿ ಮನಸ್ಸಿಗೆ ನೋವು ಮಾಡಿಕೊಂಡಿದ್ದಾಳೆ ಎಂದನಿಸಿತು ತಿಂಮನಿಗೆ.

"ಒಂದು ಗ್ಲಾಸ್ ಬೀರ್ ಕುಡಿದರೆ ಏನಾಗುತ್ತದೇ ?"

"ಏನೂ ಆಗುವದಿಲ್ಲ ತಾನೆ ? ಹಾಗಾದರೆ ಏಕೆ ಕುಡಿಯಬೇಕು ?"

ಮಾತಿನಲ್ಲಿ ಎಂದಿಗೂ ಸೋತವಳಲ್ಲ ಕಲಾವತಿ. ವಿದ್ಯಾವಂತಳು, ಬುದ್ಧಿವಂತಳು ಕೂಡ. ಜಗಳಮಾಡಿ ರಂಪಾಟ ಮಾಡುವಷ್ಟು ದಡ್ಡೆಯಲ್ಲ, ಅದೃಷ್ಟವನ್ನು ಬೈದುಕೊಂಡು ತೆಪ್ಪಗಿರುವಷ್ಟು ಜಡಮತಿಯೂ ಅಲ್ಲ

"ಇದು ಮೊದಲ ಸಲ, ಇದೇ ಕಡೆ ಸಲ ಇನ್ನು ಮೇಲೆ ಬೀರು ಮುಟ್ಟುವದಿಲ್ಲ ಮಹರಾಯಿತಿ".

ಈ ಮಾತು ಗಂಡನ ಬಾಯಿಂದ ಬಂದ ಮೇಲೆಯೇ ಕಲಾವತಿ ಊಟ ಮಾಡಿದ್ದಳು.

ನಾಲ್ಕು ದಿನಗಳು ಉರುಳಿದವು. ಗಂಡ ಪುನುಗಿನ ಬೆಕ್ಕಿನಂತೆ ಮಘ ಮಘಿಸುತ್ತ ಮನೆಗೆ ಬರಲಿಲ್ಲ ಈ ಮಧ್ಯೆ. ಕಲಾವತಿ ಆ ಘಟನೆಯನ್ನೇ ಮರೆತಳು. ಸುಖವಾಗಿದ್ದಳು, ಪಾಪ !

ಹೌದು, ಪಾಪ ಎಂದೇ ಅನ್ನಬೇಕು

"ಅಪ್ಪಾಜೀ ಎಲ್ಲಮ್ಮಾ ?"

ಎಂದು ಹಂಬಲಿಸಿ, ಹಂಬಲಿಸಿ ಮಗು ರಾತ್ರಿ ಒಂಭತ್ತು ಗಂಟೆಗೆ ಮಲಗಿ ಬಿಟ್ಟಿತು. ಅಡುಗೆ ಮಾಡಿ ಆಯಿತು, ಮಾಡಿದ ಅಡುಗೆ ತಂಣಗೂ ಆಯಿತು, ಗಂಡ ?

ಗೋಡೆಗಡಿಯಾರ ಹನ್ನೊಂದು ಢಣ್ಣಿಸಿತು. ಹಸಿವು ಆಗಿದೆ, ಉಣ್ಣಲೊಲ್ಲಳು. ನಿದ್ರೆ ಬರುತ್ತಿದೆ, ಮಲಗಲಿಷ್ಟವಿಲ್ಲ. ಕಿಟಕಿಯಲ್ಲಿ ಹಣೆ ಇಕ್ಕಿ ಸೆಂಟ್ರಿ ಕೆಲಸ ಮಾಡಿಯೂ ಸಾಕಾಯಿತು.

'ಬಂದಾಗ ಬರಲಿ'

ಬಾಯಿ ಅಂದಿತು ; ಮನಸ್ಸು ? ಇಷ್ಟು ಹೊತ್ತು ಆಫೀಸೇ ?

ಆಟೋರಿಕ್ಷಾ ಸಪ್ಪಳವಾಯಿತು. ಓಡುತ್ತ ಕಿಟಕಿಗೆ ಬಂದಳು.

ಹೌದು, ಗಂಡ ಬಂದ ! ಜೊತೆಯಲ್ಲಿ ಯಾರು ? ಅದೇನು, ಹಾಗೆ ಬರುತ್ತಿದ್ದಾರೆ? ನಿಲ್ಲಲೂ ಆಗುತ್ತಿಲ್ಲ, ಜೋಲಿ ಹೊಡೆಯುತ್ತಿದ್ದಾರೆ. ತಿಂಮ ನಂತಹ ಸ್ಥೂಲಕಾಯದ ಆಸಾಮಿಗೆ ಆ ಬಡಕಲು ಹುಡುಗನ ಸಪೋರ್ಟು ! ರಿಕ್ಷಾದವನೂ ಸಹಾಯಕ್ಕೆ ಬಂದ. ಅಂತೂ ಒಳಬಂದ ಗಂಡ–ಹುಲಿಯಂತಹ ಗಂಡ ಹುಲಿಯಾಗಿಯೇ ಬಂದ ಮನೆಗೆ. ಇನ್ನೂ ಬಾಯಿ ವಾಸನೆ ನೋಡ ಬೇಕೆ ?

ಆ ರಾತ್ರಿ ಗಂಡನಿಗೆ ಎಚ್ಚರವಿಲ್ಲ. ಹೆಂಡತಿಗೆ ನಿದ್ರೆ ಇಲ್ಲ ಅಳುತ್ತಲೇ ರಾತ್ರಿಯನ್ನು ಕಳೆದಳು ಕಲಾವತಿ. ಮರುದಿನ ಬೆಳಿಗ್ಗೆ ಗಂಡನ ಮುಂದು ಬಾಯಿಬಿಟ್ಟು ಅಂದೇಬಿಟ್ಟಳು.

"ಕೆಟ್ಟ ಸಹವಾಸಕ್ಕೆ ಬಿದ್ದಿರಿ ಅಂತೂ"

ಎಲ್ಲ ಕುಡುಕರ ಹೆಂಡಂದಿರೂ ಇದೇ ಮಾತನ್ನೇ ಆಡುತ್ತಾರೆ. ತನ್ನ ಪತಿದೇವ ಸಾಧು ಸತ್ಪುರುಷ – ಆತನ ಸ್ನೇಹಿತರೆಲ್ಲರೂ ಅಯೋಗ್ಯರು.

ಕುಡಿತವನ್ನು ಬಿಡಿಸುವುದು ಹೆಂಡತಿಗೆ ಸಾಧ್ಯವಿದ್ದಿದ್ದರೆ ಜಗತ್ತಿನಲ್ಲಿ ಕುಡಿತವೆಂಬುದೇ ಇರುತ್ತಿರಲಿಲ್ಲ. ಕುಡುಕರಲ್ಲಿ ಮದುವೆಯಾದವರೇ ಹೆಚ್ಚು, ಅಲ್ಲವೇನ್ರಿ ?

"ಇನ್ನು ಮೇಲೆ ಹೊರಕ್ಕೆ ಹೋಗಿ ಕುಡಿಯಬೇಡಿ. ಆ ಸಂಪತ್ತೆಲ್ಲವೂ ಮನೆಯಲ್ಲಿಯೇ ಆಗಲಿ."

ಹೆಂಡತಿಯಿಂದಲೇ ಈ ಫರ್ಮಾನು ದೊರೆತ ಮೇಲೆ ಕೇಳುವುದೇನಿದೆ? ತಿಂಮನಿಗೆ ಮನೆಯಲ್ಲಿಯೇ ಒಂದು ಚಿಕ್ಕ ಬಾರ್ ಸೃಷ್ಟಿಯಾಯಿತು. ಆದರೂ ಕುಡಿತ ಬಹಳ ಕಡಮೆ ಆಯಿತು – ಮೊದಲೆಲ್ಲ ಒಂದೇ ಪೇಗ್ ವ್ಹಿಸ್ಕಿ, ಒಂದು ಬಾಟಲ್ ಬೀರ್. ಈಗ ಬಹಳ ಸುಧಾರಿಸಿದ. ಒಂದೇ ಪೆಗ್ ಬೀರ್, ಒಂದು ಬಾಟಲ್ ವ್ಹಿಸ್ಕಿ.

ಗಂಡ ಕುಡಿತವನ್ನು ಮುಗಿಸಿ ಊಟಕ್ಕೆ ಬರುವವರೆಗೂ ಕಲಾವತಿ ಏನು ಮಾಡಬೇಕು? ವಿದ್ಯಾವಂತೆ ಹುಡುಗಿ, ಏನನ್ನಾದರೂ ಓದುತ್ತ ಕೂಡುತ್ತಿದ್ದಳು. ತಿಂಮ ತಂದಿದ್ದ ವಾರಪತ್ರಿಕೆಯೇ ಅಂದು ಕೈಗೆ ಬಂತು. ಮೊದಲು ಗಂಡನ ಚಿತ್ರಗಳನ್ನೆಲ್ಲವನ್ನೂ ನೋಡಿದಳು. ಏನು ಚಿತ್ರಗಳೋ ಅನಿಸಿತು. ಮದುವೆಯ ಮುಂಚೆ ? ಅವನು ಎಳೆಯುತ್ತಿದ್ದ ಪ್ರತಿಯೊಂದು ಗೀಟೂ ಅಷ್ಟು ಮೆಚ್ಚು.

ಹೀಗೇಕೆ ? ಹೌದು, ಅದು ಹೀಗೇ !

ಪುಟಗಳನ್ನು ತಿರಿವಿ ಹಾಕುತ್ತ ಕುಳಿತಳು – ಕುಡಿತದಿಂದಾಗುವ ಕೆಡಕು! ಎಂಬ ಲೇಖನ ಕಣ್ಣಿಗೆ ಬಿದ್ದಿತು. ಆದ್ಯಂತವಾಗಿ ಓದಲಾರಂಭಿಸಿದಳು ಕಲಾವತಿ. ಎದೆ ಝಲ್ಲೆಂದಿತು – ಸ್ಮರಣಶಕ್ತಿ ಹಾಳಾಗುತ್ತದೆ. ಕೂಡಲೇ ಅದರಡಿಯಲ್ಲಿ ಕೆಂಪು ಗೀಟೆಳೆದು ಗಂಡನ ಮುಂದು ಹಿಡಿದಳು.

"ಅವನಮ್ಮನ ಪಿಂಡ. ಆ ಮಡಿ ಆಚಾರಿ ಬರಕೊಂಡಾನೆ, ಪಾಪ !"

ಎಂದಂದು ಗಹಗಹಿಸಿ ನಕ್ಕುಬಿಟ್ಟ ತಿಂಮ.

'ಅವನ ಹೆಸರೂ....ಏನೋ ಅದೆ. ನನ್ನ ಮಗ್ಗುಲಾಗೇ ಕೂಡ್ತಾ ನವನು....'

ಎಂದಂದುಕೊಂಡ ಬಾಯಲ್ಲಿಯೇ.

"ಹನ್ನೊಂದಾಯಿತು, ಊಟಕ್ಕೇಳಿ"

ಎಂದು ಕಲಾವತಿ ಎಬ್ಬಿಸಿದಾಗ ಏನಂದ ಗಂಡ ಭೂಪ:

"ಈಗ ಆಯಿತಲ್ಲವೇ ಊಟ ? ಎರಡೆರಡು ಬಾರಿ ಉಣಬೇಕೇ ?"

ನಕ್ಕಳು, ಅತ್ತಳು ಕಲಾವತಿ.

"ನಾನು ಸ್ನಾನಕ್ಕೆ ಇಳಿಯಬೇಕು. ಮಗುವನ್ನು ಶಾಲೆಗೆ ಬಿಟ್ಟು ಬಂದುಬಿಡಿ"

ಎಂದು ಹೇಳಿದಳು ಹೆಂಡತಿ ಒಂದು ದಿನ.

ತಿಂಮ ಮಗಳನ್ನು ಕರೆದುಕೊಂಡು ಹೋದ. ಬಿಟ್ಟೂ ಬಂದ – ಬಹು ಸಮಯದ ನಂತರ.

"ಇಷ್ಟೇಕೆ ತಡವಾಯಿತು, ಮಗುವನ್ನು ಬಿಟ್ಟು ಬರಲು ?"

"ಸಿಟಿ ಮಾರ್ಕೀಟು ಇಲ್ಲಿದೆ ಏನೇ ? ಆಟೋರಿಕ್ಷಾದಲ್ಲಿ ಹೋಗಿಬಿಟ್ಟು ಬಂದೆ"

ಬೇರಿನ್ನಾವ ಸಾಕ್ಷಿ ಬೇಕು ಕಲಾವತಿಗೆ. ಗಂಡನ ಸ್ಮರಣಶಕ್ತಿ ಹಾಳಾಗಿದೆ ಎಂಬುದಕ್ಕೆ?

ಸಾಗಿತು ಹೀಗೆಯೇ ಸಂಸಾರ. ಎಲ್ಲ ಸಂಸಾರಗಳೂ ಸಾಗಿಯೇ ಸಾಗುತ್ತವೆ, ಹೇಗೋ ಒಂದು.

"ಆಚೆ ಮನೆಯಲ್ಲಿ ಸತ್ಯನಾರಾಯಣವಂತೆ, ಕರೆದುಹೋದರು. ಪಾಪ ! ಹೋಗಿ ಬರತೇನೇ, ಅರ್ಧ ಗಂಟೆಯಲ್ಲಿಯೇ"

ಎಂದು ಗಂಡನಿಗೆ ಹೇಳಿ ನಡೆದಳು ಕಲಾವತಿ. ಸರಿ ಎಂದು ತಲೆಹಾಕಿದ ತಿಂಮ.

"ಮಗು ಮಲಗಿದೆ"

ಎಂದೂ ನೆನಪಿಸಿದಳು.

"ನಂಗೂ ಕಂಣಿವೆ, ಕಾಣುತ್ತಿದೆ ಮಗು"

ಅರ್ಧ ಗಂಟೆಯೂ ಆಗಲಿಲ್ಲ ಕಲಾವತಿ ಮನೆಗೆ ಬಂದಳು. ಹೊರ ಬಾಗಿಲಲ್ಲಿ ನಿಂತಿದ್ದ ಗಂಡ ಕೇಳಿದ.

"ಯಾರು ನೀನು ?"

ತಮಾಷೆ ಎಂದು ತಿಳಿದು ಮುಸಿಮುಸಿ ನಗುತ್ತ ಒಳನಡೆದಳು ಕಲಾವತಿ. ಅಡ್ಡ ಬಂದ ತಿಂಮ.

"ಅರೆ ! ಯಾರೇ ನೀನು ? ಹೀಗೆಲ್ಲ ಮನೆಗೆ ಬರಕೂಡದು. ಈಗವಳು ಬಂದುಬಿಟ್ಟರೆ ನನ್ನ ಗತಿ ? ನಾಳೆ ನಮ್ಮ ಮಾಮೂಲು ಹೋಟಲ್‌ಗೆ ಬಾ, ರಾತ್ರಿ."

ಕಂಗಾಲಾದಳು ಕಲಾವತಿ. ಜಾತಿಯವರು ನಗುತ್ತಾರೆ, ಈ ಪ್ರೇಮ ವಿವಾಹದ ದುರ್ಗತಿಯನ್ನು ಕಂಡು. ದೇವರೇ ಗತಿ ಎಂದು ನಿಂತಾಗ ಕಣ್ಣಲ್ಲಿ ನೀರು.

ಕಲಾವತಿಯ ಪುಣ್ಯ ; ಮಗಳು ಎದ್ದು 'ಅಮ್ಮಾ' ಎಂದಳುತ್ತ ತಾಯಿಯ ಬಳಿ ಬಂತು.

"ಓಹೋ ನೀನೇನಾ ? ಹಾಗಾದರೆ ಸರಿ. ನೀನು ಎಂದು ಹೇಳ ಬೇಡವೆ ?"

ಎಂದಂದು ಮುಸಿಮುಸಿ ನಕ್ಕ, ಕಲಾವತಿಯ ಕುಡುಕ ಗಂಡ ಕಲಾವಿದ ತಿಂಮ.

ದೇವರು ಕಾಯುತ್ತಾನೆ

ಎಂಟು ರೂಪಾಯಿ ಸಂಬಳ ನನಗಾಗ. ವಯಸ್ಸು ಎಂಟೇ ವರ್ಷ. ಕೆಲಸ ? ಬಹಳ ದೊಡ್ಡದು ಸ್ವಾಮೀ ! ದೊಡ್ಡದು ಅಂದರೆ ಬಹು ಬೇಗ ದಣಿವು ಆಗುವಂತಹುದು. ಲಾರಿಗಳಿಗೆ ಪಂಪ್ ಹೊಡೆವುದೇನು ಸುಲಭದ ಕೆಲಸವೇ ? ಚಿಟಿ ಚಿಟಿ ಛಳಿಯಲ್ಲೂ ಬೆಮರು ಕಿತ್ತಬೇಕು. ಈ ಕೆಲಸ ಎಷ್ಟು ಶ್ರಮವಾದುದು ಎಂಬುದು ನಿಮಗರ್ಥವಾಗದು_ನಿಮ್ಮ ಬೈಸಿಕಲ್‌ಗೇ ಗಾಳಿ ಹಾಕಿ ನೋಡಿ ಒಮ್ಮೆ, ಬುಸುಗುಟ್ಟುತ್ತೀರಿ ಬಿಜಾಪುರದ ಎಮ್ಮೆಯಂತೆ.

"ಎಲ್ಲಯ್ಯಾ ಆ ಪಂಪ್ ರಾಮ ?"

ಯಜಮಾನರು ಗುಡುಗಿದಾಗ ಓ ಎನ್ನುವಷ್ಟೂ ಉಸುರಿಲ್ಲ.

"ಎಲ್ಲಿಗೋದ ಆ ಬೇವಾರ್ಸಿ ಸೂಳೇ ಮಗ ?"

"ಇಲ್ಲಿದೀನಿ ದಣಿ"

ಅನ್ನುತ್ತಿದ್ದೆ, ಯಜಮಾನರು ಕಿಸಿಕಿಸಿ ನಕ್ಕು ಬಂದವರ ಮುಂದೆಲ್ಲ ಹೇಳುವುದು.

"ಪಂಪ್ ರಾಮ ಅಂದ್ರೆ ಜವಾಬ್ ಕೊಡಾಕಿಲ್ಲ ಅವನು, ಬೇವಾರ್ಸಿ ಸೂಳೇಮಗ ಅಂದ್ರೇನೇ ಇಲ್ಲಿದ್ದೀನಿ ದಣಿ ಅಮ್ತವ್ನೆ, ತಾನ್ಯಾರು ಅಂಬೋದು ಗೊತ್ತವಗೆ."

ಎಲ್ಲರೂ ನಗುವುದು ಈ ಮಾತಿಗೆ. ನನಗಾಶ್ಚರ್ಯ, ಹೀಗೇಕೆ ನಗುತ್ತಾರಿವರು ಎಂದು.

ನಮ್ಮ ದಣಿ ರಾತ್ರಿ ಕರ್ಣ, ಬೆಳಿಗ್ಗೆ ಖಂಜೂಸ್.

"ವಟ್ಟೆ ಅಸದ್ಯೆತೆ, ಒಂದು ಬನ್ ತಿನ್ನಾಕೆ ಅತ್ತು ಪೈಸೆ ಕೊಡಪಾ ದಣಿ"

ಎಂದು ಕೆಲಸಕ್ಕೆ ಸೇರಿದ ಹೊಸತರಲ್ಲಿ ಒಂದು ಬೆಳಿಗ್ಗೆ ಕೇಳಿದ್ದೆ.

"ನಿನ್ನಮ್ಮನ ಗಂಡ ತಂದು ಕಾಸು ಮಡಗ್ಯಾನೆಲೋ"

ಎಂದಂದು ಹೊಡೆಯಲಿಕ್ಕೇ ಬಂದಿದ್ದ. ಸಂಜೆ ಆಗಬೇಕು, ಯಜಮಾನರ ಜೇಬು ನೋಡಬೇಕು, ಊರಿಗೇ ದೊಡ್ಡ ಗರಾಜ್ ನಮ್ಮದು. ದಿನವೂ ಇಪ್ಪತ್ತು, ಇಪ್ಪತ್ತೈದು ಸಂಪಾದನೆ. ಕತ್ತಲಾದೊಡನೆ ದಣಿಗೂ ದಣಿವು.

"ಏ ರಾಮಂಣಾ ! ಇಲ್ಲಿ ಬಾ ಮರಿ, ಕ್ವಾ !"

ಇಪ್ಪತ್ತೈದು ಪೈಸೆ ಅಡ್ವಾನ್ಸ್ ಇನಾಂ ಆಮೇಲೆ ಒಂದ್ಯೆದರ ನೋಟು ಕೈಗಿಟ್ಟು ಕಿವಿಯಲ್ಲಿ ಹೇಳುತ್ತಿದ್ದರು.

"ತಗೊಂಡೋಗಿ ಆ ಮನಾಗೆ ಮಡಿಗಿ ಬಾ, ಉಷಾರು !"

"ತಗೊಂಡೋಗಿ" ಅಂದರೆ ಕಳ್ಳಬಟ್ಟಿ ಸರಾಯಿ, "ಆ ಮನೆ" ಅಂದರೆ ದಣಿಯ ಗಿಂಡತಿಯ ಮನೆ. "ಉಶಾರು" ಅಂದರೆ ಪೋಲೀಸರ ಕೈಗೆ ಸಿಕ್ಕು ಬಿದ್ದೀ ಎಂದೆಚ್ಚರಿಕೆ. ಪೊಲೀಸರಿಗೆ ಗೊತ್ತಾದರೆ ಆ ಸೆರೆಯಲ್ಲಿ ಪಾಲಿಗೆ ಬರುತ್ತಿದ್ದರು.

ನನ್ನ ದಣಿಯ ಮಗ ನಾನಾಗಲು ಹನ್ನೆರಡು ವರ್ಷಗಳು ಬೇಕಾದುವು.

ಮಗಾ ಅನ್ನದೆ ಬಸವ್ವ ಎಂದೂ ಕರೆಯಲಿಲ್ಲ. ದಣಿಗೂ ನನ್ನ ಮೇಲೆ ಅಷ್ಟೇ ಪ್ರೀತಿ, ನಾನೇ "ಕ್ಯಾಸ್ ಬಾಕ್ಸ್" ಮೇಲೆ ಕೂಡುತ್ತಿದ್ದೆ ದಣಿ ಮುದುಕನಾದ ಮೇಲೆ.

ಆ ಮನೆಗೆ ಹೋಗುತ್ತಾನೆಂದು ಈ ಮನೆಯಾಕೆಗೆ ಕೋಪ.

"ಸುದ್ದ ಅಳ್ಳಿ ಎಂಗ್ಸೂ ಕಣೋ ! ಜಗಳಾ ಕಾಯ್ತವ್ಳೆ ನಂತಾಗೆ."

ಎಂದು ಗುಟ್ಟಾಗಿ ಹೇಳುತ್ತಿದ್ದ ದಣಿ ನನ್ನ ಮುಂದು ಆಗಾಗ. ಇಬ್ಬರೂ ಮುದುಕರು, ಆದರೂ ಜಗಳ. ಆಗ ಮಾಡಿಕೊಂಡ ಹೆಂಡತಿ ಗಂಡನಿಗದೇನೋ ಮದ್ದು ತಿನಿಸಿದಳು_ಪತಿ ವಶೀಕರಣ ? ದಣಿಗೆ ಹುಚ್ಚೇ ಹಿಡಿಯಿತು.ಪಾಪ ! ಅದೇ ವ್ಯಸನದಲ್ಲಿ ಈ ಮನೆಯಾಕೆ ಸತ್ತಳು.

ನಾನೇ ಮಗ ಮನೆಗೆ ಮತ್ತು ದಣಿ ಗರಾಜಿಗೆ. ಕೆಲವೇ ಕಾಲ, ಈ ಮುದುಕಿಯೂ ಸತ್ತಿತು. ಅಂದಿನಿಂದ ನನ್ನ ಗರಾಜಿನ ಹೆಸರೇನು ? ಪಂಪ್ ರಾಮಪ್ಪನವರ ಗರಾಜು !

ಸ್ವಲ್ಪ ಸಾಹುಕಾರನಾಗುವದು ಬಹು ಕಷ್ಟ. ಬಹಳ ಸಾಹುಕಾರನಾಗುವುದು ಅಷ್ಟೇ ಸುಲಭ ! ಈ ಜಗತ್ತಿನಲ್ಲಿ ಮೂರ್ಖರೇ ಹೆಚ್ಚು ಸ್ವಾಮೀ ! ಅವರ ಇನ್ನೊಂದು ಹೆಸರು ಬಡವರು.

ಹಣವಿದ್ದಲ್ಲಿ ಹಣ ಬಹು ಬೇಗ ಸೇರುತ್ತದೆ, ತಗ್ಗಿದ್ದಲ್ಲಿ ನೀರು ಸೇರುವಂತೆ. ದಣಿ ಇದ್ದಾಗ ಗರಾಜಿನ ಸಂಪಾದನೆ ದಿನಕ್ಕೆ ಮೂವತ್ತು ಮುಟ್ಟಲಿಲ್ಲ ನಾನು ದಣಿಯಾದೆ, ನೂರಕ್ಕೆ ಕಡಿಮೆ ಇಲ್ಲ. ಹಾಕುವುದು ಹಳೆ ಸಾಮಾನು, ಮಾಡುವುದು ಹೊಸ ಸಾಮಾನಿನ

ಚಾರ್ಜು. ಮೂರೇ ದಿನಕ್ಕೆ ಮುರಿದುಕೊಂಡು ಲಾರಿಗಳು ವಾಪಸ್.

"ಟೇಮು ಇಲ್ಲ. ಲಾರಿ ಬಿಟ್ಬೋಗು ಕ್ಯೂನಾಗೆ, ನೋಡತೇವೆ"

ಇದು ನನ್ನ ಮಾತಿನ ರೀತಿ, ಠೀವಿ. ರೂಪಾಯಿ ಹಾಗೆಲ್ಲ ಆಡಿಸುತ್ತದೆ ಸ್ವಾಮೀ ! ಬಡವನೇನು ಬಲ್ಲ ಬಡಾಯಿಯ ಮಾತು ?

ಕಳ್ಳಬಟ್ಟಿ ನನಗೂ ಬೇಕು, ಐದು ರೂಪಾಯಿ ಕೊಡಲೇ ? ಗರಾಜಿನ ಹಿಂದು ಆಂಜನೇಯನ ಗುಡಿ_ಅದೇ ನನ್ನ ಡಿಸ್ಟಿಲರಿ. ಊರಿಗೆಲ್ಲಾ ರಾಮಣ್ಣನವರದೇ ಸಪ್ಲೈ, ಪೊಲೀಸರಿಗೂ ಮಾಮೂಲು.

"ಸಲಾಮಮ್ಮಾ" ಎಂದಂದರು ನನ್ನ ಸೂಳೆಗೆ ಆ ಸೂಳೇಮಕ್ಕಳು.

ಕೊಯಂಬತ್ತೂರಿನಿಂದ ಹತ್ತು ರೂಪಾಯಿ ನೋಟು ಬಂತು, ಶಿವಮೊಗ್ಗಿಯಿಂದ ಎರಡರ ನೋಟು ಬಂತು. ರೂಪಾಯಿಗೆ ಎಂಟಾಣೆ, ಎಷ್ಟಾದರೂ ಕೊಡು ಅಂದೆ. ಯಾರಿಗಿದೆ ಸ್ವಾಮೀ, ಧೈರ್ಯ ? ರಾಮಂಣ ಕೊಟ್ಟ ನೋಟು ಖೋಟಾ ಅನ್ನುವ ಎದೆಗಾರಿಕೆ ಯಾವ ಗಂಡಿಗಿದೆ ? ಬ್ಯಾಂಕೇ ನನ್ನದು ಶಿವಾ !

ಐದೇ ವರ್ಷ, ಕಸವಾಗಿ ಬಿದ್ದಿತು ಹಣ. ತಿಪ್ಪೆ, ಹಣದ ತಿಪ್ಪೆ ಪಂಪ್ ರಾಮಂಣನವರ ಮನೆಯಲ್ಲಿ. ಬಾಯಿ ಇದೆ, ಉಂಡೆ. ಜೀರ್ಣ ಆಗುವುದು ಹೇಗೆ ?

ನಿದ್ರೆ ಹೋಯಿತು. ಸೆರೆ ಕುಡಿದು ಗುಳಿಗೆ ನುಂಗಿದರೂ ಬಾರದು. ನಮ್ಮೂರಿನ ಮಕ್ಕಳ ಶಾಲಾ ಅಯ್ಯನಿಗೆ ಒಂದು ಲಕ್ಷ ಲಾಟರಿ ಹತ್ತಿತು.

"ಬರ್‍ರೀ ಅಯ್ಯಪ್ಪನವರೇ !"

ಅಂದೆ. ಕೈ ಮುಗಿಯುತ್ತ ಬಂದ. ಒಂದೂವರೆ ಲಕ್ಷ ಕೊಟ್ಟೆ. ತಿಕೀಟು ಕೈಗಿತ್ತು ಕೈ ಮುಂದು ನಡೆದ ಅಯ್ಯ, ಒಂದು ಕರೀ ಲಕ್ಷ ಬಿಳಿಯಾಯಿತು.

ಸಾಲ ಕೇಳಲು ಯಾರಾರೋ ಬಂದರು. ಬಡ್ಡಿ ಆಶೆ ನನಗಿಲ್ಲ_ಒಂದು ರೂಪಾಯಿಗೆ ಒಂದು ದಿನಕ್ಕೆ ಒಂದೇ ರೂಪಾಯಿ ಬಡ್ಡಿ ಅಂದೆ.

"ಗರಜ್ಕು ಅಖಲ್ ನೈ, ಕೊಡು ದಣೀ"

ಅಂದರು ಅಡಚಣೆಯಲ್ಲಿದ್ದವರು, ಥೂ ! ಹಣದ ಮನೆ ಹಾಳಾಗ, ಕೈ ಇಟ್ಟಲ್ಲೆಲ್ಲ ಹಣ. ಬರೀ ಹಣ.

ಹಣ, ಗಾಳಿ ಎರಡೂ ಬೇಕು ಮನುಷ್ಯ ಬದುಕಲಿಕ್ಕೆ. ಆದರೆ ಎಷ್ಟು ಬೇಕು ? ಗಾಳಿ ಹೆಚ್ಚು ಬಂದರೆ ಹಾಕಲು ಕಿಟಕಿ ಇದೆ. ಹಣ ಹೆಚ್ಚು ಬಂದರೆ? ತೆಗೆದಿಡಲು ತಿಜೋರಿ ಇದೆ.

ಮಾರವಾಡಿ ರಾತ್ರಿ ಬಂದು ಬಾಗಿಲು ಬಡಿದ. ಏನು ಸೇಠೂ ಅಂದೆ.

ಹೊಟ್ಟೆಯೊಳಗಿಂದ ಒಂದು ಗಂಟು ತೆಗೆದು ಬಿಚ್ಚಿದ. ಥಳ ಥಳ_ಕಂಣು ಕುಕ್ಕಿತು. ಬನ್ನು ತಿನ್ನಲು ಹತ್ತು ಪೈಸೆ ಅಂದಿರಲಿಲ್ಲ, ಇಂದು ? ಬಂಗಾರದ ಬಿಸ್ಕೀಟು.

"ಎಷ್ಟಾದರೂ ಕೊಡು. ಇವನ್ನ ತೆಕ್ಕೋ ದಣೀ ! ನಾಳೆ ಕಷ್ಟಮ್ ನವರು ಮನೆಗೆ ಬರ್‍ತಾರಂತೆ...."

ಗೋಳಾಡಿದ ಬದ್ಮಾಷ್ ಸೇಠ್, ಪಾಪ ! ಗಂಡನಿದ್ದ ಕೈಲೇ ಹಡೆದು ಕೊಳ್ಳುವವಳು ಜಾಣೆ.

"ಮಡಗಲೋ ಅಳಬ್ಯಾಡ"

ಕೈಗಿಷ್ಟು ಹಚ್ಚಿ ನಡೆ ಅಂದೆ. ಹಲ್ಲು ಕಿರಿದ. ಪೊಲೀಸರಿಗೆ ಫೋನ್ ಮಾಡುತ್ತೇನೆ ಎಂದಂದೆ. ಫೋನು, ಕಾರು, ಫ್ರಿಜ್ಯೂ ಆ ಬೇವಾರ್ಸಿ ಸೂಳೇ ಮಗ ರಾಮನ ಮನೆಯಲ್ಲಿದ್ದುವೇ? ಎಂದು ಕೇಳಬೇಡಿ. ಆ ಎಂಟು ರೂಪಾಯಿ ರಾಮ ಎಂದೋ ಸತ್ತ–ಈಗಿರುವವರು ರಾಮಂಣನೋರು !

ನಾನು ಎಂ.ಎಲ್.ಎ. ಆದೆನೇನು ? ಥುತ್ ! ನೊಣವನ್ನು ತಿಂದು ಜಾತಿಯನ್ನು ಕೆಡಿಸಿಕೊಳ್ಳಲೇ ? ಎಂ.ಎಲ್.ಎ. ಗಳನ್ನು ಮಾಡಿದೆ_ಕೊಂಡೆ, ಮಾರಿದೆ. ಲೇವಾದೇವಿ ನನ್ನದು. ಗಾಳಿಪಟಕ್ಕೆ ಏರುವ ಯೋಗ ಬಂದಾಗ ಅನುಕೂಲವಾಗಿ ಬೀಸುವ ಚಟ ಗಾಳಿಗೂ.

"ರಾಮಂಣೋರೆ ! ನೀವು ಮನಸು ಮಾಡಿದರೆ ನಾ ಮಂತ್ರಿ ಆಗಿ ಬಿಡತೀನಿ"

ಮುಂಗೈ ತಿಕ್ಕುತ್ತ ಮನೆಗೆ ಬಂದರು.

"ಬದುಕೋಗು ಬಡವ."

ಅಂದೆ. ಹಣ ಬಿತ್ತಬೇಕು, ಬೆಳೆಯಬೇಕು. ಹೌದು ಬಿತ್ತಿದೆ, ಬೆಳೆದೆ ಈಗ ಹಣದ ಬಣವೆಯನ್ನು ಎಲ್ಲಿ ಒಟ್ಟಲಿ ? ಅದೇ ನನ್ನ ಭವಣೆ.

ಸರಕಾರಕ್ಕೆ ಇದ್ದಕ್ಕಿದ್ದಂತೆ ಹುಳು ಕಚ್ಚುತ್ತದೆ. ನಮ್ಮಕ್ ಹರಾಮ್ ! ನನ್ನ ಉಪ್ಪನ್ನು ತಿಂದು ಇಷ್ಟು ದಿನ ಜೀವ ಹಿಡಿದ ಸರಕಾರ ಈಗ ನನ್ನನ್ನೇ ಹಿಡಿಯುವುದೇ ?

ಕರಗ ಬಂತು ಕರಗ ಎಂದು ಹಳ್ಳಿಗರು ಕೂಗಿದಂತೆ ಮೀಸಾ ಬಂತು ಎಂದಿತು ಜನ.

ನಡು ರಾತ್ರಿಯಲ್ಲಿಯೇ ಕಾರು ಬಂತು ಕೂಡಿಸಿಕೊಂಡು ನಡೆಯಿತು.

"ಎಲ್ಲಿಗೆರೋ ?"

"ಜೇಲಿಗೆ"

ದೇವರು ಕಾಯುತ್ತಾನೆ ?

"ಅರೆ ಬಡ್ಡೀ ಮಕ್ಕಳಾ ! ಸರಕಾರಕ್ಕೆ ಲಕ್ಷಗಟ್ಟಲೆ ಟ್ಯಾಸ್ಕು ಕೊಟ್ಟೇನಿ. ನಾನು ಜೇಲಿಗೆ? ಅತ್ತು ವರಸ ಟ್ಯಾಸ್ಕು ಕೊಡದವರು ಮಂತ್ರಿ. ಏನು ಕಾಲ ಬಂತ್ರೋ ?"

ಎಂದಂದು ನಕ್ಕೆ.

"ಇದೆಲ್ಲ ಒಂದೆರಡು ದಿನ ಮಹಾಸ್ವಾಮೀ ? ಬೊಗಳುವ ಜನತೆಗಾಗಿ ಒಂದು ಏಕಾಂಕ ನಾಟಕ, ನರ್ಸಿಂಗ್ ಹೋಮ್‌ನಲ್ಲಿರಿ ಹಾಯಾಗಿ. ಚುನಾವಣೆ ಮುಗಿದ ನಂತರ ನೀವು ನೀವೇ, ನಾವು ನಾವೇ"

ಕಿವಿಯಲ್ಲಿ ಹೇಳಿದರು. ನನಗೂ ಒಳಗೊಳಗೇ ನಗೆ, ಮನೆಯನ್ನೆಲ್ಲ ಲೂಟಿ ಮಾಡಲಿ, ಎಲ್ಲ ಹಣವನ್ನೂ ಒಯ್ಯಲಿ. ಚಿನ್ನದ ಬಿಸ್ಕೀಟು ಆಂಜನೇಯನ ಅಡಿಯಲ್ಲಿದೆ. ಎಲ್ಲರನ್ನೂ ಕಾಯುವ ದೇವರು ನನ್ನ ಬಿಸ್ಕೀಟನ್ನು ಕಾಯಲಾರನೇ?

ಆ ಮುಖ – ಈ ಮುಖ

ಹೇಗಿದೆ ಆ ಮುಖ ? ಥೂ ! ನೋಡುವಂತಿಲ್ಲ ಅದು. ಮುಖದ ತುಂಬ ಗಡ್ಡ. ಬೆಳೆಸಿದ ಗಡ್ಡವೂ ಅಲ್ಲ, ಅದಕ್ಕೊಂದು ಆಕಾರ ಅಂದ ಚೆಂದ ಇರುತ್ತದೆ. ಪ್ರೇಮಿಸಿ, ಪೋಷಿಸಿ, ಎಣ್ಣೆ ಹಚ್ಚಿ ಬಾಚಿದ ಗಡ್ಡ ಮುಖಕ್ಕೊಂದು ಅಲಂಕಾರ. ಸ್ತ್ರೀಯರು ಇದನ್ನು ನೋಡಿ ಅಸೂಯೆ ಪಡಬೇಕು. ಆ ರೀತಿ ಬೆಳೆಸಿದ ಗಡ್ಡ ಅಲ್ಲ ಆ ಮುಖದ್ದು ; ಬೋಳಿಸದೆ ಉಳಿದಿರುವ ಗಡ್ಡ, ತಾತ್ಸಾರದ ಗಡ್ಡ ; ಇಷ್ಟಾದರೂ ಪೂರ್ತಿ ಕಪ್ಪಲ್ಲ, ಪೂರ್ತಿ ಬಿಳಿಯೂ ಅಲ್ಲ. ಹಂಡ ಬಂಡ – ಅಕ್ಕಿ, ಎಳ್ಳು ಸೇರಿದಂತಿದೆ ಸುಡುಗಾಡು. ಇದಕ್ಕೇನು ಚೆಂದ ಇದ್ದೀತು ?

ಇನ್ನು ಕ್ರಾಪ್. ಅದು ಕ್ರಾಪೇ ?

"ನೀನು ಹೋಟೆಲಲ್ಲಿ ವಡೆ ತಿನ್ನುವುದಿಲ್ಲೇನಯ್ಯಾ ?"

ಎಂದು ಕೇಳಿದೆ

"ಯಾಕ್ರೀ, ಹೀಗ್ಕೇಳ್ತೀರಿ ?"

"ವಡೆ ತಿಂದು ಆ ಎಣ್ಣೆ ಕೈಯನ್ನಾದರೂ ತಲೆಗೆ ಒರೆಸಿಕೊ"

ಎಂದೆ.

ಬಾಯಲ್ಲಿದ್ದ ಬೀಡಿ ಕೆಳಗೆ ಬಿತ್ತು. ಆ ಮುಖ ನಕ್ಕಾಗ. ಬಟ್ಟೆ ಇಸ್ತ್ರಿ ಕಂಡಿಲ್ಲ. ಬಡವ ನನ್ನ ಯಜಮಾನ ಎಂದು ಕೂಗಿ ಹೇಳುತ್ತವೆ.

ಆ ಮುಖದ ಮಾಲಿಕ ಒಬ್ಬ ಕನ್ನಡ ಸಾಹಿತಿ. ಒಂದೆರಡು ಪ್ರೇಮಗೀತೆಗಳನ್ನು ಬರೆದು ಚಿಕ್ಕೊಂದು ಪತ್ರಿಕೆಯಲ್ಲಿ ಹೇಗೋ ಮಾಡಿ ಅಚ್ಚು ಮಾಡಿಸಿ ಕೊಂಡು ಆ ಪತ್ರಿಕೆಯನ್ನು ಕೈಲಿ ಹಿಡಿದುಕೊಂಡು ಓಡಾಡುವ ಕಿರಿಯ ವಿದ್ಯಾರ್ಥಿಯಲ್ಲ. ಎರಡು ಹೆಣ್ಣು – ಒಂದು ಗಂಡು, ಅಥವಾ ಒಂದು ಹೆಣ್ಣು–ಎರಡು ಗಂಡುಗಳ ಪ್ರಣಯ ಕಥೆಯನ್ನು ಬರೆಯುವ ಬಾಲಸಾಹಿತಿಯೂ ಅಲ್ಲ. ನುರಿತ ಸಾಹಿತ್ಯ, ಹರಿತ ಬರವಣಿಗೆ. ಸಮಾಜದ ಆಗುಹೋಗುಗಳನ್ನು ವಿಮರ್ಶಾತ್ಮಕವಾಗಿ ನೋಡುವ ಸೂಕ್ಷ್ಮ ದೃಷ್ಟಿ ಇದೆ. ಬಡವರ ಬಗ್ಗೆ ಅನುಕಂಪ, ದೀನದಲಿತರ ಬಗ್ಗೆ ಕರುಣೆ, ಕೆಳಬಿದ್ದವರ ವಕಾಲತ್ತು ವಹಿಸುವ ಮನೋಭಾವ. ಬರೆವಣಿಗೆಯಲ್ಲಿ ಮಡಿಯ ವಾಸನೆಯೂ ಇಲ್ಲ. ಶೀಲಕೆಟ್ಟ ಹೆಣ್ಣುಗಳು, ಇತರರ ಮೋಸದಿಂದಾಗಿ ಶೀಲ ಕೆಡಿಸಿಕೊಂಡ ಹೆಣ್ಣುಗಳು ಹೇಳುವ ಗೋಳಿನ ಕಥೆ ಬರೆಯುತ್ತಾನೆ ಈತ. ಆಧ್ಯಾತ್ಮ – ಗೀಧ್ಯಾತ್ಮ ಮುಂತಾದ ಜುಜುಬಿ ವಿಷಯಗಳು ಈತನ ಸಾಹಿತ್ಯಕ್ಕೆ ಎಂದೂ ಸಾಮಗ್ರಿ ಆಗಲಿಲ್ಲ.

ದೇವರು ?

"ಆ ಎಲ್ಲ ಕಚಡಾ ನಂಗೆ ಬ್ಯಾಡ್ರಿ"

ಎಂಬುದೇ ಉತ್ತರ.

ಬ್ರಿಟಿಷರ ಇದಿರು ಕಾಂಗ್ರೆಸ್ ಬಂಡೆದ್ದಾಗ ಈ ಸಾಹಿತಿ ಎಲ್ಲಿ ಮಲಗಿದ್ದ? ಮಲಗಿಯೇ ಇರಲಿಲ್ಲ, ಪಾಪ ! ಗಾಂಧಿ ಮಹಾತ್ಮಾಕಿ ಜೈ ! ಕೂಗಿದ, ನುಗ್ಗಿದ, ಜೇಲು ಕಂಡ.

ಅಂದಿನ ದೇಶಭಕ್ತರಲ್ಲಿ ಕೆಲವರು ಇಂದು ದೇಶಭುಕ್ತರಾಗಿದ್ದಾರೆ. ಅಧಿಕಾರದಲ್ಲಿ ಇದ್ದಾರೆ, ಚೆನ್ನಾಗಿದ್ದಾರೆ. ಚೆನ್ನಾಗಿ ಶ್ರೀಮಂತರಾಗಿ ? ಅನ್ಯಾಯದ ಹಣ ಬೇಡ ಬಿಡಿ, ರಾಜಕೀಯ ಸಂತ್ರಸ್ತರಿಗೆ ಸರ್ಕಾರ ಒಂದಿಷ್ಟು ಭೂಮಿ ಕೊಟ್ಟಿದೆ. ಇದನ್ನಾದರೂ ಪಡೆದಿದೆಯೇನು ಆ ಮುಖ ?

"ನೀನು ಕಾಂಗ್ರೆಸ್ ಚಳವಳಿಯಲ್ಲಿ ಜೇಲಿಗೆ ಹೋಗಲಿಲ್ಲೇನಯ್ಯಾ ?"

"ಹೋಗಿದ್ದೆನಲ್ಲ ? ಯಾಕೆ ?"

"ಹದಿನೈದು ಎಕರೆ ಭೂಮಿ ತೊಗೊಂಡೇನು ?"

"ನಾ ಯಾಕೆ ತೊಗೊಳ್ಳಿ ಅದನ್ನ ? ಇವ್ರು ಇಪ್ಪತ್ತೈದು ವರ್ಷದ ಮ್ಯಾಗೆ ಭೂಮಿ ಕೊಡ್ತಾರೆ ಅಂತ ನಾನು ಜೇಲಿಗೆ ಹೋಗಿದ್ದೆನೇನು ? ಹಾಗೆ ಅಂತ ಅವರು ಬರೆದುಕೊಟ್ಟಿದ್ರೇನು ?"

ದುರುಗುಟ್ಟಿ ನೋಡಿತು ಆ ಗುಳಿಬಿದ್ದ ಕಣ್ಣು. ಇಷ್ಟು ಮಾತಾಡಿದ ಅಪರಾಧಕ್ಕಾಗಿ ಬೀಡಿಯ ಬೆಂಕಿ ಆರಿಹೋಗಿತ್ತು. ಆ ತುಂಡುಬೀಡಿಗೆ ಮೂರು ಕಡ್ಡಿ ಕೊರೆದು ಕಡೆಗೊಮ್ಮೆ ಬುಸ್ ಎಂದು ಹೊಗೆಬಿಟ್ಟಿತು ಆ ಮುಖ.

"ನಿನ್ನವು ಎಷ್ಟು ಪುಸ್ತಕ ಆದುವು ಈಗ ?"

"ರಗಡು ಆಗ್ಯಾವಲ್ರೀ ? ನಾನ್ಯಾಕೆ ಎಣಸಲಿ ಅವನ್ನ ? ಲೆಕ್ಕಾ ಇಡಲಿಕ್ಕೆ ಅವೇನು ಮಕ್ಕಳೇ, ಅನ್ನ ಬೇಡತಾವೆ ?"

ನಗು, ಬೀಡಿ ಹೊಗೆ, ನಗು.

"ಅಲ್ಲಯ್ಯಾ ! ಒಂದು ನೂರು ಆಗಿಲ್ಲವೇನಯ್ಯಾ ?"

"ಎಲ್ಲೀ ನೂರ್ರೀ, ನೀವು ! ಇನ್ನೂ ಜಾಸ್ತಿ ಆಗ್ಯವೆ."

ನೂರು ಪುಸ್ತಕಗಳನ್ನು ಬರೆದ ಕನ್ನಡ ಸಾಹಿತಿ ಹೀಗಿರಬೇಕೆ ? ಪಾಪ! ಅನಿಸಿತು ನನಗೆ. ಆದರೆ ಆ ಮುಖಕ್ಕೆ ? ತಾನು ಬಡವ ಎಂದಂದುಕೊಂಡಿಲ್ಲ, ತನಗೆ ಕಷ್ಟವಾಗಿದೆ ಎಂಬುದೂ ತಿಳಿದಿಲ್ಲ. ತಿಳಿಯದಿದ್ದ ಮೇಲೆ ಕಷ್ಟ ಕಷ್ಟವೆ ? ಕಷ್ಟಕ್ಕೇ ಕಷ್ಟವಾಗಿದೆ ಈ ಪ್ರಾಣಿಯಿಂದ.

ಒಂದೆರಡು ತಕರಾರಿನ ಪುಸ್ತಕಗಳನ್ನು ಬರೆದಿದ್ದ ಈತ. ಥಟ್ಟನೆ ನೆನಪಾಯಿತು. ಈ ಪುಣ್ಯಾತ್ಮನ ಪುಸ್ತಕಗಳ ಹೆಸರುಗಳೇ ತಕರಾರಿನವು. ಆ ಪಾತ್ರಗಳ ಹೆಸರೂ ಅಷ್ಟೇ : 'ಸಿಮ್ಲಾದ ರಾಮಂಣ' ಆತನ ಹೆಸರಾದರೆ ಕತೆಯ ಪಾತ್ರದ ಹೆಸರು 'ರಮ್ಲಾದ ಸೀಮಂಣ'

"ನಿನ್ನ ಮ್ಯಾಲೆ ಯಾರೂ ಮಾನನಷ್ಟ ಕೇಸು ಹಾಕಲಿಲ್ಲೇನಯ್ಯಾ ?"

"ಮಾನ ಇದ್ದವರಿಗೆ ನಷ್ಟ. ಅವರ್ಯಾರೂ ಹಾಕಲಿಲ್ಲ. ಸರ್ಕಾರದವರಿಂದ ಅಶ್ಲೀಲ ಅಂತ ಹಾಕ್ಸಿದ್ರು ಮಕ್ಳು."

ಅಶ್ಲೀಲ ಶಬ್ದದಿಂದಲೇ ಮುಗಿಯಿತು ಆ ವಾಕ್ಯ.

"ಏನಾತು ಕೋರ್ಟಿನ ತೀರ್ಪು ?"

"ಒಂದಲ್ರೀ ? ಆರು ಕೇಸು ಹಾಕಿದರು. ಆರೂನೂ ಒಗದವಲ್ಲ ?"

ಶಭಾಸ್ ಹೇಳಿದೆ.

"ಹೌದೂ, ಇದೆಲ್ಲ ಆತು. ನಿಂಗೆ ಸ್ವಂತ ಮನೇನೂ ಇಲ್ಲಲ್ಲ ? ಎಲ್ಲಿದ್ದೀ?"

"ಈ ಊರಾಗೆ ಮನಿಬಾಡಿಗಿ ಜಾಸ್ತೀರಿ, ನಂಗೆ ಕೊಡೋದು ಆಗೋದಿಲ್ಲ. ಮುಂದಿನ ಸಿಟ ಅದರಪ್ಪ. ಅದಕೇ ಮಧ್ಯದ ಹಳ್ಯಾಗೇ ಇದ್ದೀನಿ. ಬಾಡಿಗೀನೇ ಇಲ್ಲ. ಹಾಗೇ ಇರಪಾ ಅಂತ ಒಬ್ರು ಮನಿ ಕೊಟ್ಟಾರೆ, ಸಾಕು."

ಈ 'ಸಾಕು' ಎಂಬ ಶಬ್ದ ಅದೆಷ್ಟು ಶ್ರೀಮಂತರು ಬಾಯಿಂದ ಬರಲು ಸಾಧ್ಯ ? ಆದರೂ ನನ್ನ ಮನಕ್ಕೆ ಅದೇನೋ ಕಿರಿಕಿರಿ. ಸಹಮನೋಧರ್ಮಿಗಳಲ್ಲವೆ ? ಆ ಮುಖವನ್ನು ಮತ್ತೊಮ್ಮೆ ನೋಡಿದೆ.

"ನೀನು ಪಠ್ಯ ಪುಸ್ತಕ ಬರಿದಿಲ್ಲೇನು ?"

"ನನ್ನ ಪುಸ್ತಕ ಯಾವ ಪಠ್ಯ ಪುಸ್ತಕ ಅದಾತ್ರೀ, ನಿಮಗೊಂದು ಹುಚ್ಚು! ನನ್ನ ಸಣ್ಣ ಮಕ್ಕಳಿಗೇ ಅವನ್ನ ಓದಬ್ಯಾಡ ಅಂತೀನಿ ನಾನು."

"ಅದು ಸರೆ, ಒಂದು ಪಠ್ಯಪುಸ್ತಕಾನೂ ಬರಿಯಯ್ಯಾ. ನಾಲ್ಕು ಕಾಸು...."

"ನೀವಲ್ಲ, ಪಠ್ಯಪುಸ್ತಕಕ್ಕೆ ಸಂಬಂಧಸಿದವರೇ ಈ ಮಾತು ಹೇಳಿದ್ರು. ಒಂದು ಮನೀನಾದರೂ ಕೊಳ್ಳುವಂತಿ, ಒಂದು ಟೆಕ್ಸ್ಟ ಬುಕ್ ಬರಿ ಅಂತ."

"ಯಾಕೆ ಬರೀಲಿಲ್ಲ ಮತ್ತೆ ? ಎಂಥೆಂಥವರೆಲ್ಲಾ ಬರೆದರು, ನಿನಗೆ ಆಗೋದಿಲ್ಲೇನು ?"

ಮಕ್ಕಳು ಹಡೀಲಿಕ್ಕೆ ಬರ್ತದೆ ನಂಗೆ. ಆದರೆ ಅವರು ಕೊಟ್ಟ ಕುಂಚಿಗೀ ಅಳತೀಗೆ ಹಡಿ ಅಂದ್ರೇ ಆಗೋದಿಲ್ಲ ನೋಡ್ರಿ ಹೀಗಂತ ಅವರಿಗೆ ಹೇಳೇಬಿಟ್ಟೆ ಖುಲ್ಲಾ ."

"ಸರ್ಕಾರ ಸಾಹಿತಿಗಳಿಗೆ ಅದೇನೋ ಪಿಂಚಿನಿ ಕೊಡ್ತದಲ್ಲೋ? ಯಾರಾರೋ ತೊಗೊಂಡ್ರು. ಅದಕ್ಕಾದರೂ ನೀನು...."

"ಥೂ ! ಅವೆಲ್ಲ ಋಣದ ಕೂಳು ಬ್ಯಾಡ್ರಿ ನಂಗೆ. ನಾನು ಬರೆಯೋದೆ ನಿಂತಿಲ್ಲ. ಪಿಂಚಿನಿ ಯಾಕೆ ತೋಗೊಳ್ಳಿ ? ಬರ್ತೀನಿ, ಕಡೀ ಬಸ್‌ಗೆ ಟೈಂ ಆತು. ನಮಸ್ಕಾರ."

ಕೈ ಚೀಲ ಹಿಡಿದೇ ಕೈ ಮುಗಿದು ದುಡುದುಡು ನಡೆದೇಬಿಟ್ಟಿತು ಆ ಮುಖ. ಪ್ರತಿ ನಮಸ್ಕಾರವನ್ನೂ ಹೇಳಲಿಲ್ಲ ನಾನು. ಹಾಗೇ ನೋಡುತ್ತ ನಿಂತೆ. ರಸ್ತೆಯ ಧೂಳು, ಬೀಡಿ ಹೊಗೆ – ಬೀಡಿಯ ಹೊಗೆ, ರಸ್ತೆ ಧೂಳು. ಮಾಯವಾಯಿತು ಆ ಮುಖ – ನನ್ನ ಕಣ್ಣಿಂದ ಮಾತ್ರ. ಮನದಿಂದ ?

ಈ ಮುಖ ? ಮೊದಲೆಲ್ಲ ಇದೂ ಹಾಗೆಯೇ ಇತ್ತು. ಪಾಪ ! ಕೈಲೊಂದು ಪೀಲಾ ಹತ್ತೀ ಸಿಗರೇಟು, ಭುಜಕ್ಕೊಂದು ಚೀಲ ಬಡತನವೇ ಮೂರ್ತೀಭವಿಸಿದಂತಿತ್ತು. ಬಡಬಗ್ಗರ ಬಗ್ಗೆ ಹೃದಯ ಕರಗಬೇಕು – ಅಂತಹ ಬರವಣಿಗೆ. 'ಶ್ರೀಮಂತಿಕೆಯೇ ಪಾಪ' ಎಂಬ ಭಾವನೆ. ದೇಶಭಕ್ತಿ, ನಾಡ ಸೇವೆ, ಕನ್ನಡಾಭಿಮಾನ – ಯಾವುದರಲ್ಲಿಯೂ ಕಡಿಮೆ ಇಲ್ಲ, ಯಾರಿಗೂ ಹಿಂದಲ್ಲ.

ಪೇನಾ ಹಿಡಿದರೆ ಸಿಡಿಗುಂಡು ! ಅಧಿಕಾರದ ಅಂಜಿಕೆ ಇಲ್ಲ, ಕುಲಗುರು ಗಳಿಗೆ ಬಾಗುವ ಶಿರ ಅಲ್ಲ – ವಣಂಗಾಮುಡಿ ತಮಿಳಿನಲ್ಲಿ ಹೇಳಬೇಕೆಂದರೆ. ಹಳ್ಳಿಯ ಮಗ, ನೆಲದ ಮಗ ! ಜಾತಿಯ ಮಾತು ಸನಿಯವೂ ಬಾರದು. ಕಷ್ಟಜೀವಿಗಳ ಜಾತಿ ಈ ಮುಖದ ಜಾತಿ. ಮೌಢ್ಯವನ್ನು ಹೊಡೆದುಹಾಕಲಿಕ್ಕೇ ಪೇನಾ ಮಿಸಲು. ಕಳ್ಳಗುರುಗಳನ್ನೂ, ಪೊಳ್ಳು ಭಕ್ತ ಮಂಡಲಿಯನ್ನೂ ರಸ್ತೆಗೆ ಎಳೆದು ಚರಂಡಿಗೆ ದೂಡುವ ನಿರ್ಧಾರ. 'ಮಹಾಕ್ರಾಂತಿಕಾರಿ ಯುವಕರು' ಎಂದು ಎಲ್ಲರ ಬಾಯಲ್ಲೂ !

ಮೆಚ್ಚುವ ಯುವಕರು ಸದಾ ಹಿಂದು. ಈ ಮುಖದ ಜೊತೆಯಲ್ಲಿರುವುದೇ ಒಂದು ಹೆಮ್ಮೆ ಕಿರಿಯರಿಗೆ. ಕಿರಿಯರು ಮಾತ್ರವಲ್ಲ, ವಯಸ್ಸಿನಿಂದ ಹಿರಿಯರಾದವರಿಗೂ ಈ ಮುಖದ ಸಹವಾಸ ಬಹು ಪ್ರಿಯ. ಇಂತಹ ಆದರ್ಶದ ವ್ಯಕ್ತಿ ಯಾರಿಗೆ ಬೇಡ ? ಯಾಕೆ ಬೇಡ ? ಯೋಧನ ಖಡ್ಗಕ್ಕಿಂತಲೂ ಲೇಖಕನ ಲೆಕ್ಕಣಿ ಹೆಚ್ಚು ಬಲಶಾಲಿ ಎಂಬ ಮಾತನ್ನೂ ರುಜುವಾತು ಮಾಡಿ ತೋರಿಸಿದ ಭೂಪ ! ಎಂತಹ ಎದೆ ಈ ಮುಖಕ್ಕೆ !

ದುರ್ದೈವ ! ಇದೆಲ್ಲವೂ ಹಳೆಯ ಕಥೆ, ಸತ್ತ ಕತೆ, ಮರೆತುಹೋದ ಕತೆ ಇಂದು. ಈ ಮುಖಕ್ಕೆ ಇಂದೇನಾಗಿದೆ ? ಥೂ ! ಹೇಳಬಾರದ ಕಥೆ ಕೇಳಬಾರದ ಕಥೆ. ಒಂದು ಚಿಕ್ಕ ಅಧಿಕಾರ ಕೊಟ್ಟರು ಚಾಂಡಾಲರು ; ಪೇನಾ ಕಸಿದುಕೊಂಡರು! ಆ ಅಧಿಕಾರ ಮುಂದೆ ಏನೇನನ್ನೊ ಮಾಡಿಸಿತು. ಅಧಿಕಾರ ಮತ್ತು ಹಣ, ಈ ಎರಡೂ ಕೆಟ್ಟುವೆ ? ಯಾವುದೂ ಕೆಟ್ಟದ್ದಲ್ಲ ಜೀವನದಲ್ಲಿ. ಸವಾರಿ ಮಾಡಬಲ್ಲವನಿಗೆ ಕುದುರೆ ಕೆಟ್ಟುದಲ್ಲ. ಆನೆಯೂ ಅಲ್ಲ. ಸವಾರಿ ಮಾಡಿ ಅರಿಯದು ಈ ಮುಖ, ಪಾಪ !

ಈ ಅಧಿಕಾರ ಹೇಗೆ ದೊರೆಯಿತು ? ಕೊಡುವವರಾದರೂ ಏಕೆ ಕೊಟ್ಟರು ? ಜಾತಿ! ಇಲ್ಲಿಯೇ ಈ ಮುಖದ ಜೀವ ಹೋಯಿತು. ತತ್ವ ಹೆಣ ಆಯಿತು. ಅಧಿಕಾರ, ಹಣ – ಈ ಎರಡಕ್ಕೂ ಒಂದೇ ಆಶೆ. ಇಷ್ಟು ಸಿಕ್ಕರೆ ಇನ್ನಷ್ಟು ಬೇಕೆಂಬಾಶೆ. ಇನ್ನಿಷ್ಟು ಸಿಕ್ಕರೆ ಮತ್ತಷ್ಟು ಬೇಕೆಂಬಾಶೆ ! ಗುಂಡಿಯಲ್ಲಿ ಬಿದ್ದಾಗ ತೃಪ್ತಿಯಿಂದಿದ್ದ ಈ ಮುಖ ಮೊದಲ ಮೆಟ್ಟಿಲ ಮೇಲೆ ನಿಂತೊಡನೆ ಮಾಳಿಗೆಯನ್ನೇ ಹಾರಲು ಜಿಗಿಯಿತು. ಆಶೆ ಇದೆ ನಿಜ, ಆದರೆ ಸಾಧಿಸಲು ಸಾಧ್ಯವೆ ? ಈ ಯೋಚನೆಯೇ ಇಲ್ಲ, ಹಾರಿದ್ದೇ ಹಾರಿದ್ದು ಯಾರಾರನ್ನೊ ಕಂಡು, ಅವರ ಜವಾನನಿಗೂ ಕೈ ಮುಗಿದು ಚಿಕ್ಕವನಾದುದಷ್ಟೆ ಆಯಿತು, ಕಾರ್ಯ ಫಲಿಸಲಿಲ್ಲ.

ಮುಂದೇನು ? ಕೈಗೆ ಸಿಕ್ಕರುವ ಅಧಿಕಾರವಾದರೂ ಉಳಿಯಲಿ ಎಂಬಾಶೆ. ಯಾರಿಗೂ ಯಾವ ಅಧಿಕಾರವೂ ಶಾಶ್ವತ ಅಲ್ಲ ಎಂಬುದು ಎಲ್ಲರಿಗೂ ಗೊತ್ತು. ಒಬ್ಬರೇ ಗೂಟ ಬಡಿದು ಕುಳಿತರೆ ಇತರರೇನು ಬಾಯಿ ಬಡಿದುಕೊಳ್ಳಬೇಕೆ ? ಈ ಮುಖಕ್ಕೆ ಇದೂ ತಿಳಿಯಲೊಲ್ಲದು ಪಾಪ ! ಪಾಪ ಎಂದೇ ಅನ್ನಬೇಕು, ಬಿದ್ದವರಿಗೆ. ಎಂಥೆಂಥವರೋ ಎಡವಿ ಬಿದ್ದಿದ್ದಾರೆ, ಅಂತಹರಲ್ಲಿ ಇವರೂ ಒಬ್ಬರು ಎಂಬುದಷ್ಟೆ ನನ್ನ ಬಾಯಿ ನನಗೆ ಹೇಳುವ ಸಮಾಧಾನ. ಆದರೆ ನನ್ನ ಮನಸ್ಸಿಗೆ ?

"ಶ್ರೀ ಈ ಮುಖ ಅವರು ಏನು ಮಾಡುತ್ತಿದ್ದಾರೆ ಈಗ ?"

ಎಂದೊಬ್ಬರನ್ನು ಕೇಳಿದೆ.

"ಆಸ್ತಿ"

_ಎಂದುತ್ತರ ಬಂತು, ದನಿಯಲ್ಲಿ ವ್ಯಂಗ್ಯ. ಏಕೆ ? ಆಸ್ತಿ ಮಾಡುವುದು ತಪ್ಪೆ, ವೈಯಕ್ತಿಕ ಆಸ್ತಿ ಪದ್ಧತಿ ಇರುವ ಈ ದೇಶದಲ್ಲಿ ? ಎಲ್ಲರೂ ಮಾಡುತ್ತಿದ್ದಾರೆ. ನಾನೂ ಮಾಡಿದ್ದೇನೆ.

"ನಾನೂ ಅದನ್ನೇ ಹೇಳಿದ್ದು. ಎಲ್ಲರಂತೇ ಅವರೂ ಆಗಿದ್ದಾರೆ. ಮಕ್ಕಳಿಗೆ ಕೆಲಸ, ತಮಗೆ ಹಣ – ಅಷ್ಟೇ ಅವರ ಕೆಲಸ ಈಗ."

ಹಿಂದಿದ್ದ ಆ ಒಗರು ಏನಾಯಿತು ? ಸಿಡಿಗುಂಡಿನ ಬರವಣಿಗೆ ? ಆ ಕ್ರಾಂತಿಕಾರೀ ಮನೋಭಾವ ? ಬೆಂಕಿಮಳೆ ಸುರಿಸಿದ ಚೈತನ್ಯ ?

ಸಣ್ಣ ಟೆಂಪೊರರಿ ಕುರ್ಚಿ, ನಾಲ್ಕು ಕಾಸು ಮನುಷ್ಯನನ್ನು ಹೀಗೆಲ್ಲ ಮಾಡುತ್ತದೆಯೆ? ಏನಾಗಿದೆ ಈ ಮುಖದ ಗತಿ ? ಅಂದಿದ್ದ ಯವಕರು ಒಬ್ಬರೂ ಹಿಂದಿಲ್ಲ, ಇವರೇ ಯಾರಾದರೂ ದೊಡ್ಡವರ (ದೊಡ್ಡವರೆಂದು ಇವರು ತಿಳಿದುಕೊಂಡಿರುವ ರಾಜಕಾರಣಿಗಳ) ಹಿಂದು. ಬಯಲು ಸಭೆಗಳಲ್ಲಿ ಭಾಷಣ ಮಾಡಿದ ಈ ಸ್ವತಂತ್ರ ಭೂಪ ಈಗ ಯಾವ ಸಭೆಗೇ ಹೋಗಲಿ ವೇದಿಕೆಯನ್ನೇರಿ ಕೂಡುತ್ತಾರೆ–ಯಾರಾದರೂ ಕರೆದರೆ ಮಾತ್ರವೇ ಹೋಗಬೇಕೆಂಬುದೂ ಇಲ್ಲ.

ಹೃದಯವನ್ನು ಹಗುರ ಮಾಡಿಕೊಳ್ಳಲು ಬರೆಯಬೇಕೆಂಬ ಅಂದಿನ ದಾಹ ಇಲ್ಲ. ಜನತೆಯನ್ನು ರೊಚ್ಚಿಗೆಬ್ಬಿಸಿ ಕ್ರಾಂತಿಯನ್ನು ಮಾಡಬೇಕೆಂಬ ಅಗ್ನಿ ಇಲ್ಲ ಪೇನಾದಲ್ಲಿ, ಬಹುಮಾನಕ್ಕಾಗಿ ಬರವಣಿಗೆ ! ಬರೆಯುವುದಾದರೂ ಏನು? 'ಬಹುಮಾನ ಕೊಡಿ' ಎಂದು ಪತ್ರ.

ಮನೆ ? ಬೇಕು, ಮನೆಗಳು ? ಹೂಂ, ಬೇಕು. ಸರಕಾರದಿಂದ ಪಿಂಚಿನಿ? ಬೇಕೇ ಬೇಕು. ಆ ಮುಖ ಏನೇನನ್ನು ಬೇಡ ಅಂದಿತೋ ಆ ಎಲ್ಲವೂ ಬೇಕು ಈ ಮುಖಕ್ಕೆ. ಹೀಗೇಕಾಯಿತು ?

ಇಷ್ಟೇ ಅಲ್ಲ, ಇನ್ನೂ ಕೇಳಿ. ಹಳೆಯ ಸ್ನೇಹಿತರೊಬ್ಬರೂ ಸನಿಯ ಬರುವುದು ಬೇಡ ಈ ಮುಖಕ್ಕೆ. ಅವರೊಂದಿಗೆ ಮಾತನಾಡುವುದೂ ನಾಚಿಕೆ, ಹೇಸಿಕೆ.

"ದಾರ‍್ಯಾಗೆ ಕಂಡ್ರೆ ಮಕ ಮಕ ನೋಡ್ತಾನ್ರೀ ಅವನು. ನಾನೇ ಮೊದಲು ನಮಸ್ಕಾರ ಅಂತ ಅನಬೇಕಂತ್ರೀ. ನನ್ನ ಕ್ಲಾಸುಮೇಟು ಅವ"

ಎಂದೊಬ್ಬರ ದೂರು.

ಹೀಗಾಗಬಾರದಿತ್ತು ಎಂದಷ್ಟೆ ಅಂದುಕೊಂಡೆ. ಕೋಗಿಲೆಯ ನಡಿಗೆ ಮರೆತು ಹೋಯಿತು, ಕಾಗೆಯ ನಡಿಗೆ ಬರಲಿಲ್ಲ. ಅಂತೂ ಈ ಮುಖದ ಕತೆ ಇದು.

ಎರಡೂ ಮುಖಗಳೇ – ಆ ಮುಖದಲ್ಲಿಯ ತೃಪ್ತಿ ಈ ಮುಖದಲ್ಲಿಲ್ಲ. ಇದರ ನೀತಿ ಏನೆಂದರೆ....

ಯಾವುದು ಸುಳ್ಳು ?

ಗಂಟೆ ಹನ್ನೊಂದೂ ಆಗಿಲ್ಲ ಇನ್ನೂ, ಹತ್ತಕ್ಕೆ ಶಾಲೆಗೆ ಹೋಗಿದ್ದ ಮೊಮ್ಮಗಳು ಹನ್ನೊಂದಕ್ಕೇ ಮನೆಗೆ ಬಂದುಬಿಟ್ಟಳು. ಮುಗಿಯಿತಲ್ಲಾ ನನ್ನ ಬರವಣಿಗೆ ?

"ಏನೇ ? ಆಗಲೆ ಮೂರು ಘಂಟೆ ಆಯಿತೇನೇ ?"

"ಇಲ್ಲ ತಾತಾ ! ರಜೆ ಇವತ್ತು. ಪ್ರೇಯರ್ ಮಾತ್ರ ಮುಗಿಸಿ ಕಳಿಸಿ ಬಿಟ್ಟರು."

ಈ 'ಪ್ರೇಯರ್' ಬಗ್ಗೆಯೇ ನನ್ನ ಆಕ್ಷೇಪಣೆ. ದೇವರಿದ್ದಾನೆಯೆ ? ಇದ್ದಾನೆಂದು ಕೇವಲ ವಾದಕ್ಕಾಗಿ ಒಪ್ಪಿಕೊಂಡರೂ, ನನ್ನ ಮತ್ತು ಆತನ ಸಂಬಂಧ ಏನು ? ಈ 'ಪ್ರೇಯರ್' ಯಾಕೆ ? ಯಾರಿಗಾಗಿ ? ದೇವರ ಪರ ಅಥವಾ ವಿರೋಧೀ ಪೂರ್ವಗ್ರಹ ಪೀಡಿತಳಾಗದೆ ಬೆಳೆದು ದೊಡ್ಡವಳಾದನಂತರ ಈ ಎಲ್ಲ ಪ್ರಶ್ನೆಗಳಿಗೆ ಉತ್ತರಗಳನ್ನು ಅವಳೇ ಹುಡುಕಿಕೊಂಡರೆ ಒಳಿತಲ್ಲವೆ ? ನಮ್ಮ (ದಡ್ಡ ?) ಅಭಿಪ್ರಾಯಗಳನ್ನೆಲ್ಲ ಎಳೆಯ ಮಕ್ಕಳ ತಲೆಯಲ್ಲಿ ತುಂಬುವುದು ನ್ಯಾಯವೆ ? ನನ್ನ ತಲೆಯಲ್ಲಿ ಬಾಲ್ಯದಲ್ಲಿಯೇ ನನ್ನ ಹಿರಿಯರು ಹಾಕಿದ್ದ ಆ ದೇವರನ್ನು ಕಿತ್ತೊಗೆಯಲು ನನಗೆ ಅರವತ್ತು ವರ್ಷಗಳು ಬೇಕಾಯಿತು. ಈಗ ದೇವರ ವಿಷಯದಲ್ಲಿ ನನ್ನ ತಲೆಯಲ್ಲಿರುವುದು ಒಂದು ದೊಡ್ಡ ಪ್ರಶ್ನೆ ಚಿಹ್ನೆ. ಇದಕ್ಕೆ ಉತ್ತರ ಸಿಕ್ಕದೆಯೆ ನಾನು ಸಾಯುತ್ತೇನೆ, ನನಗೆ ಗೊತ್ತು. ಇದೇ ಶಾಪವನ್ನು ನನ್ನ ಮೊಮ್ಮಗಳೂ ಅನುಭವಿಸಬೇಕೇ ? ಇದೊಂದು ಧರ್ಮದ ಹೆಸರಿನಲ್ಲಿ ಮೆರವಣಿಗೆ ಮಾಡಿಸಿಕೊಳ್ಳುತ್ತಿರುವ ವೈಚಾರಿಕ ವ್ಯಭಿಚಾರ. ಆ ವ್ಯಭಿಚಾರಿಗಳ ದೃಷ್ಟಿಯಲ್ಲಿ ನಾನೊಬ್ಬ ಪಾಷಂಡ. ಮನು ಸತ್ತ, ಬರ್ಟ್ರಂಡ್ ರಸಲ್ ಸತ್ತ, ನಾನೂ ಸಾಯುತ್ತೇನೆ. ಜಗತ್ತು ಹೀಗೆಯೇ ಮುಂದುವರಿಯುತ್ತದೆ. ಇದೊಂದು ಸಮಾಧಾನವೇ, ಸಾವಿನತ್ತ ಸಾಗಿರುವ ನನಗೆ ?

"ಯಾಕಮ್ಮಾ ರಜೆ ? ಇವತ್ತು, ನಿನ್ನ ಮದರ್‌ನ ಬರ್ತ್‌ಡೇ ಏನು ?"

ನನ್ನ ಮೊಮ್ಮಗಳಿಗೆ ಮನೆಯಲ್ಲೊಬ್ಬ ಮದರ್ ಇದ್ದಾಳೆ, ಶಾಲೆಯಲ್ಲಿ ಎಂಟು ಹತ್ತು ಮದರ್‌ಗಳು ! ಒಬ್ಬರಿಗೆ ಎಷ್ಟು ಮದರ್‌ಗಳು ಇರಲು ಸಾಧ್ಯ?

ಮನೆಯಲ್ಲಿನ ಮದರ್‌ನನ್ನು ಅಮ್ಮ ಅನ್ನುತ್ತಾಳೆ, ಶಾಲೆಯಲ್ಲಿಯ ಅಮ್ಮ ಗಳನ್ನು ಮದರ್ ಅನ್ನುತ್ತಾಳೆ. ಗಂಡು ಮಾಸ್ತರು ಇದ್ದಿದ್ದರೆ–ಇಲ್ಲ ಎಂಬುದೇ ಸಂತೋಷ–ಆಗ ಮನೆಯಲ್ಲೊಬ್ಬ ಫಾದರ್, ಶಾಲೆಯಲ್ಲಿ ಎಂಟು ಫಾದರ್‌ಗಳು? ಶಬ್ದಗಳನ್ನು ಅರ್ಥವಿಲ್ಲದೆ ಬಳಸುವುದೂ ಒಂದು ಮಹಾಪರಾಧವೇ ನನ್ನ ಕಂಣಲ್ಲಿ. ಇದು ನಿಜವಾದ ಪಾಪ. ಇದೇ ನಿಜವಾದ ಪಾಪ !

"ಬರ್ತ್ ಡೇ ಅಲ್ಲ ತಾತಾ !...."

"ಮತ್ಯಾಕೇ ರಜೆ ?"

ಒಳಬಂದು ತನ್ನ ಪುಸ್ತಕಗಳನ್ನು ನನ್ನ ಚಿಕ್ಕ ಮೇಜಿಗೆ ಹೊರಿಸುತ್ತ

"ಯಾರೋ ಸತ್ತರಂತೆ"

ಎಂದಂದಳು. ಅದೆಷ್ಟು ಹರ್ಷವೋ ಅವಳಿಗೆ ? ಯಾರೋ ಸತ್ತುದಕ್ಕಲ್ಲ, ರಜೆ ಸಿಕ್ಕಿದ್ದಕ್ಕೆ.

ರಜೆ ಇತ್ತ ಆ ಶಾಲೆಯವರು ಮಕ್ಕಳಿಗೆ ಹೇಳುವುದೂ ಬೇಡವೇ, ಇಂತಹ ಮಹನೀಯರು ಸತ್ತರು, ಅದಕ್ಕಾಗಿ ಶೋಕದಿನ ಇಂದು ಎಂದು.

"ಯಾರು ಸತ್ತರು ಸುಧಾ ?"

"ಯಾರಿಗ್ಗೊತ್ತು ?"

ಗೇಟು ದಾಟಿ ಓಡಿದಳು ಮೊಮ್ಮಗಳು, ಜಿಂಕೆಯಂತೆ ನೆಗೆಯುತ್ತ. ಅವಳ ಸಂತೋಷ ಅವಳದು.

ಯಾರು ಸತ್ತಿರಬೇಕೊ ? ನನ್ನ ತಲೆಗೊಂದು ಕೆಲಸ ಹತ್ತಿತಲ್ಲಾ ಇನ್ನು? ಬರವಣಿಗೆಗೆ ವಿರಾಮ. ಯಾರು ಸತ್ತಿರಬೇಕೂ....ಶಾಲೆಗೆ ರಜೆ ಅಂದಮೇಲೆ ಮಂತ್ರಿಗಳಾರಾದರೂ....ಛೆ! ಮಂತ್ರಿಗಳು ಜರಾಮರಣ ವರ್ಜಿತರಲ್ಲವೆ ? ಮಂತ್ರಿ ಪದವಿ ಹೋದಮೇಲೆ ? ಆಗ ಸತ್ತಂತೆಯೇ ಇರುತ್ತಾರೆ. ಅವರು ಸತ್ತರೆ ಪತ್ರಿಕೆಯಲ್ಲಿ ವಾರ್ತೆಯೂ ಬರುವುದಿಲ್ಲ, ಶಾಲೆಗೆ ರಜೆ ಕೊಡುವ ಪ್ರಶ್ನೆಯೇ ಇಲ್ಲ.

ಎದ್ದೊಡನೆ ಕಾಫಿ ಗುಟುಕರಿಸಿ ಮೇಜಿಗೆ ಬಂದು ಕುಳಿತಿದ್ದೆ. ಬಡ ಮಿತ್ರರು–ಎಬಡ ಮಿತ್ರರೂ ಹೌದು–ಹೊರಡಿಸುವ ವಿಶೇಷ ಸಂಚಿಕೆಗೆ ಲೇಖನ ಬರೆಯಬೇಕೆಂದು. ಈ ಬುದ್ಧಿಜೀವಿಗಳು ಸಂಚಿಕೆ ಹೊರಡಿಸುವುದೇ ಒಂದು ವಿಶೇಷ. ಉಳಿದ ವ್ಯಾಪಾರೀ

ಪತ್ರಿಕೆಗಳಂತೆ 'ಗೌರವ ಹಣ' ಕೊಡುವ ಯೋಗ್ಯತೆಯೂ ಇಲ್ಲ ಇವಕ್ಕೆ. ಇವರಕಿಂತಲೂ ನಾನು ಕೊಂಚ ಆರಾಮವಾಗಿದ್ದೇನೆ ಜೀವನದಲ್ಲಿ. ಎಷ್ಟಾದರೂ ಕೊಡಲಿ, ಬರೆದಂತೂ ಕೊಡಬೇಕೆನಿಸಿತು. ಬರೆಯಲು ಕುಳಿತೆ–ಆರಂಭದಲ್ಲಿಯೇ ಈ ಗೀಳು !

ಹೌದು ! ಇಂದು ಪತ್ರಿಕೆಯನ್ನೇ ನೋಡಲಿಲ್ಲ. ಯಾರು ಸತ್ತರು ಎಂಬುದನ್ನೂ ತಿಳಿದಂತಾಯಿತು ಎಂದೆಂದುಕೊಂಡು ದಿನಪತ್ರಿಕೆಯನ್ನು ಕೈಗೆ ತೆಗೆದುಕೊಂಡೆ. ಮೊದಲ ಪುಟದಲ್ಲಿಯೇ ದಪ್ಪನ ಅಕ್ಷರಗಳು–ಇಂದಿರಾಗಾಂಧಿ ಅವರ ಮಗನಿಗೆ ಹರ್ನಿಯಾ ಆಪರೇಷನ್!

ದೇಶ ಈ ವಾರ್ತೆಗಾಗಿ ಹಸಿದು ಕಾದು ಕುಳಿತಿತ್ತೇ ? ನಿತ್ಯವೂ ನಮ್ಮ ದೇಶದಲ್ಲಿ ಎಷ್ಟು ಇಂತಹ ಆಪರೇಷನ್‌ಗಳು ಆಗುತ್ತವೆ ? ನಾನೇ ಹರ್ನಿಯಾ ಆಪರೇಷನ್ ಮಾಡಿಸಿಕೊಂಡೆ. ಅದು ಯಾವುದಾದರೂ ಪತ್ರಿಕೆಯಲ್ಲಿ ಬಂತೇ? ನನ್ನ ಹರ್ನಿಯಾ ನನ್ನದು ; ನನ್ನ ಹೆಂಡತಿಯದೂ ಅಲ್ಲ ಅದು. ನನಗೆ ಆಪರೇಷನ್ ಆದುದು ನನಗೇ ತಿಳಿಯದು. ಅದೇನೋ ಕೊಟ್ಟು ಮಬ್ಬು ತರಿಸಿದ್ದರು. ನನ್ನ ಹೆಂಡತಿ, ಮಗ, ಅಂಣ ಈ ಮೂವರಿಗೆ ನಾನು ಬೇಕು. ಅವರು ಬಂದಿದ್ದರು ಆಸ್ಪತ್ರೆಗೆ. ಡಾಕ್ಟರು ಕುಯಿದ, ಬಿಸುಟಿದ ನನ್ನ 'ಹರ್ನಿಯೋ ಪಾಖ್ಯಾನ' ಸಮಾಪ್ತಿ ಆಯಿತು. ಇದು ಪತ್ರಿಕೆಯಲ್ಲಿ ಬರುವ ಅವಶ್ಯಕತೆ ಏನಿದೆ? ಹರ್ನಿಯಾ ಅಂದಮೇಲೆ ಎಲ್ಲರದೂ ಒಂದೇ–ಇಂದಿರಾ ಗಾಂಧಿಯ ಮಗನ ಹರ್ನಿಯಾಕ್ಕೆ ಮಾತ್ರ ರತ್ನಗಳಿರುತ್ತವೆಯೇ ? ಇಂತಹ ಅತಿ ಮುಖ್ಯದ ವಿಷಯಗಳನ್ನು ಓದಿ ಸಮಯವನ್ನು ಹಾಳು ಮಾಡಿಕೊಳ್ಳಲು ನಾವು ಹಣ ತೆತ್ತು ಬೋಳಿಸಿಕೊಳ್ಳಬೇಕು. ನಮ್ಮ ಪತ್ರಿಕೆಗಳು ಜನತಾ ಪತ್ರಿಕೆಗಳಾಗುವುದೆಂದು?

ಸರಿ. ಪುಟಗಳನ್ನು ತಿರುವಿದೆ – ನಿಧನ. ಮುನಿಸ್ವಾಮಿಗೌಡ (60) ತೀರಿಕೊಂಡರು. ವೆಂಕಟರಮಣಾಚಾರಿ (54) ಸ್ವರ್ಗಸ್ಥರಾದರು. ರುದ್ರಯ್ಯ ನವರು (57) ಶಿವೈಕ್ಯರಾದರು. ಎದೆ ಝುಲ್ಲೆಂದಿತು – ನನ್ನ ವಯಸ್ಸು ? 63 ! ಬೇಡ, ಇನ್ನು ಪತ್ರಿಕೆ ನೋಡುವುದೇ ಬೇಡ. 'ಡೈಂಜರ್ !'

ಅದು ಸರೀ, ಸತ್ತವರಾರು ? ಶನಿಯಂತೆ ತಲೆಯಲ್ಲಿಯೇ ಸುಳಿದಾಡಿತು ಈ ಪ್ರಶ್ನೆ. ಶಾಲೆಗೆ ರಜೆ. ಹಾಗಾದರೆ ಯಾರಾದರೂ ವಿದ್ಯಾಧಿಕಾರಿಗಳು ? ಮಾಮೂಲೀ ಶಾಲೆಯ ಇನ್ಸ್‌ಪೆಕ್ಟರಂತೂ ಅಲ್ಲ. ಯಾರೋ ಹಿರಿಯಧಿಕಾರಿಗಳೇ ಗೋತಾ ಆಗಿರಬೇಕು ? ಹಿರಿಯಧಿಕಾರಿ ಅಂದರೆ ? ಡಿಡಿಪಿಐ ? ಡಿಪಿಐ ? ಪಿಐ ? ಐ ?

ಹೌದೂ, ಡಿಪಿಐ ನನ್ನ ಪರಿಚಿತರು. ಅವರೇ ಏನಾದರೂ....?

ತಲೆಗೊಂದು ಥಟ್ಟನೆ ಯೋಚನೆ ಹೊಳೆಯಿತು – ಅವರ ಮನೆಗೇ ಫೋನ್ ಮಾಡಿದರೆ ? ಟೆಲಿಫೋನ್ ಮಾಡಿ ಕಿವಿ ಒಡ್ಡಿದೆ.

"ಡಿ.ಪಿ.ಐ. ಸ್ಪೀಕಿಂಗ್"

ನನ್ನ ಎದೆಯ ಡಬಡಬ ಒಂದರೆ ಕ್ಷಣ ನಿಂತು ಮತ್ತೆ ಮುಂದುವರಿಯಿತು, ಚೇತರಿಸಿಕೊಂಡೆ.

“ನಾನು ಸ್ವಾಮಿ ಬೀಚಿ.”

“ಏನ್ರೀ ? ದರ್ಶನಾನೇ ಇಲ್ಲ. ಜೀವಂತವಾಗಿದ್ದೀರಾ ?”

“ಇದ್ದೀನಿ, ಸಾಕಷ್ಟು ಜೀವಂತವಾಗಿಯೇ ಇದ್ದೇನೆ. ಅದಿರಲೀ, ನನ್ನ ಮೊಮ್ಮಗಳ ಶಾಲೆಗೆ ರಜೆ ಅಂತೆ, ಯಾರೋ ಸತ್ತರಂತೆ. ಯಾರ್ರೀ ಸತ್ರು ?”

“ಹೌದ್ರೀ. ನಮ್ಮ ಆಫೀಸಿಗೂ ರಜೆ ಅಂತೆ. ನಾನು ಊಟಕ್ಕೆ ಕುಳಿತಿದ್ದೆ ನನ್ನ ಪಿ.ಎ. ಫೋನು ಮಾಡಿ ಹೇಳಿದ ; ಅದಾರೋ ಸತ್ತರು, ಆಫೀಸಿಗೆ ರಜೆ. ವಿಧಾನಸೌಧದಿಂದ ಸರ್ಕುಲರ್ ಬಂತು. ನಾನೂ ಮನೆಗೆ ಹೋಗುತ್ತೇನೆ, ನೀವೂ ಬರಬೇಡಿ ಅಂದ....”

“ಅದು ಸರೀ ಸಾರ್ ! ಸತ್ತದ್ದು ಯಾರು ಅಂದೆ.”

“ಯಾವನೋ ಯಾರಿಗ್ಗೊತ್ತು ? ನಾನೂ ಪಿ ಏ ನನ್ನು ಕೇಳಲಿಲ್ಲ”

“ನಮಸ್ಕಾರ”

ಎಂದಂದು ಫೋನ್ ಕೆಳಕ್ಕಿಟ್ಟು ಬಂದು ಕುಳಿತೆ.

ನಮ್ಮ ದೇಶದಲ್ಲಿ ಯಾರಾದರೂ ಸಾಯುವುದು ಒಂದು ಆಶ್ಚರ್ಯದ ವಿಷಯವೇ? ನಿತ್ಯವೂ ದಿನಕ್ಕೆ ಸಹಸ್ರಾರು–ನೂರಾರಾದರೂ ಸಾಯುತ್ತಾರೆ. ಬೆಂಗಳೂರಿನಲ್ಲಿಯೇ ಇಪ್ಪತ್ತೆಂಟು ಗಂಟೆಗಳಿಗೊಬ್ಬರಂತೆ ಆತ್ಮಹತ್ಮೆ ಮಾಡಿ ಕೊಳ್ಳುತ್ತಾರಂತೆ. ಸಾಯುವವರಿಗೆ ಕೊರತೆಯೇ ಈ ಸುಭಿಕ್ಷೆಯ ಕಾಲದಲ್ಲಿ ? ಅನ್ನವಿಲ್ಲದೆ ದಿನವೂ ಸಾಯುತ್ತಾರೆ ಹೆಚ್ಚು ಉಂಡು ಅಜೀರ್ಣದಿಂದ ಸಾಯುತ್ತಾರೆ, ಕುಡಿಕುಡಿದು ಸಾಯುತ್ತಾರೆ, ಕುಡಿಯಲು ನೀರಿಲ್ಲದೆ ಸಾಯುತ್ತಾರೆ ಅತಿ ಮಳೆಯಾಗಿ ಪ್ರವಾಹದಿಂದ ಸಾಯುತ್ತಾರೆ. ಅಧಿಕಾರ ಹೋದನಂತರ? ಬದುಕಿದ್ದರೂ ಸತ್ತಂತಿರುತ್ತಾರೆ. ಅಧಿಕಾರವಿರುವಾಗ ಕಾಯಕಲ್ಪ ಮಾಡಿಸಿಕೊಂಡು ಹೇಗಾದರೂ ಬದುಕಿರಲು ಸಾಯುತ್ತಾರೆ. ಹುಟ್ಟಿದವರೆಲ್ಲರೂ ಒಂದಿಲ್ಲೊಂದು ದಿನ ಸಾಯಲೇಬೇಕು, ಸಾಯುತ್ತಾರೆ.

ಇದು ತತ್ವಜ್ಞಾನವಾಯಿತು. ಹೌದು, ಈಗ ಸತ್ತಿರುವವರಾರು ? ಈ ಯೋಚನೆಯಲ್ಲಿಯೇ ಸಂಜೆ ಆಗಿಹೋಯಿತು.

ದಿನವೆಲ್ಲವೂ ಮನೆಯಲ್ಲಿಯೇ ಕುಳಿತವರಿಗೆ ಬೇಜಾರಲ್ಲವೇ ? ನನಗಾಗಲಿ ಬಿಡಲಿ, ನಾನು ಮನೆಯಲ್ಲಿಯೇ ಇದ್ದರೆ ಹೆಂಡತಿಗಂತೂ ಬೇಜಾರು ಗ್ಯಾರಂಟಿ. ಹಾಗೆಯೇ ಕಾಲಾಡಿ ಬರಬೇಕೆನಿತು, ಹೊರಟೆ.

“ನಾನೂ ಬರತೇನೆ ನಿಲ್ಲಿ, ಇಬ್ಬರೂ ಹೋಗೋಣ”

ಅಂದಳು ಹೆಂಡತಿ. ಮುದುಕರ ಷೋಕಿ ? ಏನು ಮಣ್ಣೂ ಇಲ್ಲ ಸ್ವಾಮೀ ! ನನಗೆ ಕೊಂಚ ರಕ್ತದ ಒತ್ತಡ ಹೆಚ್ಚಿದುದರಿಂದ ಹೆಂಡತಿಗೆ ಯೋಚನೆ. ಅದಕ್ಕಾಗಿ ಜೊತೆಯಲ್ಲಿ ಓಡಾಟ – ಅಷ್ಟೇ

ಲಾಲ್‌ಬಾಗ್ ಕಡೆ ವಾಕಿಂಗ್ ಹೋಗುವುದು ಒಳಿತು. ಪಕ್ಕದಲ್ಲಿಯೇ ಕಾರ್ಪೋರೇಷನ್ ವಿದ್ಯುಚ್ಛಕ್ತಿಯ ದಹನ ಮಂದಿರ ಇದೆ. ಸತ್ತವರಾರು ಎಂಬುದು ಅಲ್ಲಿಯಂತೂ ತಿಳಿದೇ ತಿಳಿಯುತ್ತದೆ. ಇಬ್ಬರೂ ಹೊರಟೆವು ಆ ಈ ಮಾತನಾಡುತ್ತ.

ಇನ್ನೂ ಅಷ್ಟು ದೂರವಿದೆ ಲಾಲ್‌ಬಾಗ್, ಧ್ವನಿವರ್ಧಕ ಯಂತ್ರ ಸಂಗೀತ ಚೀರುವುದು ಕೇಳಿ ಬಂತು – ಹಂ ತುಂ, ಏಕ್ ಕಮ್‌ರೇಮೆ ಬಂದ್ ಹೈ......

ರಸ್ತೆಯಲ್ಲಿ ಬರುತ್ತಿದ್ದವರೊಬ್ಬರನ್ನು ಕೇಳಿದೆ.

"ಏನಪ್ಪಾ ಲಾಲ್‌ಬಾಗ್‌ನಲ್ಲಿ ?"

"ನಂಗೂ ಗೊತ್ತಿಲ್ಲ ಸ್ವಾಮೀ ! ಏನೋ ಮೀಟಿಂಗ್ ಅಂತೆ."

ಭಾಷಣ ಮಾಡುವ ಚಪಲ ಬಹಳ ನನಗೆ. ಇದು ವ್ಯರ್ಥ ಎಂಬರಿವು ಆಗಲು ನನ್ನ ಆಯುಷ್ಯದ ಕಾಲು ಶತಮಾನ ವ್ಯರ್ಥ ಆಗಿದೆ. ಇನ್ನಾದರೂ ಭಾಷಣ ಕೇಳಬೇಕೆಂಬಾಶೆ ಹುಟ್ಟಬೇಡವೇ ? ಸಪತ್ನೀಯನಾಗಿ ಹೊರಟೆ.

"ಶೋಕಸಭೆಯಂತೆ"

ಮುಂದು ಬಂದವರೊಬ್ಬರು ಹೇಳಿದರು. ಸತ್ತವರ್‍ಯಾರು ಎಂಬುದು ಅಲ್ಲಿಯಂತೂ ಪತ್ತೆ ಆಗಲೇಬೇಕಲ್ಲಾ ಎಂದಂದುಕೊಂಡು ದುಡುದುಡು ಸಾಗಿದೆ, ಹೆಂಡತಿ ಹಿಂದು ಹಿಂದು.

ಜನಸಂದಣಿ, ಬಹುದೂರ ನಿಂತೆವು ಇಬ್ಬರೂ. ಒಂದು ಭಾವಚಿತ್ರ ವೇದಿಕೆಯ ಮೇಲೆ – ಯಾರದೋ ? ಅಷ್ಟು ದೂರದಲ್ಲಿ ನಿಂತಿದ್ದ ನಮಗೆ ಕಾಣುವುದು ಹೇಗೆ ? ಅದಕ್ಕೆ ಹಾಗಿದ್ದ ಹೂ ಮಾಲೆ ಮಾತ್ರ ಕಂಡಿತು.

ಭಾಷಣ ಅನೂನವಾಗಿ ಸಾಗಿತ್ತು. ಪ್ರಾರಂಭವಾಗಿ ಬಹು ಸಮಯ ಆಗಿರಬೇಕು. ಭಾಷಣಕಾರರ ಕಂಠ ರುದ್ಧ, ಕಣ್ಣಲ್ಲಿ ನೀರು.

"ಇಂತಹ ಪಾಪಭೀರು, ಪುಣ್ಯಜೀವಿ, ಭಗವದ್ಭಕ್ತರು ಹಿಂದು ಹುಟ್ಟಿರಲಿಲ್ಲ. ಮುಂದು ಹುಟ್ಟುವುದಿಲ್ಲ ಭಗವದ್ಗೀತೆಗೆ ಉತ್ತಮೋತ್ತಮ ಟೀಕೆಯನ್ನು ಬರೆದಂಥಾ ಪುಣ್ಯಾತ್ಮರಿವರು. ರಾಮಾಯಣ ಮಹಾಭಾರತಗಳನ್ನು ನಿತ್ಯವೂ ಪೂಜಿಸಿ ಪಠಿಸುತ್ತಿದ್ದ ವಿಪ್ರವರ್‍ಯರಿವರು – ಬರೀ ಇಷ್ಟೇ ಅಲ್ಲ. ಬ್ರಾಹ್ಮಣಿಕೆ ಎಂದರೇನು ಎಂಬುದನ್ನು ಇವರಿಂದ ನಾವು ಕಲಿಯಬೇಕು. ಹೋದಲ್ಲೆಲ್ಲ ಮಹಾಮಾಧ್ವ ಮಂಡಳಿಗಳನ್ನು ಸ್ಥಾಪಿಸಿದ ದೈವಭಕ್ತರಿವರು ಪಂಡಿತರು,

ಪ್ರಖ್ಯಾತ ಪಾಂಡಿತ್ಯವುಳ್ಳಂಥಾ ಮಹಾ ಮಡಿ ಬ್ರಾಹ್ಮಣರು ಅಂತಗ ಮಹಾನ್ ವ್ಯಕ್ತಿಯನ್ನು ಕಳೆದುಕೊಂಡ ಬ್ರಾಹ್ಮಣ್ಯ ಇಂದು ಅನಾಥವಾಗಿದೆ, ಇದು ಬ್ರಾಹ್ಮಣ್ಯದ ದುರ್ದೈವ. ಯಾಕೆಂದರೇ........."

ಅದೇನೋ ಆಯಿತು, ಕರೆಂಟ್ ಫೇಲ್ ! ಮುಂದಿನ ಮಾತು ಕೇಳಲಿಲ್ಲ. ಇನ್ನು ಅಲ್ಲಿ ನಿಂತೇನು ಫಲ ? ಮೆಲ್ಲನೆ ಗಂಡ, ಹೆಂಡತಿ ಕಾಲ್ತೆಗೆದೆವು.

ಒಬ್ಬರನ್ನು ಕೇಳಿದೆ.

"ಯಾರು ಸ್ವಾಮೀ ಸತ್ತರು ?"

"ಪಾಪ ! ಬೀಚಿ ಅವರು ತೀರಿಕೊಂಡರಂತೆ. ಎಂಥಾ ಮಹಾ ಬ್ರಾಹ್ಮಣರು!"

_ಕಣ್ಣೊರಸಿಕೊಂಡಿತು ಆ ವ್ಯಕ್ತಿ.

"ಏನು ಸುಳ್ಳು ಬೊಗಳ್ತಾರೀ ಜನ ?"

ನನ್ನ ಹೆಂಡತಿ ಕೇಳಿ ನನ್ನ ಮುಖ ನೋಡಿದಳು.

"ಯಾವುದು ಸುಳ್ಳು ?"

"ನೀವು ಮಹಾಬ್ರಾಹ್ಮಣರೇನು ? ಬಡಕೊಂಡಾಗದೆ"

ಇದು ಸುಳ್ಳು ಸರಿ, ನಾನು ಸತ್ತುದು ?

ಮೋಸಾಶ್ರಮ

"ಏಳೋ, ನಾರಾಯಣ ಅಂಬೋ ಸೂಳೇಮಗನೇ !"

ಬೋರಲು ಮಲಗಿದ್ದ ನಾರಾಯಣನ ಹರುಕು ಖಾಖಿ ಛಡ್ಡಿಯ ಮೇಲೊಂದು ಒದೆ ಬಿತ್ತು. ಪರಿಣಾಮ ? ಹೊರಳಿ ಮಗ್ಗುಲಾಗಿ ಮಲಗಿದ. ಮತ್ತೆ ಗೊರಕೆ, ಕಟಬಾಯಿ ಜೊಲ್ಲಿನ ಪ್ರವಾಹ.

ಹಾರ್ಮೋನಿಯಂ ಶಾಸ್ತ್ರಿಗಳು ಹಾಸಿಗೆಯಿಂದ ಎದ್ದಾಗ ಗಂಟೆ ಮಧ್ಯಾಹ್ನ ಒಂದೂವರೆ. ಹಿಂದಿನ ರಾತ್ರಿ ನಾಟಕ ಮುಗಿದಾಗಲೇ ಎರಡು ಗಂಟೆ, ಆಮೇಲೆ ಕೋಣೆಗೆ ಬಂದು ಗಾನಸರಸ್ವತೀ ಪೂಜೆ-ಅರ್ಧಗಂಟೆ, ತದನಂತರ ಸಾವರನ್ ಬ್ರಾಂದಿ ಭಜನೆ, ಒಂದು ಒಂದೂವರೆ ತಾಸು. ನಾರಾಯಣ ಕಂಪೆನಿಮನೆ ಯಿಂದ ತಂದಿಟ್ಟದ್ದ ಚಿತ್ರಾನ್ನ ಅಲ್ಯೂಮಿನಂ ಡಬ್ಬೆಯಲ್ಲಿಯಲ್ಲಿಯೇ ಕೂತಿತ್ತು- ಬ್ರಾಂದಿ ಹೆಚ್ಚಾಗಿ ಊಟ ಮರತೇ ಹೋಗಿತ್ತು. ಶಾಸ್ತ್ರಿಗಳು

ಎದ್ದಾಗ ಓಕರಿಕೆ. ನೀರಮನೆಗೆ ಓಡಿದರು. ಮೂರು ಬಸಿರಿಗಾಗುವಷ್ಟು ವಾಂತಿ. ಬಾಯಿ ತೊಳೆದು ಬಂದು ಗೂಡಿನಲ್ಲಿದ್ದ ತರ್ಮೋಫ್ಲಾಸ್ಕಿಗೆ ಕೈಹಾಕಿದರು. ಏನಿದೆ ? ಅವರ ಹೊಟ್ಟೆಯಂತೆ ಅದೂ ಬರಿದು. ಕೋಪ ನೆತ್ತಿಗೇರಿತು. ನಾರಾಯಣನ ಬೆನ್ನಿನ ಅಡಿಯಲ್ಲಿ ಒದೆ.

ನಾರಾಯಣನಿಗೆ ಸಿಹಿ ಕನಸು.

"ವತ್ಸಾ ! ಪ್ರಹ್ಲಾದಾ ! ಬಾ !"

ಎಂದು ಹಿರಣ್ಯಕಸಿಪು ಮೊದಲ ಪ್ರಹ್ಲಾದನಾದ ತನ್ನನ್ನು ಎತ್ತಿಕೊಂಡು ಮುದ್ದಾಡುತ್ತಿದ್ದಾನೆ. ಎರಡನೆ ಒದೆ ಬಿತ್ತು.ಕಣ್ತೆರೆದ ಹುಡುಗ. ಹಿರಣ್ಯಕಸಿಪು ಇಲ್ಲ, ಖಯಾದೂ ಇಲ್ಲ. ಕಣ್ಣು ಕೆಂಪು ಮಾಡಿ ಹಾರ್ಮೋನಿಯಂ ಶಾಸ್ತ್ರಿಗಳು ನಿಂತಿದ್ದಾರೆ.

"ಎಷ್ಟೋ ಗಂಟೆ ಈಗ ? ಒಂದು ಘಂಟೇಗೇ ಕಾಫಿ ತಂದು ಬಡಿ ಅಂತ ನಿನಗೆ ಬೊಗಳಿಲ್ಲೇ ನಾನು ?"

ಇನ್ನೊಂದು ಒದೆ ಬೀಳುವ ಒಳಗಾಗಿಯೇ ಫ್ಲಾಸ್ಕು ಹಿಡಿದು ಓಡಿದ ನಾರಾಯಣ, ಪಾರಾದ.

ಯಾರೀ ನಾರಾಯಣ ? ನಾರಾಯಣನ ಅಪ್ಪ ಯಾರು ? ಯಾರಿಗೆ ಗೊತ್ತು ? ಅವನ ತಾಯಿಯಾದ ಸಖೀ ಪಾರ್ಟು ಸೀತಾಗೇ ಗೊತ್ತಿಲ್ಲದ ವಿಷಯ ಲೋಕಕ್ಕೆ ಹೇಗೆ ಗೊತ್ತಾಗಬೇಕು ?

ನಾರಾಯಣ ಇನ್ನೂ ಚಿಕ್ಕವನಾಗಿದ್ದ. ಆಗ ನಕಲಿ ಪಾರ್ಟಿನ ಮಲ್ಲಿಕಾರ್ಜುನ ಆ ಹುಡುಗನಿಗೆ ಹೇಳಿಕೊಟ್ಟಿದ್ದ.

"ನಿನ್ನಪ್ಪ ಯಾರೋ ನಾರಾಯಣ ?"

ಎಂದು ಯಾರೇ ಕೇಳಲಿ,

"ಗಜಾನನ ಸಂಗೀತ ನಾಟಕ ಮಂಡಳಿ"

ಎಂದು ಹೇಳುತ್ತಿದ್ದ ನಾರಾಯಣ.

ಪ್ರಾಯಶಃ ಸತ್ಯಕ್ಕೆ ಅತಿ ಸನಿಯವಾದ ಉತ್ತರ ಇದೇ ಎಂದರೆ ತಪ್ಪಲ್ಲ.

ತಾಯಿ ಯಾರೆಂಬುದು ನಿಶ್ಚಿತ, ತಂದೆ ಇಂಥವನು ಎಂಬುದು ಕೇವಲ ಅಭಿಪ್ರಾಯ.

ಸಖೀ ಪಾರ್ಟಿನ ಸೀತಾ ಇದ್ದಕ್ಕಿದ್ದಂತೆ ಒಂದು ರಾತ್ರಿ ಪರಾರಿ ರಾವಣನ ಪಾರ್ಟಿನ ಶಿವಲಿಂಗಪ್ಪನೂ ಅಂದೇ ಮಾಯವಾಗಿದ್ದ, ಸೀತೆಯನ್ನೊಯ್ದಿದ್ದ ಆ ರಾವಣನಿಗೆ ಈ ನಾರಾಯಣ ಏಕೆ ಬೇಕು ? ಹಸು ಹೋಯಿತು, ಕರು ಕಂಪೆನಿಯ ಪಾಲಿಗೆ ಉಳಿಯಿತು.

ಮುದ್ದು ಮುಖ, ಗುಂಗುರು ಕೂದಲು, ನೀಟಾದ ಮೂಗು (ಶಿವ ಲಿಂಗಪ್ಪನ

ಮೂಗೂ ಉದ್ದವಾಗಿತ್ತೆಂದು ಕಂಪೆನಿಯಲ್ಲಿ ಆಡಿಕೊಳ್ಳುತ್ತಿದ್ದರು), ಉಚ್ಚಾರ ಬಹು ಸ್ಪಷ್ಟ. ಶಾಸ್ತ್ರಿಗಳ ಮುಂದು ಒಮ್ಮೆ ಅದಾರೋ ಅಂದರು ನಾರಾಯಣ ಇದಿರಿನಲ್ಲಿದ್ದಾಗ.

"ಭಾಳಾ ಜಾಣ ಇದ್ದಾನ್ರೀ ನಿಮ್ಮ ಶಿಷ್ಯ. ಒಳ್ಳೆ ಚುರುಕು ಹುಡುಗ"

"ಹೈಬ್ರೀಡ್ ಅವನು, ಏನು ತಿಳಿದಿರಿ ?"

ಎಂದಂದು ಗಹಗಹಿಸಿ ನಕ್ಕಾಗ ಶಾಸ್ತ್ರಿಗಳ ಬಾಯಿಂದ ತಾಂಬೂಲ_ ಹೊಗೆಸೊಪ್ಪು ಸಹಿತ_ಅವರ ಸಿಲ್ಕಿನ ಜುಬ್ಬದ ಮೇಲೆಲ್ಲ ಬಿದ್ದಿತ್ತು.

ಹೀರೋಯಿನ್ ಪ್ಯಾರವ್ವ ನಾರಾಯಣನನ್ನು ಸಾಕಿದ್ದಳು, ಮಡೀ ಬ್ರಾಹ್ಮಣರು ನಾಯಿಯನ್ನು ಸಾಕುವಂತೆ. ಹಾರ್ಮೋನಿಯಂ ಶಾಸ್ತ್ರಿಗಳು ಪ್ಯಾರವ್ವನ ಸಂಗೀತದ ಗುರುಗಳಲ್ಲವೆ ? ನಾರಾಯಣನನ್ನೇ ಅರ್ಪಿಸಿದಳು ಒಂದು ದಿನ.

"ಪಾರ್ಟಿಗೆ ತಯಾರು ಮಾಡ್ರಿ. ಚೂಟಿ ಇದ್ದಾನೆ ಪೋರ"

ಇದು ಪ್ಯಾರವ್ವನ ರೆಕಮೆಂಡೇಷನ್.

ಗುರುಸೇವಾ ಧುರಂಧರನಾದ ನಾರಾಯಣ. ಬೆಳಗಿನ ಕಾಫಿ_ಮಧ್ಯಾಹ್ನ ಒಂದು ಘಂಟೆಗೆ ಕೊಡುವುದರಿಂದ ಆರಂಭಿಸಿ, ರಾತ್ರಿ ಶಾಸ್ತ್ರಿಗಳು ಮಲಗುವಾಗ ಕಾಲೊತ್ತುವವರೆಗೂ ಎಲ್ಲ ಸೇವೆಯನ್ನೂ ಪಾಂಗಿತವಾಗಿ ಮಾಡಿ ಗುರುವರ್ಯರ ಪ್ರೀತಿಗೆ ಪಾತ್ರನಾಗಿದ್ದ. ಆಗಾಗ ಅವರ ಲತ್ತೆಗಳಿಗೂ ಪಾತ್ರನಾಗುತ್ತಿದ್ದ.

ಮೊದಲ ಪ್ರಹ್ಲಾದನಾಗಿ ರಂಗಭೂಮಿಯ ಮೇಲೆ ನಾರಾಯಣನ ಪ್ರವೇಶ, ಕೆಲ ವರ್ಷಗಳನಂತರ ಅವನೇ ಭಕ್ತ ಅಂಬರೀಷ. ರುಕ್ಮಾಂಗನಾದ. ಸಂತ ತುಕಾರಾಮನಾದ. ಸಾಕ್ಷಾತ್ ವಿಷ್ಣುವೂ ಆಗಿ ವೈಕುಂಠದಲ್ಲಿ (ರಟ್ಟಿನ ?) ಏಳುಹೆಡೆ ಸರ್ಪದ ಮೇಲೂ ಮಲಗಿದ. ಗಜಾನನ ಸಂಗೀತ ನಾಟಕ ಕಂಪನಿ ಹಾವೇರಿಯಲ್ಲಿ ಮುಕ್ಕಾಂ ಮಾಡಿದಾಗ ದಿವಾಳಿ ತೆಗೆದು ಮಂಗಳ ಹಾಡಿತು. ನಿನ್ನೆ ರಾತ್ರಿ ವೈಕುಂಠದಲ್ಲಿ ವಿಷ್ಣುವಾಗಿ ಮಲಗಿದ್ದ, ಇಂದು ಬೆಳಿಗ್ಗೆ ಶ್ರೀ ಕೃಷ್ಣ ವಿಲಾಸ ಉಡುಪಿ ಹೋಟೆಲಲ್ಲಿ ದೋಸೆ ಹುಯ್ಯುತ್ತ ಕುಳಿತ,

"ದ್ವಾಸೀ ಹಾಕ್ತಾನಲ್ಲಾ ಆ ನಾರಾಯಣ, ಅವನು ಬ್ರಾಂಬ್ರವನೇನ್ರೀ ?"

ಗಿರಾಕಿಯೊಬ್ಬರು ಪ್ರೊಪ್ರಾಯಿಟರ್ ಜನಾರ್ಧನಾಚಾರ್ಯರನ್ನು ಕೇಳಿದಾಗ ಅವರೇನಂದರು ?

"ಭಲೋ ಕೇಳಿದಿರಿ. ನಮ್ಮ ನೆಂಟ ಅವನು. ನನ್ನ ಹೆಂಡ್ತೀ ಚಿಕ್ಕಪ್ಪನ ಮಗ"

ಹೀಗಾಗಿ ನಾರಾಯಣನಿಗೆ ಬ್ರಾಹ್ಮಣನ ಮುದ್ರೆ ಬಿದ್ದಿತು, ಅವನ ಯಾವ ತಪ್ಪೂ ಇಲ್ಲದೆ, ಪ್ರಯತ್ನವೂ ಇಲ್ಲದೆ.

ಜನಾರ್ಧನಾಚಾರ್ಯರು ಶುದ್ಧ ಭಗವದ್ಭಕ್ತರು – ದೇವರಲ್ಲಿ ನಂಬಿಕೆಗಿಂತಲೂ

ಭಜನೆಯಲ್ಲಿ ಹೆಚ್ಚು ಶ್ರದ್ಧೆ ಅವರಿಗೆ. ಪ್ರತಿ ಶನಿವಾರ ಸಂಜೆಗೆ ಹೋಟಲ ಮಹಡಿಯ ಮೇಲೆ ಹಾರ್ಮೋನಿಯಂ, ತಬಲಾ ಸಹಿತ ಶ್ರೀರಾಮ ಭಜನೆ. ಹಾವೇರಿಯಲ್ಲಿ ಹಾಡುವವರಾರು ? ನಾರಾಯಣನದೇ ಸಂಗೀತ– ಗಣಪತಿಯ ಸ್ತುತಿಯಿಂದ ಹಿಡಿದು ಮಂಗಳದವರೆಗೂ !

ಮಂಗಳಾರತಿ ತಟ್ಟೆಯಲ್ಲಿ ಬಿದ್ದ ಪುಡಿಕಾಸೆಲ್ಲವೂ ನಾರಾಯಣದೆಂದು ಪ್ರೊಪ್ರಾಯಿಟರ್ ಜನಾರ್ಧನಾಚಾರ್ಯರೇ ಹೇಳಿದ್ದರು. ಐವತ್ತು ಅರವತ್ತು ಪೈಸೆ ಆಗುತ್ತಿತ್ತು ಮೊದಮೊದಲು. ಕೆಲವೇ ಕಾಲದಲ್ಲಿ ಐದು ರೂಪಾಯಿಗೂ ಏರಿತು ನಾರಾಯಣನ ಗಳಿಕೆ.

"ನಾರಾಯಣಾ !"

"ಸ್ವಾಮೀ !"

"ಇನ್ನೆರಡು ದಿನಕ್ಕೆ ನರಸಿಂಹ ಜಯಂತಿ ಬಂತು. ಪ್ರಹ್ಲಾದ ಚರಿತ್ರೆ ಹರಿಕಥೆ ಮಾಡ್ತೀ ಏನೋ ?"

"ಯಜಮಾನ್ರು ಅಪ್ಪಣೆ ಕೊಡಿಸಿದರೆ...."

"ಮಾಡೇಬಿಡು. ದೇವರು ದಯಮಾಡ್ತಾನೆ"

ವಿಪ್ರವಾಕ್ಯ ಸುಳ್ಳಾಗಲು ಸಾಧ್ಯವೇ ? ನಾರಾಯಣ ನೃಸಿಂಹಾವತಾರದ ಹರಿಕಥೆ ಮಾಡಿಯೇ ಬಿಟ್ಟ, ದೇವರುದಯ ಮಾಡಿದ. ಮಂಗಳಾರತಿ ತಟ್ಟೆಯಲ್ಲಿ ಐವತ್ತು ರೂಪಾಯಿ! ನಾರಾಯಣ ಆ ರಾತ್ರಿ ಮಲಗಿದಲ್ಲಿಯೇ ತಲೆ ಯೋಡಿಸಿದ. ಬೆಳ್ಳಂಬೆಳಗೂ ಅದೊಂದೇ ಯೋಚನೆ. ಬೆಳಿಗ್ಗೆ ಎದ್ದವನೆ ಯಜಮಾನರಲ್ಲಿ ಹೇಳಿಕೊಂಡ.

"ಒಂದು ವಾರ ರಜೆ ಬೇಕು ಸ್ವಾಮೀ"

"ನಿಂಗ್ಯಾಕೋ ರಜೆ ? ಎಲ್ಲಿಗೋ ಹೋಗ್ತಿ ?"

"ಊರಿಗೆ ಹೋಗಿ ತಾಯಿಯವರನ್ನ ನೋಡಿಕೊಂಡು ಬರ್ತೀನಿ"

ಮುಸಿಮುಸಿ ನಗುತ್ತ ಜನಾರ್ಧನಾಚಾರ್ಯರು ಕೇಳಿದರು.

"ಬರ್ತೀಯೋ, ಇಲ್ಲಾ ಹಾಗೇ...."

"ಛೆ ಛೆ ! ತಮಗೆ ಸುಳ್ಳು ಹೇಳಲೇ ? ನನ್ನ ತಂದೆ ತಾವು"

ನಾಟಕದ ಮನುಷ್ಯನ ಬಾಯಲ್ಲಲ್ಲದೆ ಬೇರಾದ ಬಾಯಲ್ಲಿ ಇಷ್ಟು ಸುಲಭವಾಗಿ ಈ ಮಾತು ಬಂದಾವು ?

ಹಾವೇರಿಯಿಂದ ಹೊರಬಿದ್ದ ದೋಸೆ ನಾರಾಯಣ ಎಲ್ಲಿಗೆ ಹೋದ? ಮೂರೇ ದಿನಗಳ ನಂತರ ಇನ್ನೊಂದೂರಲ್ಲಿ ನಾರಾಯಣದಾಸನಾಗಿದ್ದ. ರಾಘವೇಂದ್ರ ಸ್ವಾಮಿಗಳ

ಮಠದಲ್ಲಿ ಹರಿಕಾಥಾ ಕಾಲಕ್ಷೇಪ. ಏಕಾದಶೀ ಮಹಾತ್ಮೆ ಕಥಾಭಾಗ. ಬ್ರಾಹ್ಮಣ ಪುಂಗವರು ದಾಸವರೇಣ್ಯರನ್ನು ಬಾಯ್ತುಂಬ ಹೊಗಳಿ ಹಾಡಿದರು. ವೈಶ್ಯ ಆಸ್ತಿಕರು ನಾರಾಯಣದಾಸರಿಗೆ ಕೈತುಂಬ ಹಣ ಕೊಟ್ಟರು.

"ಮಹಾಸ್ವಾಮೀ! ಒಂದು ಸಪ್ತಾಹ ನಮ್ಮ ರಾಮಮಂದಿರದಾಗೆ ತಮ್ಮ ಕಾಲಕ್ಷೇಪ ಆಗಲೇಬೇಕು"

ಪ್ರಕಾಶ್ ಹೋಟೆಲ್ ಪ್ರೋಪ್ರಾಯಿಟರ್ ಭಟ್ಟರು ಆಗ್ರದಿಂದ ವಿನಂತಿಸಿ ಕೊಂಡರು.

"ಸಪ್ತಾಹ ಅಂದ್ರೆ ಐದು ನೂರು ನಮ್ಮ ಚಾರ್ಜು"

"ಅಗತ್ಯ ಆಗಲಿ"

ಎಂದು ತಲೆ ಹಾಕಿದರು ನರಸಿಂಹಭಟ್ಟರು.

ನಾರಾಯಣದಾಸರಿಗೆ ಐದುನೂರು ಬಂದುದಷ್ಟೇ ಅಲ್ಲ, ಸಹಸ್ರ ಭಕ್ತರೂ ಆದರು.

ಭಾರತದಲ್ಲಿ ದಡ್ಡ ಭಕ್ತರಿಗೆ ಕೊರತೆಯೇ ? ಭಕ್ತ ಕೋಟಿ ಬೆಳೆಯಿತು. ದೋಸೆ ನಾರಾಯಣ ಸಂತ ನಾರಾಯಣದಾಸ ಆಗಿಹೋದ.

"ನಿಮ್ಮೂರಲ್ಲಿಯೇ ಒಂದು ಆಶ್ರಮ ಮಾಡುವ ಯೋಚನೆ ನಮಗಿದೆ"

ಎಂದಂದಂದರು ಸಂತ ನಾರಾಯಣದಾಸರು ಒಂದು ದಿನ. ಶ್ರೀಮಂತ ಭಕ್ತರಿಗೆ ಪರಮಾನಂದವಾಗಿ ಹೋಯಿತು. ನಮ್ಮೂರು ಭೂ ವೈಕುಂಠವಾಗಿ ಹೋಯಿತು ಎಂದಂದು ಕೈ ಮುಗಿದರು. ಸೆಟ್ಟರೊಬ್ಬರು ಆಶ್ರಮಕ್ಕೆಂದು ಹತ್ತು ಎಕರೆ ಜಮೀನು ದಾನವಾಗಿ ಕೊಟ್ಟರು.

ಹಿಂದೆಯೇ ಇನ್ನೊಂದು ಸುದ್ದಿ–ಸಂತ ನಾರಾಯಣದಾಸರು ಸಾಕ್ಷಾತ್ ದೇವರಂತೆ! ಶ್ರೀ ಕೃಷ್ಣನ ಅವತಾರವಂತೆ ?

ಶ್ರೀ ಕೃಷ್ಣನೇ ಒಂದು ಅವತಾರ_ಇವರು ಅವತಾರದ ಅವತಾರ !

ಸಂತ ನಾರಾಯಣದಾಸರು ಸಾಕ್ಷಾತ್ ದೇವರು ಎಂದವರಾರು ? ಯಾರಿಗೂ ಗೊತ್ತಿಲ್ಲ. ಆದರೆ ಅದನ್ನು ನಂಬದವರೇ ಇಲ್ಲ.

ಮೂರೇ ತಿಂಗಳಲ್ಲಿ ದಾಸಾಶ್ರಮದ ಬೃಹತ್ ಕಟ್ಟಡ ಎದ್ದು ನಿಂತಿತು. ಗದ್ದುಗೆಯ ಮೇಲೆ ವರದ ಹಸ್ತ ತೋರಿಸುತ್ತ ಸಂತ ನಾರಾಯಣದಾಸರು ಪದ್ಮಾಸನ ಹಾಕಿ ಕುಳಿತರು.

ಬಿ. ಎ, ಎಂ. ಎ ಮಾಡಿದ ಮಹಿಳಾಮಣಿಗಳು ಬಂದು ಈ ನಿರಕ್ಷರಕುಕ್ಷಿಯಾದ ದೇವರ ದರ್ಶನ ಮಾಡಿಕೊಂಡರು. ಪಾದದಡಿಯಲ್ಲಿ ಒಂದು ಲೋಟ ನೀರಿಟ್ಟರು. ಪರಮಾತ್ಮನು ಅದರಲ್ಲಿ ತನ್ನ ಎಡಕಾಲಿನ ಹೆಬ್ಬೆರಳನ್ನದ್ದಿದ. ಆ ತೀರ್ಥವನ್ನು ಕಣ್ಣಿಗೊತ್ತಿಕೊಂಡು ಭಕ್ತಿಯಿಂದ ಬಾಯಿಗೆ ಹಾಕಿ ಪುನೀತರಾದರು.

ಅಂದು ನಾಟಕವೇ ಜೀವನ_ಇಂದು ಜೀವನವೇ ನಾಟಕ ?

ಅವಿವಾಹಿತ ಕನ್ಯೆ ಅಲಮೇಲು ದಾಸಾಶ್ರಮದಲ್ಲಿ ಗರ್ಭಿಣಿಯಾದಳು.

ಕೊಡುವ ದೇವರು ಬಡವನೆ ?

ತೂಗುಮಂಚದಲ್ಲಿ ಅಲಮೇಲು ಸಮೇತ ದೇವರು ಪವಡಿಸಿದ್ದರು ಒಂದು ರಾತ್ರಿ. ದೇಹಕ್ಕಾದ ದಣಿವಿನಿಂದ ಸುಖನಿದ್ರೆ.

"ಏಳೋ, ನಾರಾಯಣ ಅಂಬೋ ಸೂಳೇ ಮಗನೇ !"

ಎಂದಂದು ಬೆನ್ನಿನ ಅಡಿಯಲ್ಲಿ ಯಾರೋ ಒದ್ದಂತೆ ಕನಸು.

"ಎದ್ದೆ ಗುರುಗಳೇ !"

ಎಂದಳುತ್ತ ಧಿಡೀರನೆ ಎದ್ದ, ಗಜಾನನ ಸಂಗೀತ ನಾಟಕ ಮಂಡಳಿಯ ಪುತ್ರ ನಾರಾಯಣ.

ಮರುದಿನ ಬೆಳಿಗ್ಗೆ "ದಾಸಾಶ್ರಮ" ಎಂಬ ಬೋರ್ಡ್‌ನಲ್ಲಿ ಏನೋ ಬದಲಾವಣೆ. "ದಾ" ಹೋಗಿತ್ತು. "ಮೋ" ಬಂದಿತ್ತು. ಯಾರೋ ಪೋಲಿಗಳ ಕೆಲಸ ಎಂದುಬಿಟ್ಟರು ಸಂತ ನಾರಾಯಣದಾಸರು.

ಪೋಲಿ ಹೌದು, ಆದರೆ ಪೋಲಿ ಯಾರು ?

ಅಧಮನ ಕೈಫಿಯುತ್ತು

ನನ್ನ ಹೆಸರು ಅಹಮದ್ ! ಸೂರ್ಯ ಪ್ರಕಾಶದಷ್ಟು ಸತ್ಯ, ನಾನೊಬ್ಬ ಪೋಲೀಸ್ ಪೇದೆ ಮತ್ತು ಬಡವ–ನಗಬೇಡಿ, ಇದು ನಿಮ್ಮ ದೇವರಾಣೆಯಾಗಿಯೂ ಸತ್ಯ ಈ ಮಾತು. ನಾನೇಕೆ ಪೋಲೀಸ್ ಕೆಲಸಕ್ಕೆ ಸೇರಿದೆ ನನ್ನಪ್ಪ ಪೊಲೀಸ್ ದಫೇದಾರನಾಗಿದ್ದ.

ಪಿಂಚಿನಿಯಾಗಲಿಲ್ಲ–ಡಿಸ್‌ಮಿಸ್ ಆದ. ಏಕೆ ಡಿಸ್‌ಮಿಸ್ ಆದ ? ಲಂಚ ತಿಂದು ಸಿಕ್ಕುಬಿದ್ದುದ್ದಕ್ಕಾಗಿ ; ನಾನು ಹೇಳುತ್ತಿರುವುದನ್ನು ದಯಮಾಡಿ ಚೆನ್ನಾಗಿ ಅರ್ಥಮಾಡಿಕೊಳ್ಳಿ– ನನ್ನಪ್ಪ ಡಿಸ್‌ಮಿಸ್ ಆದುದು ಲಂಚ ತಿಂದುದು ಕ್ಕಾಗಿ ಅಲ್ಲ, ಲಂಚ ತಿಂದು ಸಿಕ್ಕಿಬಿದ್ದದಕ್ಕಾಗಿ. ಬಸಿರಿಯಾದ ವಿಧವೆ ಮಾತ್ರ ವ್ಯಭಿಚಾರಿ. ಬಸಿರಿ ಆಗದ ವ್ಯಭಿಚಾರೀ ವಿಧವೆ ? ಹೀಗೆಲ್ಲ ಕೇಳಿದರೆ ಅಧಿಕ ಪ್ರಸಂಗಿ ಎಂದು ಬೈಯುತ್ತಾರೆ. ಸುಮ್ಮನಿದ್ದು ಬಿಡಿ, ದಯಮಾಡಿ ಮುಂದಿನ ಕತೆ ಕೇಳಿ.

ನನ್ನಪ್ಪನಿಗೆ ಓದಲು, ಬರೆಯಲು ಬರುತ್ತಿರಲಿಲ್ಲ. ಎಡಗೈ ಹೆಬ್ಬೆರಳು ಕೊಟ್ಟಾನೆ ಅಲ್ಲಾಮಿಯಾ ! ಇನ್ಯಾಕೆ ಓದು ? ಎಂದು ಅವರಿವರ ಮುಂದು ಆತ ಹೇಳುತ್ತಿದ್ದುದು ನನಗೀಗಲೂ ನೆನಪಿದೆ.

ನನ್ನ ತಾಯಿ ? ಆಕೆಗೆ ಓದು, ಬರೆಹ ಅಂದರೇನೆಂಬುದೇ ಗೊತ್ತಿಲ್ಲ ಪಾಪ ! ಆದರೂ ನನ್ನನ್ನು ಶಾಲೆಗೆ ಕಳಿಸಿದಳು. ಇದಕ್ಕೆ ನನ್ನ ತಂದೆಯ ತಕರಾರು.

"ಹರಾಮ್ ಜಾತ್ ! ಬ್ಯಾಂಬ್ರ ವುಡುಗರಂಗೆ ಇಸ್ಕೂಲಿಗೆ ಓಗ್ತೀಯಾ ಮಾದರ್...."

ಒಂದೇಟು ಕೊಟ್ಟರು ಕೈಯಿಂದಲೆ. ಅದು ಪೋಲೀಸ್ ಕೈ, ಸ್ವಾಮೀ ! ನೀವು ಎಂದಾದರೂ ಪೋಲೀಸ ಕೈಯಿಂದ....ಕ್ಷಮಿಸಿ ಸ್ವಾಮೀ, ಇದು ತುಟಿಮೀರಿ ಬಂದ ಮಾತು.

ನೀನು ಶಾಲೆಗೆ ಹೋದೆಯೋ ಇಲ್ಲವೋ ಎಂದು ಕೇಳಿದರೆ ನನ್ನ ಉತ್ತರ ಏನು ಗೊತ್ತೆ ? ಹೋದೆ ಮತ್ತು ಇಲ್ಲ–ಅಮ್ಮನ ಮಾತನ್ನು ಕೇಳಿ ಶಾಲೆಗೆ ಹೋದೆ, ಅಪ್ಪನ ಮಾತನ್ನು ಕೇಳಿ ಶಾಲೆಯನ್ನು ಬಿಟ್ಟೆ. ನೀವೇ ಹೇಳಿ, ನನ್ನ ತಪ್ಪೇನಿದೆ ?

ಈಗ ನನಗರ್ಥವಾಗಿದೆ, ನನ್ನ ತಾಯಿಯ ಮಾತನ್ನು ಕೇಳಿದುದು ತಪ್ಪು ಎಂಬುದು. ಏಕೆ ಗೊತ್ತೇ ? ಇಲ್ಲ, ನಿಮ್ಮಂತಹ ದಡ್ಡ ವಿದ್ಯಾವಂತರಿಗೆ ಇದು ಗೊತ್ತಾಗುವುದಿಲ್ಲ. ವಿದ್ಯೆ

ಕಲಿಯುವುದರಿಂದ ಆಗುವ ಕೆಡುಕು ಏನು ಎಂಬುದು ನನಗರ್ಥವಾಗಿದೆ, ಅನುಭವವೂ ಆಗಿದೆ.

ನನ್ನಪ್ಪ ಜಮಾದಾರರು ನೂರುಗಟ್ಟಲೆ ಕೈಗಡ ತಂದರು, ಬಡ್ಡಿ ಸಹಿತ ತೀರಿಸಿದರು– ಎಲ್ಲಿಯೂ ಸಹಿ ಮಾಡಲಿಲ್ಲ, ಮಾಡಲಿಕ್ಕೆ ಬರುತ್ತಿರಲಿಲ್ಲ. ನನ್ನ ಹಣೆಬರಹ ನೋಡಿ. ಐವತ್ತೇ ರೂಪಾಯಿ ಸಾಲ ತಂದೆ ಮಾರ್ವಾಡಿಯ ಹತ್ತಿರ. ಅವನ ಕಿರ್ದಿಖಾತೆಯಲ್ಲಿ ಜಂಭದಿಂದ “ಅಧಮ' ಎಂದು ಸಹಿ ಮಾಡಿದೆ. ಸಾಲ ತೀರಸಲಾಗಲಿಲ್ಲ, ಆ ಮಾರ್ವಾಡಿ ನನ್ನನ್ನು ಕೋರ್ಟಿಗೆ ಎಳೆದ. ಅಲ್ಲೇನಾಯಿತು ? ಸಹಿ ನಿನ್ನದೇನಯ್ಯಾ ಎಂದು ಕೇಳಿದರು. ಹೌದು ಅಂದೆ. ಇದರ ಫಲ ಮನೆ ಜಪ್ತಿ ಆಯಿತು. ಅಜ್ಜನ ಕಾಲದ ತಾಮ್ರದ ಕೊಡ ಮತ್ತು ಅಪ್ಪ ತಂದಿದ್ದ ಬಿರಿಯಾನಿ ತಪ್ಪಲು ಹರಾಜಾಗಿ ಹೋದುವು. ಈಗ ನೀವೇ ಹೇಳಿ ಸ್ವಾಮೀ, ಓದು ಕಲಿಯುವುದು ಒಳ್ಳೆಯದೇ ಕೆಟ್ಟುದೋ !

ಹೋಗಲಿ ಬಿಡಿ, ಆ ಹಾಳು ಕಥೆ.

ನನ್ನಪ್ಪ ನನ್ನನ್ನು ಪೊಲೀಸಿಗೆ ಮುದ್ರಣ ದಾಖಲೆ ಮಾಡಿಸಿ ಮನೆಗೆ ಬಂದಾಗ ನನಗೇನು ಹೇಳಿದ ? ಆ ಮಾತನ್ನು ನಾನು ಎಂದಿಗಾದರೂ ಮರೆಯಲೇ ? ಮರೆತಿಲ್ಲ ಮಾತ್ರವಲ್ಲ, ನನ್ನ ಮಗನಾದ ಸೈದೂನಿಗೂ ಹೇಳಿದ್ದೇನೆ. ಅವನು ತನ್ನ ಮಗನಿಗೆ ಇದೇ ಮಾತನ್ನೇ ಹೇಳುತ್ತಾನೆ, ಹೇಳು ಎಂದು ನಾನೇ ಹೇಳಿದ್ದೇನೆ.

ಯಾವುದಾ ಮಾತು ? ಬಹು ಪವಿತ್ರವಾದ ಮತ್ತು ಕುರಾನ್ ವಾಕ್ಯ ಅದು. ನನ್ನ ದಾದಾ ನನಗೆ ಹೇಳಿದ್ದ.

“ಬೇಟಾ ! ಲಂಚಾ ಹರಮ್ ಪೈಸಾ, ಲಂಚ ಮಾತ್ರ ತಿನಬ್ಯಾಡ”

ನನ್ನಪ್ಪ ಇದನ್ನು ಯಾರದೋ ಬಾಯಿಂದ ಕೇಳಿ ಹೇಳಲಿಲ್ಲ. ಅನುಭವದಿಂದ ಕಲಿತ ಮಾತು. ನಾನೀ ಮಾತನ್ನು ಮೀರಲೇ ? ಮೀರಿದರೆ ನಾನೊಬ್ಬ ನಮ್ಮಕ್ ಹರಾಮ್ ! ಆದಕಾರಣ ಇದುವರೆಗೂ ಒಂದು ಪೈಕೊಡ ಲಂಚ ಮುಟ್ಟಿದಿಲ್ಲ, ತಿಂದಿಲ್ಲ.

ಲಂಚ ಮಾತ್ರವಲ್ಲ, ನಮ್ಮ ಪವಿತ್ರವಾದ ಕುರಾನ್‌ನಲ್ಲಿ ಇನ್ನೊಂದು ಮಾತಿದೆ. ನಮ್ಮ ಖಾಜಿ ನನಗೆ ಒಂದು ದಿನ ಹೇಳಿದ್ದರು.

ಸುನೋ ಬೇಟಾ ! ಬ್ಯಾಜ್ ಕಾನಾ–ಹರಾಮ್ ಹೈ. ಬಡ್ಡಿ ತಿನ್ನುವುದು ಮಹಾಪಾಪ!

ನಾನು ನವುಕರಿಗೆ ಸೇರಿದ ಮೇಲೆ ನಮ್ಮ ಎಸ್.ಐ ಸಾಹೇಬರ ಆಡರ್ ಮೇರೆಗೆ ತಿಂಗಳಿಗೆ ಎರಡು ರೂಪಾಯಿ ಪ್ರಾವಿಡೆಂಡ್ ಫಂಡ್ ಕಟ್ಟಿದೆ. ಆ ಹಣದ ಮೇಲೆ ಬಡ್ಡಿ ಬಂತು. ನಮ್ಮ ಠೇಸಣ್ಣಿನಲ್ಲಿ ಎಲ್ಲರೂ – ಹಜರತ್ ದಫೇದಾರರೂ – ಸಹಿ ಮಾಡಿ ತೆಗೆದುಕೊಂಡರು. ನಾನು ?

'ನಂಗೆ ಆ ಹರಾಮ್ ಪೈಸಾ ಬೇಕಿಲ್ಲ'

ಅಮ್ಮನವರ ಇಚ್ಛಾ !

ಎಂದಂದು ಬಿಟ್ಟೆ. ಎಲ್ಲರೂ–ಹಜರತ್ ದಫೇದಾರರೂ ಕೂಡ–ನನ್ನನ್ನು 'ಬೇವಖೂಬ್ ಬಚ್ಚಾ' ಎಂದಂದು ನಕ್ಕೇ ಬಿಟ್ಟರು. ನಗಲಿಬಿಡಿ, ನಕ್ಕವರ ಹಲ್ಲು ಕಂಡಾವು ಅಂತೀರಾ ? ಹಜರತ್ ದಫೇದಾರರಿಗೆ ಹಲ್ಲೇ ಇಲ್ಲ. ಇದಕ್ಕೇನಂತೀರಿ ?

ನಾನು ಪೋಲೀಸ್ ದಾಖಲೆ ಆದಾಗ ನನ್ನ ಸಂಬಳ ಇಪ್ಪತ್ತು ರೂಪಾಯಿ. ಈಗೆಷ್ಟು ಗೊತ್ತೆ ? ಎರಡು ನೂರೂ ಚಿಲ್ಲರೆ. ಸಂತೋಷ ಅಂತೀರಾ ? ಬೆಂಕಿ ಬಿತ್ತು ನಿಮ್ಮ ಸಂತೋಷಕ್ಕೆ. ಎಂಟು ರೂಪಾಯಿ ಪಗಾರ ಇದ್ದಾಗ ಮನೆಯಲ್ಲಿದ್ದವರು ನಾನು ಮತ್ತು ನನ್ನ ಮಾ ಬಾಪ್. ಈಗ ಮಾನೂ ಇಲ್ಲ, ಬಾಪ್‌ನೂ ಇಲ್ಲ, ನಾನು, ನನ್ನ ಬೀಬಿ ಮತ್ತು ಏಳು ಮಕ್ಕಳು. ಈ ಸೈತಾನ್ ಬಚ್ಚೇಗಳು ಏನು ಕಡಮೆ ತಿನ್ನುತ್ತಿವೆಯೇ ?

ಆಗೆಲ್ಲ ರೂಪಾಯಿಗೆ ಎಂಟು ಸೇರು ಜೋಳ. ನಮ್ಮದು ಜೋಳ ತಿನ್ನುವ ಜಿಲ್ಲೆ. ಈಗ ? ಒಂದು ರೂಪಾಯಿ ಎಂಭತ್ತು ಪೈಸೆಗೆ ಒಂದು ಕೆ. ಜಿ. ಈ ಕಚಡಾ ಎರಡು ನೂರಗೆ ಸಂಸಾರ ಸಾಗಬೇಕು.

ಎಂಟು ರೂಪಾಯಿ ಪಗಾರ ಇದ್ದಾಗ ಮೂರು ರೂಪಾಯಿ ಉಳಿಯುತ್ತಿತ್ತು. ಈಗ ನೋಡಿ. ಪಗಾರ ಎರಡು ನೂರು_ಸೊಸೈಟೀಲಿ ಸಾಲ, ಎಲ್ಲರಲ್ಲೂ ಕೈಗಡ.

ಏನೇ ಆಗಲಿ, ಲಂಚ ಮುಟ್ಟಬಾರದು ಎಂಬುದು ನನ್ನ ಹಟ !

ನಮ್ಮ ಜಿಲ್ಲೇನಲ್ಲಿ ಪ್ರಾಹಿಬಿಶನ್ ಬಂತು–ದೇವರಂತೆ ಬಂತು. ಅಲ್ಲ, ಅದೇ ದೇವರು. ಅನ್ನ ಯಾವುದು ಕೊಡುತ್ತದೋ ಅದೇ ದೇವರಲ್ಲವೇ ? ಪ್ರಾಹಿಬಿಶನ್ ಹೊಟ್ಟೆತುಂಬ ಅನ್ನ ಕೊಟ್ಟಿತು, ಅದಕಾರಣ ಅದೇ ನನ್ನ ದೇವರು.

ಹೆಂಡ, ಸಾರಾಯಿ ಅಂಗಡಿಗಳು ಬಂದಾದವು ಊರಲ್ಲಿ. ಗಲ್ಲಿ ಗಲ್ಲಿಗೂ, ಮನೆ ಮನೆಗೂ ಕಳ್ಳ ಭಟ್ಟಿ ಸಾರಾಯಿ ದುಕಾನು ಸುರುವಾದವು. ಆದರೆ ನಿನಗೇನು, ನೀನು ಲಂಚ ತೆಗೆದುಕೊಳ್ಳುವುದಿಲ್ಲವಲ್ಲಾ ಎಂದು ಕೇಳಿದಿರಾ ? ಹೌದು ಸ್ವಾಮೀ, ನಾನು ಲಂಚ ತಿನ್ನುವುದಿಲ್ಲ, ತಿಂದಿಲ್ಲ, ಇನ್ನು ಮೇಲೂ ಲಂಚಕ್ಕೆ ಕೈಯೊಡ್ಡುವುದಿಲ್ಲ.

ಒಂದು ರಾತ್ರಿ ನಮ್ಮ ಪೋಲೀಸ್ ಸ್ಟೇಶನ್‌ನಲ್ಲಿ ಎಸ್.ಐ ಸಾಹೇಬರು ಎಲ್ಲ ಸಿಪಾಯರನ್ನು ಕರೆಯಿಸಿ ನಮ್ಮೆದುರಿನಲ್ಲೇ ಹಜರತ್ ದಫೇದಾರರಿಗೆ ಹೇಳಿದರು.

"ಜವಾನರಿಗೆಲ್ಲ ವಾರಕ್ಕೆ ಐವತ್ತು, ರೈಟರ್‌ಗೆ ದಫೇದಾರರಿಗೆ ನೂರು, ನನಗೆ ಐದು ನೂರು."

"ಉಳಿದದ್ದು ?"

ದಫೇದಾರ್ ಕೇಳಿದರು.

"ಅದರ ಗೊಡವೆ ನಿಂಗೆ ಬೇಡ ಮೇಲಿನವರಿಗೆ ಅದೆಲ್ಲ"

ಎಲ್ಲ ಜವಾನರಿಗೆ ಐವತ್ತು ಕೊಟ್ಟರು, ನನಗೂ ಐವತ್ತು ಕೊಟ್ಟರು. ನಾನಾಗ

ದಪೇದಾರರನ್ನು ಕೇಳಿದೆ.

"ಇದು ಯಾಕೆ ಹಜರತ್ ?"

"ಐ ಡಿ. ಮಾಮೂಲು"

ಹಾಗಂದರೇನು ಎಂದು ನನಗೆ ತಿಳಿಯಲಿಲ್ಲ, ನಾನೂ ಕೇಳಲಿಲ್ಲ. ಎಸ್.ಐ. ಸಾಹೇಬರು ಇದಿರಿನಲ್ಲೇ ಕುಳಿತಿದ್ದರಲ್ಲಾ ? ಅವರಿದಿರಿನಲ್ಲಿ ನನಗೆ ನಾಲಿಗೆಯೇ ಇಲ್ಲ, ನೌಕರಿ ಕೊಡಿಸಿದ ದಣಿ ಅವರು.

ಮನೆಗೆ ಬಂದು ಬೀಬಿಗೆ ಕೊಟ್ಟೆ, ಎಲ್ಲಿಯದು ಎಂದು ಕೇಳಿ

"ಲಂಚ ತಿಂದ್ಯಾ ?"

ಎಂದಂದು ದುರುಗುಟ್ಟ ನೋಡಿದಳು.

"ಖುದಾಕಿ ಖಸಂ–ಲಂಚ ಅಲ್ಲ ಪ್ಯಾರೀ, ಇದು ಐ.ಡಿ. ಮಾಮೂಲು"

"ಹಂಗಂದ್ರೇನು ?"

"ನಂಗೇನು ಗೊತ್ತು ?"

ನಮ್ಮ ಸಂಸಾರ ಸುಖವಾಗಿ ನಡೆಯಿತು ಕೆಲ ವರ್ಷಗಳು. ಅದೇನಾಯಿತೋ ಈ ಹಾಳು ಸರಕಾರಕ್ಕೆ–ಇದ್ದಕಿದ್ದಂತೆ ಪ್ರಾಹಿಬಿಷನ್ ಹೋಯಿತು ಅಂದರು. ಐ ಡಿ. ಮಾಮುಲು ಬಂದ್ ಎಂದರು. ಬಡವ ಕೆಟ್ಟೆ.

ಮೊನ್ನೆ ಒಂದಾಯಿತು ಸ್ವಾಮಿ. ಕಂಟೋನ್‌ಮೆಂಟ್‌ನಲ್ಲಿ ಡ್ಯೂಟಿ ಮುಗಿಸಿ ಬೆಲ್ಟ್ ಕೈಲಿ ಹಿಡಿದು ಬರುತ್ತಿದ್ದೆ. ಹೊಟ್ಟೆ ಹಸಿವು, ಏನಾದರೂ ತಿನ್ನಬೇಕು ಅನಿಸಿದತು. ಆ ದರಿದ್ರ ಕಾಡಿನಲ್ಲಿ ಯಾವ ಹೊಟೆಲ್ ಇದೆ ? ಹಾಂ ! ನೆನಪಾಯಿತು. ಕಾಲೇಜ್ ಕಾಂಪೌಂಡಿನಲ್ಲಿ ಹೋರಟೆ, ಕ್ಯಾಂಟೀನಿನಲ್ಲಿ ತೂರಿದೆ.

ಕಾಲೇಜ್ ಹುಡುಗರ ಮಜಾನೆ ಮಜಾ. ಅಪ್ಪನ ಹಣ, ಮಗನ ಮಜಾ. ಮೂರು ಕಡೆ ಈಸ್ಪೀಟು ಆಟ, ಅವರು ಮುಂದು ಹಣ ಕಾಸು ರಾಶಿ ರಾಶಿ. ಜೊತೆಯಲ್ಲಿ ಫ್ರೊಫೆಸರುಗಳೂ ಆಡುತ್ತಾರೆ. ಕಾಲೇಜ್ ಸಮಯ–ಮಕ್ಕಳು, ಮೇಷ್ಟ್ರು ಕ್ಯಾಂಟೀನಿನಲ್ಲಿ ಈಸ್ಪೀಟು ! ಹೇಗಿದೆ ನೋಡಿ ಕಾಲ !

ಅವರೇನು ಹಳ್ಳಿಯ ರೌಡಿಗಳೇ ? ಅವಿದ್ಯಾವಂತರೇ ? ಬೆದರಿಸಿದರೆ ನೇರವಾಗಿ ನನ್ನ ಎಸ್ ಐ ಬಳಿಯೇ ಬರುತ್ತಾರೆ. ಆ ಕಡೆ ನೋಡಲೇ ಇಲ್ಲ ನಾನು.

ಅವರವರಲ್ಲಿಯೇ ಗುಜು ಗುಜು 'ಪೋಲೀಸ್ ಪೋಲೀಸ್' ಅಂದರು.

ಒಬ್ಬ ಭೂಪ ಮುಖದ ಮೇಲೆ ಮೀಸೆ ಸಹ ಮೂಡಿಲ್ಲ ಇನ್ನೂ, ನೇರವಾಗಿ ಬಂದ.

"ಬಾರಯ್ಯಾ ಇಲ್ಲಿ–"

ಹೋದೆ ಸ್ವಾಮಿ. ದೊಡ್ಡವರ ಮಕ್ಕಳೂ ದೊಡ್ಡವರೇ.

"ನಲವತ್ತು ಜನದ್ದು ಎಂಭತ್ತು ರೂಪಾಯಿ, ಮಾಮೂಲ ತೆಕ್ಕೊ, ನಡೆ"

ನೋಟು ಕೈಗಿತ್ತು, ನಡೆದ–ಆಟಕ್ಕೆ. ಬಾಯಿಂದ ಬ್ರಾಂದಿ ವಾಸನೆ ! ಹುಡುಗ ಸ್ವಾಮೀ ಇನ್ನೂ, ಓದಿಸಿದರೆ ಮಕ್ಕಳು ಹೇಗೆ ತಯಾರಾಗುತ್ತವೆ, ನೀವೇ ನೋಡಿ.

ಮನೆಗೆ ಹೇಗೆ ಸ್ವಾಮೀ ಹೋಗಲಿ ಆ ಎಂಭತ್ತು ತಕ್ಕೊಂಡು ! ಓ ಲಕ್ಷ್ಮಣಾ ಅಂತ ಮತ್ತೆ ಸ್ಟೇಷನ್ನಿಗೆ ಬಂದೆ, ಎಸ್.ಐ ಸಾಹೇಬರ ಮೇಜಿನ ಮೇಲಿಟ್ಟೆ.

"ಯಾವುದಯ್ಯಾ ಇದು ?"

ವಿಷಯವನ್ನು ಹೇಳಿದೆ.

ನಲವತ್ತು ಜೇಬಿಗೆ ಸೇರಿಸುತ್ತ

"ಆ ನಲವತ್ತು ನೀವು ನೀವೇ ಹಂಚಿಕೊಳ್ಳಿ. ಇನ್ನುಮೇಲೆ ದಿನಾಲೂ ಹೋಗು"

ಎಂದರು. ನಿಮ್ಮ ದೇವರಾಣೆಯಾಗಿ ಇದು ಲಂಚ ಅಲ್ಲ ನನ್ನೊಡೆಯಾ. ಇದು ಮಾಮೂಲು. ಸುಖವಾಗಿ ಸಾಗಿತು ಕೆಲ ಕಾಲ.

ದೀಪಾವಳಿ ರಜೆ ಬಂತು, ಕಾಲೇಜಿಲ್ಲ. ಮತ್ತೆ ಬಡತನ, ನನ್ನ ದುಃಖ ಯಾರಿಗೆ ಸ್ವಾಮೀ ಹೇಳಿಕೊಳ್ಳಲಿ ?

ಇವರ ಕತೆ ಕೇಳಿ

ಹೌದು, ನಾನೂ ಮಾಜಿಮಂತ್ರಿ. ಏನೀಗ ?

ಮಾಜಿಮಂತ್ರಿ ಆದೆ ಎಂದು ಅಳುತ್ತ ಕೂಡಲೆ ? ಮದುವೆಯಾದ ಪ್ರತಿಯೊಬ್ಬಳೂ ಗಂಡ ಸಾಯುವ ಒಳಗಾಗಿ ಸಾಯದಿದ್ದರೆ ಮಾಜಿ ಮುತ್ತೈದೆ ಆಗಲೇಬೇಕು. ವೈಧವ್ಯವನ್ನು ತಪ್ಪಿಸಿಕೊಳ್ಳಬೇಕು ಎಂಬುವಳು ಬೇಗ ಸಾಯ ಬೇಕು. ಮಂತ್ರಿಪದವಿಯೂ ಅಷ್ಟೇ. ಮಾಜಿಮಂತ್ರಿ ಆಗಬಾರದು ಎಂಬುವವನು ಮಂತ್ರಿಯಾಗಿರುವಾಗಲೇ ಸಾಯಬೇಕು. ಇಲ್ಲದಿದ್ದಲ್ಲಿ ಅವನೊಂದು ದಿನ ತಪ್ಪದೆ ಮಾಜಿಮಂತ್ರಿ. ಅಂತೆಯೇ ನಾನೂ ಒಬ್ಬ ಮಾಜಿಮಂತ್ರಿ.

ಮಂತ್ರಿಯಾದೆ ಎಂದು ನಾನಂದು ಹಿಗ್ಗಲಿಲ್ಲ, ಮಾಜಿ ಆದೆ ಎಂದು ಈಗ ಕುಗ್ಗುತ್ತಲಿಲ್ಲ. ಮಂತ್ರಿಪದವಿ ಮಧ್ಯೆ ಬಂದಿತು, ಮಧ್ಯೆಯೇ ಹೋಯಿತು. ಸೀನಿದರೆ ಉದುರಿಬೀಳುವ ಈ ಮಂತ್ರಿಪದವಿ ಹೋದುದಕ್ಕೆ ದುಃಖವೇ ? ಪೀಡೆ ಹೋಯಿತು ಎಂದಂದುಕೊಂಡು ಹಾಯಾಗಿದ್ದು ಬಿಟ್ಟಿದ್ದೇನೆ.

ನೀವು ಜನಪ್ರಿಯ ಮಂತ್ರಿಗಳಾಗಿದ್ದಿರಾ ಎಂದು ಕೇಳಿದಿರಾ ? ಇದಕ್ಕೆ ಉತ್ತರ ಎರಡೇ ಅಕ್ಷರಗಳು–ಇಲ್ಲ. ಜನಪ್ರಿಯನೂ ಅಲ್ಲ, ಸ್ವಜನ ಪ್ರಿಯನಂತೂ ಎಂದೂ ಅಲ್ಲ. ಜನಪ್ರಿಯನಾಗಬೇಕೆಂಬ ಮೋಹ ನನಗೆಂದೂ ಇಲ್ಲ, ನನ್ನ ದೃಷ್ಟಿಯಲ್ಲಿ ಅದು ನೈತಿಕವಲ್ಲ. ಜನಪ್ರಿಯ ಆಗುವುದು ಹೇಗೆ ? ನಿಮ್ಮಲ್ಲಿಗೆ ಬಂದವರ ಕೆಲಸಗಳನ್ನು ಮಾಡಿಕೊಟ್ಟರೆ ನೀವು ಜನಪ್ರಿಯ ಆಗುತ್ತೀರಿ, ಅಲ್ಲವೆ? ಅವರು ನಿಮ್ಮಲ್ಲಿ ಏಕೆ ಬರುತ್ತಾರೆ ? ತಾನಾಗಿಯೇ ಆಗಿಹೋಗುವ ಕೆಲಸವಿದ್ದರೆ ಅವರು ಮಂತ್ರಿಯನ್ನು ಕಾಣಲು ಬರುವುದೇ ಇಲ್ಲ. ತಕರಾರಿನ ಕೆಲಸ_ಅವ್ಯವಹಾರ, ಅಪ್ರಾಮಾಣಿಕತೆ_ಅಂತೂ ಒಟ್ಟಾರೆ ವಾಮಮಾರ್ಗ ಬೇಕಾದಾಗಲೆ ಅವರು ಬರುತ್ತಾರೆ. ಅಂತಹ ಕೆಲಸಗಳನ್ನು ಮಾಡಿ ಕೈ ಹೊಲಸು ಮಾಡಿಕೊಳ್ಳಲು ನಾನು ಸಿದ್ಧನಿಲ್ಲ. ಯಾರೂ ನನ್ನ ಬಳಿ ಬರಲಿಲ್ಲ. ಬಂದರೂ ಮುಖಕ್ಕೆ ಹೊಡೆದಂತೆ ಹೇಳಿಬಿಡುತ್ತಿದ್ದೆ. ಆದಕಾರಣ ನಾನು ಜನಪ್ರಿಯ ಮಂತ್ರಿ ಆಗಿರಲಿಲ್ಲ ಸ್ವಾಮೀ.

ಹಣ, ಕಾಸು_ಏನು ಹಣ, ಕಾಸು ? ಸಂಬಳ, ಪ್ರವಾಸ ಭತ್ತೆ ತೆಗೆದುಕೊಂಡಿದ್ದೇನೆ. ದುಡಿದಿದ್ದೇನೆ. ಅದಕ್ಕೆ ಸಂಬಳ ಬಂದಿದೆ. ಲಂಚ, ಗಿಂಚ? ಆ ಮಾತನ್ನಾಡಿದವರ ನಾಲಿಗೆಯನ್ನೇ ಕತ್ತರಿಸಿ ಹಾಕಿಬಿಡುತ್ತೇನೆ. ನೀವಲ್ಲ, ನನ್ನ ಶತ್ರುಗಳೂ ಅಂತಹ ಅಪವಾದವನ್ನು ನನ್ನ ಮೇಲೆ ಹೊರಿಸಲಾರರು, ಹೊರಿಸಲಿಲ್ಲ. ಶುದ್ಧ ಹಸ್ತನಾಗಿ ವಿಧಾನಸೌಧದ ಒಳಗಡೆ ಹೋಗಿ ಹೋಗಿದ್ದೇನೆ. ಅಷ್ಟೇ ಶುದ್ಧಹಸ್ತನಾಗಿ ಅಲ್ಲಿಂದ ಹೊರಬಿದ್ದಿದ್ದೇನೆ. ಇದು ನನ್ನ ಹೆಮ್ಮೆ, ಇದೇ ನನ್ನ ಹೆಮ್ಮೆ.

ಏಕೆ, ನೀವು ಮನೆಯಿಂದ ಶ್ರೀಮಂತರೇನು ಎಂದು ಕೇಳಿದಿರಾ ? ಇದೊಂದು ದಡ್ಡ ಪ್ರಶ್ನೆ. ಶ್ರೀಮಂತಿಕೆಗೂ ಶುದ್ಧಹಸ್ತರಾಗಿರುವುದಕ್ಕೂ ಅದೇಕೆ ಗಂಟು ಹಾಕುತ್ತೀರಿ ? ಇಂದು ಲಂಚ ಪಡೆಯುವವರೆಲ್ಲರೂ ಬಡವರೇ ? ಲಂಚ ಬೇಡ ಅನ್ನುವ ಬಡವರು ಇದ್ದಾರೆ, ಲಂಚಕ್ಕೆ ಬಾಯ್ತೆರೆದು ಕುಳಿತಿರುವ ಶ್ರೀಮಂತರೂ ಇದ್ದಾರೆ. ನಾನು ಎಂದೂ ಶ್ರೀಮಂತನಾಗಿರಲಿಲ್ಲ, ಇಂದೂ ಶ್ರೀಮಂತನಲ್ಲ. ನಮ್ಮ ದೇಶವೇ ಬಡದೇಶ, ಅಂತೆಯೇ ನಾನೂ. ನನ್ನ ಬಡತನದಿಂದ ನನಗಾವ ಅನಾನುಕೂಲವೂ ಆಗಿಲ್ಲ. ಒಂದು ವೇಳೆ ಆದರೂ ಕೈ ಹೊಲಸು ಮಾಡಿಕೊಳ್ಳಲಾರೆ. ಲಂಚ ಪಡೆದು ಶ್ರೀಮಂತನಾಗುವಂತಹ ಹಣಹದ್ದು ನಾನಲ್ಲ. ಬಡತನ ಅನಿವಾರ್ಯವಾದರೆ ತೃಪ್ತಿಯೇ ನನ್ನ ಶ್ರೀಮಂತಿಕೆ.

ಏನು, ನಗುತ್ತೀರಲ್ಲ ? ಅಂಗಿ ಹರಿದದ್ದು ಎಂದೇ ? ಹೌದು ಹರಿದಿತ್ತು, ಹೊಲಿಸಿಕೊಂಡು ಹಾಕಿಕೊಂಡಿದ್ದೇನೆ. ಇದರಲ್ಲಿ ನಗುವಂತಹದೇನಿದೆ ? ಹಳೆಯ ದಾಗಿತ್ತು ಹರಿಯಿತು, ಹರಿದಿತ್ತು ಹೊಲಿಸಿದೆ. ಏನು ತಪ್ಪು ? ಏನಂದಿರಿ ಯಾವ ಮಂತ್ರಿಯೂ ಹೀಗೆ ಹರಿದ ಅಂಗಿಯನ್ನು ಹಾಕಿಕೊಳ್ಳುವುದಿಲ್ಲ ಅಂತೀರಾ? ಇರಬಹುದು. ಅವರಿವರ ಮಾತು ನನಗೆ ಬೇಡ ನನ್ನ ವಿಷಯ ವನ್ನಷ್ಟೆ ನನ್ನನ್ನು ಕೇಳಿ.

ಹೌದು, ಈಗ ಮಾತ್ರವಲ್ಲ. ಮಂತ್ರಿಯಾಗಿದ್ದಾಗಲೂ ನಾನೂ ಇಂತಹ ಅಂಗಿಯನ್ನೇ ಹಾಕಿಕೊಂಡದ್ದುಂಟು. ಇದು ನನಗೆ ಹೆಮ್ಮೆಯೂ ಅಲ್ಲ. ನಾಚಿಕೆ ಪಡುವಂತಹದೂ ಅಲ್ಲ. ಬಟ್ಟೆ ಶುಭ್ರವಾಗಿರಬೇಕು, ತೇಪೆ ಇದ್ದರೇನೂ ತಪ್ಪಲ್ಲ.

ನಿಮ್ಮ ಪೋರ್ಟ್‌ಪೋಲಿಯೋ ಯಾವದಿತ್ತು ಅಂದಿರಾ ? ಗೃಹಮಂತ್ರಿ ನಾನಾಗಿದ್ದೆ. ಪೋಲಿಸು ನನ್ನ ಅಧೀನದಲ್ಲಿಯೇ ಇತ್ತು. ನನ್ನ ದೃಷ್ಟಿಯಲ್ಲಿ ಮುಖ್ಯ ಮತ್ತು ಅಮುಖ್ಯ ಎಂಬುದಿಲ್ಲ. ಒಂದು ಆಡಳಿತ ಸಮತೂಕದಿಂದ ನಡೆಯಬೇಕಾದರೆ ಎಲ್ಲ ಖಾತೆಗಳೂ ಅಷ್ಟೇ ಮುಖ್ಯ. ಏನಂದಿರಿ ? ನೀವು ಶುದ್ಧಹಸ್ತರು ಎಂಬ ಕಾರಣದಿಂದಲೇ ನಿಮ್ಮನ್ನು ಗೃಹಶಾಖೆಗೆ ಮಂತ್ರಿಗಳನ್ನಾಗಿ ಮಾಡಿದರೇನು ಎಂದು ಕೇಳುವಿರಾ ? ನನಗಾ ಖಾತೆಯನ್ನು ಕೊಟ್ಟವರನ್ನೇ ಕೇಳಿರಿ. ಆ ಖಾತೆ ಬೇಕು, ಈ ಖಾತೆ ಬೇಡ ಎಂದು ನಾನಾಡಿದವನಲ್ಲ. ಅವರು ಕೊಟ್ಟದ್ದು ನನ್ನ ಪಾಲಿಗೆ ಬಂತು, ಅದನ್ನು ನಾನು ವಹಿಸಿಕೊಂಡೆ. ನನಗೆ ಸರಿ ಎನಿಸಿದ ರೀತಿಯಲ್ಲಿ ಕೆಲಸವನ್ನೂ ಮಾಡಿಕೊಂಡು ಹೋದೆ. ಯಾರಿಗೆ ಯಾವುದು ಪ್ರಿಯ, ಯಾರಿಗೆ ಅಪ್ರಿಯ ಎಂದು ನಾನು ತಲೆ ಕೆರೆದು ಕೊಂಡವನಲ್ಲ, ನನ್ನ ದಾರಿ ನನಗೆ.

ನಿಮಗೆ ಮೂಗಿನ ಮೇಲೆಯೇ ಕೋಪ ಎಂದಿರಾ ?

(ಕೋಪದಿಂದ) "ನಾನ್ಸೆನ್ಸ್ ! ನನಗೇನೂ ಕೋಪವಿಲ್ಲ ಹಾಗಂದವರಿಗೆ ಬುದ್ಧಿ ಇಲ್ಲ."

ನಿಮ್ಮನ್ನೇಕೆ ಮಂತ್ರಿ ಪದವಿಯಿಂದ ಕೆಳಕ್ಕಿಳಿಸಿದರು ಎಂದು ಕೇಳುತ್ತೀರಾ? ಮಂತ್ರಿಯ ಕುರ್ಚಿಯಿಂದ ಹೊರಬಂದರೆ ಕೆಳಕ್ಕಿಳಿದಂತಾಯಿತು ಎಂದು ನಾನು ಭಾವಿಸಿಲ್ಲ. ಮಂತ್ರಿಯಾದೊಡನೆ ಮೇಲಕ್ಕೆ ಹೋದಂತೆಯೂ ಆಗಲಿಲ್ಲ.

ಅಲ್ಲದೆ ನನ್ನನ್ನು ಯಾರೂ ಇಳಿಸಲೂ ಇಲ್ಲ, ನಾನಾಗಿಯೇ ರಾಜೀನಾಮೆ ಇತ್ತು ಈಚೆ ಬಂದೆ.

ಏಕೆ ? ನನ್ನ ಆಡಳಿತದಲ್ಲಿ ಹಲಕೆಲ ದೋಷಗಳಾದವು ಎಂದು ಪ್ರತಿಪಕ್ಷದವರು ಆರೋಪಿಸಿದರು. ಇಲ್ಲ ಎಂಬುದು ನನ್ನ ವಾದ. ನಾನು ಕೊಂಚ ಹಟಮಾರಿ, ನಿಜ. ಆದರೆ ಅಂದು ನಮ್ಮ ಮುಖ್ಯಮಂತ್ರಿಗಳಾಗಿದ್ದ ವೃದ್ಧರಿಗೆ ನನ್ನ ವಾದ ಸರಿ ಅನಿಸಲಿಲ್ಲ. ಅವರೂ ಪ್ರತಿ ಪಕ್ಷದವರ ಹಾಡನ್ನೇ ಹಾಡಿದರು. ಇನ್ನು ನನಗೇಕೆ ಆ ಮಂತ್ರಿಪದವಿ ? ಆ ತಕ್ಷಣವೇ ರಾಜೀನಾಮೆ ಬರೆದು ಅವರಿಗೆ ಕಳಿಸಿದೆ. ಅವರು ರಾಜೀನಾಮೆಯನ್ನು ಒಪ್ಪುತ್ತಾರೋ ಬಿಡುತ್ತಾರೋ ನನಗೇನು ಸಂಬಂಧ ? ಈ ಬಗ್ಗೆ ಕೊಂಚ ಚೌಕಾಸಿ ನಡೆಯಿತು. ನಾನು ಮಾತ್ರ ಖಡಾಖಂಡಿತ ಬೇಡ ಎಂದಂದುಬಿಟ್ಟೆ.

ಬರೀ ಇಷ್ಟೇ ಅಲ್ಲ. ಆ ರಾತ್ರಿಯೇ ಕಛೇರಿಯ ಕಾಗದಗಳನ್ನು ಮರಳಿ ಆಫೀಸಿಗೆ ಕಳಿಸಿ ಗೃಹಸಚಿವರ ಬಂಗಲೆಯನ್ನು ಖಾಲಿಮಾಡಿದೆ.

ನಾನೊಬ್ಬ ಮಾಜಿ ಮಂತ್ರಿ ಹೌದು, ನನಗಾವ ಪಶ್ಚಾತ್ತಾಪವೂ ಇಲ್ಲ.

*   *   *   *

ಏನಂದಿರಿ ? ನೀವಾರು ಅಂದಿರಾ ? ನನ್ನನ್ನು !

ಹಲ್ಲು, ಹಲ್ಲು ಉದುರಿಸಿಬಿಡುತ್ತಿದ್ದೆ. ಜವಾನರಿಗೆ ಹೇಳಿ ವಿಧಾನಸೌಧದ ಮೂರನೆ ಮಹಡಿಯ ಮೇಲಿಂದ ದೂಡಿಸಿಬಿಡುತ್ತಿದ್ದೆ, ಇದೇ ಪ್ರಶ್ನೆಯನ್ನು ಯಾರಾದರೂ ಕೆಲವು ವರ್ಷಗಳ ಹಿಂದು ಕೇಳಿದ್ದರೆ. ಈಗ ? ಈಗಿನ ಮಾತೇ ಬೇರೆ ಬಿಡಿ.

ನನ್ನ ಹೆಸರೇ ? ಇಡೀ ಕರ್ನಾಟಕದ ಮೂಲೆಮೂಲೆಗೂ ಗೊತ್ತು ನನ್ನ ಹೆಸರು. ವಿಧಾನಸೌಧದ ಗೋಡೆಯ ಪ್ರತಿಯೊಂದು ಕಲ್ಲೂ ನನ್ನ ಹೆಸರನ್ನು ಹೇಳುತ್ತಿದ್ದ ಕಾಲ ಒಂದಿತ್ತು. ಈಗ ? ಈಗ ಮಾತ್ರ ನನ್ನ ಹೆಸರು ಒಬ್ಬರಿಗೂ ನೆನಪಿಲ್ಲ, ನೆನಪಾಗುವುದೂ ಬೇಕಿಲ್ಲ. ಯಾಕೆ ? ನಾನೀಗ ಮಾಜಿ ಮಂತ್ರಿ.

ದಾಸರು ಹಾಡಿಲ್ಲವೇ, ಅಯೋಗ್ಯರಿಗಿದು ಕಾಲವಲ್ಲಾ ಎಂದು ಹೌದು, ಅದಕ್ಕಾಗಿಯೇ ಇದು ನನ್ನ ಕಾಲವಲ್ಲ.

ಕಾಲ ಬದಲಿಸಿದೆ, ಬದಲಿಸಿದೆ ಮಾತ್ರವಲ್ಲ ಕೆಟ್ಟಿದೆ. ಕಾಲ ಕೆಟ್ಟಿದೆ ಎಂಬುದಕ್ಕೆ ಆಧಾರವೇನು ? ಸಾಕ್ಷಿ ಯಾವುದು ? ಮೇಲೆಯೇ ಕಾಣುತ್ತಿದೆಯಲ್ಲಾ ? ಕಾಲ ಕೆಟ್ಟು ಹೋಗಿದೆ ಎಂಬುದಕ್ಕೆ ಒಂದೇ ಒಂದು ಸಾಕ್ಷಿ ಸಾಕು_ ನಾನು ಮಾಜಿಮಂತ್ರಿ ಆಗಿದ್ದೇನೆ. ಇದಕ್ಕೂ ಹೆಚ್ಚಿನ ಸಾಕ್ಷಿ ಇನ್ನೊಂದು ಬೇಕೇ ?

ಕಾಲ ಕೆಟ್ಟಿದೆ ಎಂಬ ಮಾತನ್ನು ನಾನಿಂದು ಮಾತ್ರ ಹೇಳುತ್ತಿಲ್ಲ, ಎಂದೋ ಹೇಳಿದ್ದೇನೆ. ನನ್ನ ಮಂತ್ರಿ ಪದವಿ ಎಂದು ಹೋಯಿತೋ ಅಂದೇ ಈ ಮಾತನ್ನು ಹೇಳಿದೆ. ಯಾರ ಮುಂದು ಹೇಳಿದೆ ? ನನ್ನ ಹೆಂಡತಿಯ ಮಂದು ಹೇಳಿದೆ. ಅಂದು ನಾನಂದುದು ಇಂದಿಗೂ ಸತ್ಯ. ಏಕೆ ? ನಾನು ಇಂದಿಗೂ ಮಾಜಿ ಮಂತ್ರಿ.

ನಾನು ಆಗಾಗ ಎಲ್ಲಿಯಾದರೂ ಹೊರಬಂದು ಜನತೆಗೆ ಮುಖ ತೋರಿಸುತ್ತಲೇ ಇದ್ದೇನೆ. ಯಾಕೆ ? ಇಲ್ಲದಿದ್ದಲ್ಲಿ ನಾನು ಇನ್ನೂ ಬದುಕಿದ್ದೇನೆಂಬುದು ನಿಮಗೆಲ್ಲರಿಗೂ ಗೊತ್ತಾಗುವುದಾದರೂ ಹೇಗೆ ? ಅದಕ್ಕಾಗಿಯೇ, ಆಗೊಮ್ಮ ಈಗೊಮ್ಮೆ ಗೂಗೆ ರಾತ್ರಿ ಹೊರಬಂದು ಕಾಣಿಸಿಕೊಳ್ಳುವಂತೆ ನಾನೂ ಅಂದೊಮ್ಮೆ ಇಂದೊಮ್ಮೆ ರಸ್ತೆಗೆ ಬಂದು ಕಂಡವರಿಗೆ ಕೈಮುಗಿಯುತ್ತೇನೆ. ತುಂಬ ವಯಸ್ಸಾದವರು ಕ್ಲಬ್ಬುಗಳಿಗೆ ಹೋಗುವುದಿಲ್ಲವೇ? ಹಾಗೆ. ನಾನಿದ್ದೇನೆಯೋ ಸತ್ತೇನೆಯೋ ಎಂದು ತಿಳಿಯುವುದೂ ಬೇಕಿಲ್ಲ ನಮ್ಮ ಜನತೆಗೆ. ಯಾಕೆ ? ಹೀಗೇಕೆ ? ಒಂದೇ ಕಾರಣ_ನಾನು ಮಾಜಿಮಂತ್ರಿ. ನಾನು ಸತ್ತ ಸುದ್ದಿಯಾದರೂ ಪತ್ರಿಕೆಯಲ್ಲಿ ಬರಬಹುದೇ ? ಬಂದೇ ಬರುತ್ತದೆ ಎಂದು ನಾನು ಧೈರ್ಯವಾಗಿ ಹೇಳಲಾರೆ.

ನಾನು ಮಂತ್ರಿಯಾಗುವ ಮುನ್ನ ನನ್ನ ಹೆಸರು ಹೆಚ್ಚು ಜನಕ್ಕೆ ತಿಳಿದಿರಲಿಲ್ಲ ನಿಜ, ಆದರೆ ಕೆಲವರಿಗಾದರೂ ನಾನಾಗ ಬೇಕಾಗಿದ್ದೆ. ಮಂತ್ರಿಯಾದಾಗ ? ಕೇಳುವುದೇನು ? ನನ್ನ ಹೆಸರು ಎಲ್ಲರಿಗೂ ಗೊತ್ತಾಯಿತು, ನಾನೂ ಎಲ್ಲರಿಗೂ ಬೇಕಾದೆ. ಇದು ನಾಲ್ಕು ದಿನ. ಮಂತ್ರಿ ಪದವಿ ಹೋದನಂತರ ನನ್ನ ಹೆಸರು ಮರೆತು ಹೋಯಿತು, ನಾನೂ

ಬೇಡಾದೆ. ಅತಿ ದುಃಖದ ಸಂಗತಿ ಇದು– ಮಂತ್ರಿಯಾಗುವ ಮುಂಚೆ ನನಗಿದ್ದಷ್ಟು ಮರ್ಯಾದೆಯೂ, ಮಂತ್ರಿಪದವಿ ಬಂದು ಹೋದ ನಂತರ ಇರುವುದು ಬೇಡವೆ ?

ಹೀಗೇಕಾಯಿತು ? ಈ ಪ್ರಶ್ನೆಯನ್ನು ನೀವು ಕೇಳಬೇಕಿಲ್ಲ....ನನ್ನನ್ನು ನಾನೇ ಕೇಳಿಕೊಳ್ಳುತ್ತಿದ್ದೇನೆ. ಬಹುದಿನಗಳಿಂದ ಸಾಗಿದೆ. ಈ ಪ್ರಯತ್ನ. ಉತ್ತರ ಸಿಕ್ಕಿತೇ ? ಸಿಕ್ಕಿದೆ, ಹೇಳಲು ನನಗೇ ನಾಚಿಕೆ. ಈ ಬಗ್ಗೆ ನನ್ನನ್ನು ಕೇಳಿ ದಯಮಾಡಿ ಸತಾಯಿಸಬೇಡಿ.

ಯಾರನ್ನು ಬೈದು ಏನು ಪ್ರಯೋಜನ ? ನಮ್ಮ ಜನದ ಹುಟ್ಟುಗುಣವೇ ಇದು. ನೀಚ ಜನ ನಮ್ಮ ಜನ, ಸ್ವರಾಜ್ಯವನ್ನು ತಂದು ಕೊಟ್ಟ ಗಾಂಧಿಯನ್ನೇ ಮರೆತಿದೆ ಈ ಜನ. ಕೆಲವೇ ವರ್ಷಗಳು ವಿಧಾನಸೌಧದ ಕೋಣೆಯೊಂದರಲ್ಲಿ ಕುಳಿತು ಎದ್ದುಹೋದ ನನ್ನನ್ನು ನೆನಪಿಡಲು ಸಾಧ್ಯವೇ ಈ ಜನಕ್ಕೆ ? ಇದೇ ನನಗೆ ನಾನು ಹೇಳಿಕೊಳ್ಳುವ ಸಮಾಧಾನ, ಇದೊಂದೇ ಸಮಾಧಾನ.

ನಾನು ಮಂತ್ರಿಯಾಗಿದ್ದಾಗ....ಅದು ನೆನಪಾದರೆ ಅಳು ಬರುತ್ತಿದೆ. ನನ್ನ ಪೋರ್ಟ್‌ಪೋಲಿಯೋ ಯಾವುದಿತ್ತು ಗೊತ್ತೆ ? ಝುಣ ಝುಣ, ಝುಣ ಝುಣ ! ನಿತ್ಯವೂ ಝುಣ ಝುಣ. ಪೋರ್ಟ್‌ಪೋಲಿಯೋ ಯಾವುದಾದರೇನು ಸ್ವಾಮಿ ? ಕೊಡುವ ದೇವನು ಬಡವನೇ ? ಗಿಟ್ಟಿಸಲಾರದ ಮಂತ್ರಿಯಷ್ಟೆ ಭಡವ.

ಸಿಸ್ಟಮ್ ! ಎಲ್ಲದರಲ್ಲಿಯೂ ನನಗೆ ಸಿಸ್ಟಂ ಅಂದರೆ ಬಹು ಇಷ್ಟ. ಸಿಸ್ಟಂ ಇಲ್ಲದೆ ನಾನು ಯಾವ ಕೆಲಸವನ್ನೂ ಮಾಡಲಿಲ್ಲ, ಎಂದೂ ಮಾಡಲಿಲ್ಲ. ಮೊದಲು ಹಣ ಬಂದುಬಿಡಬೇಕು ಆನಂತರವೇ ನಾನು ಆ ಫೈಲನ್ನು ಕೈಯಿಂದ ಮುಟ್ಟುವುದು. ಇದು ನನ್ನೊಬ್ಬನ ಸಿಸ್ಟಂ ಮಾತ್ರವಲ್ಲ, ನನ್ನೊಡನೆ ಮಂತ್ರಿಯಾಗಿದ್ದ ಅನೇಕರು ಹೀಗೆಯೇ ಇದ್ದರು. ಆದರೆ ಈ ಸಿಸ್ಟಂನಲ್ಲಿಯೂ ನನ್ನದೊಂದು ಸ್ಪೆಷಲ್ ಸಿಸ್ಟಂ–ಅದೇನೆಂದು ಕೇಳಿರಿ. ಅದೇ ಹೆಚ್ಚು ಸ್ವಾರಸ್ಯ.

ಮಂತ್ರಿಯಾಗಿ ನಾನು ಆ ಸಿಂಹಾಸನದಲ್ಲಿ ಕುಳಿತಾಗ ವೇಷಕ್ಕೆ ತಕ್ಕ ರೀತಿಯಲ್ಲಿ ನಾಟಕವಾಡುವುದು ಬೇಡವೇ ? ನನ್ನ ಬಳಿ ಕೆಲಸಕ್ಕೆ ಬಂದ ಜನದಿಂದ ನಾನೇ ಹಣ ತೆಗೆದುಕೊಳ್ಳುವುದು ಸರಿಯೇ ? ನನ್ನ ಸ್ಥಾನಕ್ಕೆ ಮರ್ಯಾದೆ ಬೇಡವೆ ? ಅಲ್ಲದೆ ಗಾಂಧಿಯ ಹೆಸರಿನ ಮೇಲೆ ಬದುಕುವ ಜನ ನಾವು.

ನೇರವಾಗಿ ಆ 'ಪಾರ್ಟಿ'ಯಿಂದ ನಾನೇ ಲಂಚವನ್ನು ತೆಗೆದುಕೊಳ್ಳುವುದು ಹೇಗೆ ? ಅದು ಸರಿಯಲ್ಲ ಎಂದು ಲಂಚವನ್ನೇ ಬಿಟ್ಟು ಬಿಡಲೇ ? ಹಾಗಾದರೆ ನಾನು ಮಂತ್ರಿಯಾದುದು ಏತಕ್ಕೆ ? ತಲೆ ಕೆರೆದೆ. ಹೌದು, ಒಬ್ಬ ಮಧ್ಯವರ್ತಿ ಬೇಕೇ ಬೇಕು. ಈ ನಂಬಿಕೆಯ ಕೆಲಸವನ್ನು ಯಾರಿಗೆಂದು ಒಪ್ಪಿಸುವುದು ? ಹಣದ ವಿಷಯದಲ್ಲಿ ಯಾರನ್ನು ಸ್ವಾಮಿ ನಂಬುವುದು ? ಹೇಗೆ ನಂಬುವುದು? ಅವರ ಹತ್ತಿರ ಐವತ್ತು ಸಾವಿರ ಹೊಡೆದು, ಅವರು ಕೊಟ್ಟುದುದು ಇಷ್ಟೇ ಎಂದಂದು ನಲವತ್ತೊಂಬತ್ತು ಸಾವಿರ ಒಂಭತ್ತುನೂರು ತೊಂಭತ್ತೊಂಭತ್ತೇ ಇಟ್ಟು ಬಿಟ್ಟರೆ ? ನಾನಾಗಲೇ ಹೇಳಲಿಲ್ಲವೆ ನಮ್ಮ ದೇಶದ ಜನ ಲುಚ್ಚಾ ಜನ ಎಂದು? ಅಂಥವರ ಮಂತ್ರಿ ನಾನು. ನಾನೆಷ್ಟು ಲುಚ್ಚಾ ಎಂಬುದನ್ನು ನೀವೇ ಯೋಚಿಸಿ, ಇದಕ್ಕಾಗಿ ನಾನು ಬೇರೊಂದು ಉಪಾಯವನ್ನು ಹೂಡಿದೆ. ಒಬ್ಬ ಸರಿಯಾದ ಆತ್ಮೀಯ ಮಧ್ಯವರ್ತಿಯನ್ನೇ ಇಟ್ಟೆ. ಯಾರಾ ಮಧ್ಯವರ್ತಿ ? ಎಂದು ಕೇಳಿರಿ. ಪಿ. ಎ. ಎಂದು ತಿಳಿದಿರಾ ? ಛಿ ! ಅಂತಹ ದಡ್ಡತನಕ್ಕೆ ನಾನೆಂದೂ ಹೋಗಲಿಲ್ಲ. ನನ್ನ ಚೆಲುವು ಹೆಂಡತಿಯೇ ಈ ಮಧ್ಯವರ್ತಿ ! ಹಣಕ್ಕೆ ಆಕೆ ಮಂತ್ರಿ, ಕೆಲಸಕ್ಕೆ ನಾನು ಮಂತ್ರಿ. ಹೇಗಿದೆ ನನ್ನ ಸ್ಪೆಷಲ್ ಸಿಸ್ಟಂ ?

ಪಾರ್ಟಿ ನೇರವಾಗಿ ನನ್ನ–ನನ್ನ ಅಂದರೆ ಹಣದ ಮಂತ್ರಿಯ–ಬಂಗಲೆಗೆ ಹೋಗಬೇಕು. ನನ್ನ ಹೆಂಡತಿಯನ್ನು ಕಂಡು ಆಕೆಯ ಕೈಯಲ್ಲಿ ನೋಟುಗಳ ಕಂತೆಯನ್ನು ಕೊಡಬೇಕು. ಆಕೆ ಒಂದೊಂದಾಗಿ ಎಣಿಸಿ, ಮತ್ತೆ ಮತ್ತೆ ಎಣಿಸಿ ಒಳಗಡೆ ಹೋಗಿ ತಿಜೋರಿಯಲ್ಲಿ ಇಟ್ಟುಬಂದು, ಆನಂತರ ಆಫೀಸಿಗೆ ಟೆಲಿಫೋನ್ ಮಾಡುತ್ತಾಳೆ. ಆ 'ಪಾರ್ಟಿ' ಅಲ್ಲಿಂದ ಆಫೀಸಿಗೆ ಬರುವ ಹೊತ್ತಿಗೆ ಅವನ ಪೇಪರ್ ರೆಡಿ !

ಅನೇಕರಂತೆ ನಾನೂ ಪಾರ್ಟಿ ಬದಲಿಸಿದೆ, ಆದರೂ ನನ್ನನ್ನು ಮಂತ್ರಿ ಯನ್ನಾಗಿ ಮಾಡಲಿಲ್ಲ ಈ ಜನ. ನನ್ನ ದುರ್ದೈವ.

ಮೀನು ಹಿಡಿಯುವವನು ಕೈಲಿರುವ ಗಾಳಕ್ಕೆ ಒಂದು ಹುಳು ಕಟ್ಟುತ್ತಾನೆ, ಮೀನನ್ನೂ ಹಿಡಿಯುತ್ತಾನೆ. ಯಾವನಾದರೂ ಖದೀಮ ಬಂದು ಗಾಳ, ಹುಳು, ಮೀನು ಎಲ್ಲವನ್ನೂ ಒಯ್ದುಬಿಟ್ಟರೆ ಆ ಮೀನು ಹಿಡಿಯುವವನ ಗತಿ ಏನು ? ಇಂದು ನನ್ನ ಗತಿ ಇದೇ ಆಗಿದೆ ಸ್ವಾಮೀ ! ಯಾರಿಗೆ ಹೇಳಿಕೊಳ್ಳಲಿ? ಹಣವನ್ನು ಹಿಡಿಯಲು ಹೆಂಡತಿಯನ್ನು ತಯಾರು ಮಾಡಿದೆ. ಈಗ ಆ ಹಣ, ಆ ಹೆಂಡತಿ ಎರಡೂ ನನ್ನ ಕೈಯಿಂದ ಜಾರಿ ಬಿಟ್ಟವು. ಏನು, ನಗುತ್ತೀರಲ್ಲ ? ಅಯ್ಯೋ ಪಾಪ ! ಅನ್ನಿ ದಯವಿಟ್ಟು.

ನನಗೆ ಭಾಷಣ ಮಾಡುವ ಚಟ ಹೆಚ್ಚಾಗಿದೆ ಈ ಮಧ್ಯೆ. ಎಲ್ಲಿದೆ ಚಾನ್ಸ್? ಅವರಿವರ ಆಶ್ರಯ ಹುಡುಕುತ್ತಿದ್ದೇನೆ. ನಾನೊಬ್ಬ ಮಾಜಿ ಮಂತ್ರಿ ಮತ್ತು ಮಾಜಿ ಗಂಡ ಕೂಡ !

ದೊಡ್ಡ ಜಾತಿ

ಟೇಲರ್ ತುಕ್ಕೋಜಿ ಅವನ ಎಷ್ಟನೆ ವಯಸ್ಸಿನಲ್ಲಿ. ಕುಡಿತವನ್ನು ಕಲಿತ ? ಈ ಪ್ರಶ್ನೆಗೆ ಉತ್ತರ ಹೇಳುವುದು ನಿಜವಾಗಿಯೂ ಕಷ್ಟ. ಆರೇಳು ವರ್ಷದವ ನಾಗಿದ್ದಾಗಲೇ ಅವನೊಮ್ಮೆ ಸೆರೆ ಕುಡಿದು ರಸ್ತೆಯ ಪಕ್ಕದಲ್ಲಿ ಬಿದ್ದುದನ್ನು ನೋಡಿದವರಿದ್ದಾರೆ. ಹಾಗಾದರೆ ಅಷ್ಟು ಚಿಕ್ಕ ಹುಡುಗನಾಗಿದ್ದಾಗಲೇ.......... ಹುಡುಗ ಏನು ಬಂತು ? ಮಗುವಾಗಿದ್ದಾಗಲೇ ಸುರುವಾಯಿತಂತೆ. ಅದು ಹೇಗೆ ಅಂದರೆ, ಹೀಗೆ ?

ರಾಣೋಜಿರಾವ್‌ನಿಗೆ ಹುಟ್ಟಿದುವು ಎಲ್ಲವೂ ಹೆಂಬು–ಸಾಲಾಗಿ ಏಳೂ ಅವೇ, ಪಾಪ ! ರಾಣೋಜಿ ಮಹಾ ಕೋಪಿಷ್ಠ. ಮನುಷ್ಯನ ಸಹನೆಗೂ ಮಿತಿ ಎಂಬುದಿಲ್ಲವೆ ?

"ಬೇಕೂಂತ ಪ್ರತಿಸಲಾನೂ ಹೆಂಣೇ ಹೆರೀತೀಯಾ, ಮುಂಡೆ ?"

ಎಂದಂದು ಹೆಂಡತಿಯನ್ನು ಹೆಣ ಬೀಳುವಂತೆ ಹೊಡೆದಿದ್ದ, ಆಕಿನ್ನೂ ಬಾಣತಿ ಆಗ. ಬಹು ದೊಡ್ಡ ಚಿಂತೆಗೇ ಕಾರಣವಾಯಿತು ಇದು. ಅಂದಿಷ್ಟು ಇಂದಿಷ್ಟು, ಹಬ್ಬ ಜಾತ್ರೆ ಬಂದಾಗಿಷ್ಟು ಖುಷಿಗಾಗಿ ಸೆರೆ ಕುಡಿಯುತ್ತಿದ್ದ ಈತ. ಗಂಡುಮಗು ಆಗಲಿಲ್ಲವಲ್ಲಾ ಎಂಬ ಮನೋವ್ಯಥೆಯಿಂದ ನಿತ್ಯವೂ ಕುಡಿಯಲು ಆರಂಭಿಸಿದ. ಅನಂತರ ದಿನಕ್ಕೆರಡು ಬಾರಿ. ಎರಡಾದುದು ನಾಲ್ಕಾಗದೇ ? ಅಂತೂ ಲೆಕ್ಕ ತಪ್ಪಿತು, ಅನುಗಾಲವೂ ನಿಶೆಯಲ್ಲಿಯೇ ಇರುವಂತಾಯಿತು.

ಎಂಟನೆ ಮಗು ಗಂಡು !

ಎಡಗೈಲಿ ಸೆರೆ ಬಾಟಲಿ, ಬಲಗೈಯಲ್ಲಿ ಬೂಚು. ಅಲ್ಯೂಮಿನಂ ಲೋಟಾಕ್ಕೆ ಬಗ್ಗಿಸುವುದರಲ್ಲಿದ್ದ.

"ಗಂಡು ! ಗಂಡು !"

ಪಕ್ಕದ ಕೋಣೆಯಲ್ಲಿ ಕೂಗಿದರು. ಕೈಲಿದ್ದುವನ್ನು ಹಾಗೆಯೇ ಹಿಡಿದು ಓಡುತ್ತ ಬಂದ ಹೆರಿಗೆ ಕೋಣೆಗೆ, ಒಂದರ್ಧ ಗಂಟೆ ತಡೆಯಿರಿ ಎಂದು ಸೂಲಗಿತ್ತಿ ಬಹುವಾಗಿ ಕೇಳಿಕೊಂಡಳು. ತನ್ನ ಮಗನನ್ನು ತಾನು ನೋಡುವುದಕ್ಕೆ ಅಡ್ಡಿ ಮಾಡಲು ಯಾರಿಗಿದೆ ಅಧಿಕಾರ ? ಬಾಗಿಲನ್ನು, ಸೂಲಗಿತ್ತಿಯನ್ನು ಕೂಡಾ ದೂಡಿಕೊಂಡೇ ಒಳಬಂದ. ಕೂಸನ್ನು ನೋಡಿದ_ಅದು ಗಂಡು ಎಂದು ಖಾತ್ರಿಯಾಗುವಲ್ಲಿ ನೋಡಿದ. ಬಾಟ್ಲಿಯಲ್ಲಿದ್ದ ಸೆರೆಯನ್ನು ಬೆರಳಿಗೆ ಹಚ್ಚಿಕೊಂಡು, ಆ ಬೆರಳನ್ನು ಮಗುವಿ ತುಟಿಗೆ ಸವರಿಯೇ ಹೊರನಡೆದ. ಹೀಗಾಗಿ ತುಕ್ಕೋಜಿಗೆ ಮೊದಲು ಪರಿಚಯವಾದುದು ತಂದೆಯ ಸೆರೆ, ಅನಂತರ ಸಾವಕಾಶವಾಗಿ ತಾಯಿಯ ಹಾಲು.

ರಾಣೋಜಿಗೆ ಜ್ಯೋತಿಷ್ಯದಲ್ಲಿಯಂತೂ ಅಪಾರ ನಂಬಿಕೆ. ವಾರಭವಿಷ್ಯದ ಪರಮಭಕ್ತ ಅಲ್ಲವೆ ಅವನು ? ಇಂತಹ ಮನುಷ್ಯ ಗಂಡು ಮಗು ಹುಟ್ಟಿದ ಮೇಲೆ ಮನೆಯಲ್ಲಿ

ಕೊಡುತ್ತಾನೆಯೆ ? ಶ್ರೀ ಜ್ಯೋತಿಷ್ಯಾಲಯದ ಬಾಗಿಲಿಗೆ ಬಂದ. ಇದು ಬಹು ಹಳೇ ಪರಿಚಯದ ಸ್ಥಳ ಅವನಿಗೆ. ಏಳು ಬಾರಿಯೂ ಬಂದಿದ್ದ, ಮಾರ್ತಾಂಡಶಾಸ್ತ್ರಿಗಳನ್ನು ಕಂಡು ಕೇಳಿಕೊಂಡಿದ್ದ.

“ಹೆಂಣು ಅಥವಾ ಗಂಡು, ಎರಡರಲ್ಲಿ ಒಂದು ಗ್ಯಾರಂಟಿ”

ಶಾಸ್ತ್ರಿಗಳ ಭವಿಷ್ಯ ಸುಳ್ಳಾಗಲಿಲ್ಲ. ಇದರಿಂದಾಗಿ ಇವರ ಜ್ಯೋತಿಷ್ಯವಾಣಿ ರಾಣೋಜಿಯ ಪಾಲಿಗೆ ದೈವವಾಣಿಯೇ ಆಯಿತು. ಮಗನ ಜಾತಕ ಬರೆಸಬೇಡವೆ? ಈ ಮನೆಯ ದೀಪೋದ್ಧಾರಕ ಅವನು

ಕುಂಡಲಿ ಹಾಕಿ ಅದನ್ನು ಎರಡೆರಡು ಬಾರಿ ತೃಪ್ತಿಯಿಂದ ನೋಡಿ ತಲೆಯಾಡಿಸಿದರು ಮಾರ್ತಾಂಡ ಶಾಸ್ತ್ರಿಗಳು. ಕೊನೆಯಲ್ಲಿ ಈ ಒಂದು ಮಾತನ್ನು ಹೇಳಿದರು.

“ನೋಡು ರಾಣೋಜೀ ! ಈ ಮಾತನ್ನು ಭದ್ರವಾಗಿ ನಂಬು, ಸೆರಗಿಗೆ ಗಂಟು ಹಾಕಿಕೋ. ನಿನ್ನ ಮುಪ್ಪಿಗಾಗುವವನು ಇವನೊಬ್ಬನೆ.”

ಶಾಸ್ತ್ರಿಗಳ ಮಾತು ಹಸೀ ಗೋಡೆಗೆ ಹರಳು ಎಸೆದಂತೆ ಭದ್ರವಾಗಿ ಕುಳಿತಿತು ರಾಣೋಜಿಯ ತಲೆಯಲ್ಲಿ.

ರಾಣೋಜಿರಾಯನ ತಲೆಗೆ ಯಾವಾಗಲೂ ಓಡುವ ಚಟ – ಈಗ ಕೇಳುವುದೇನು? ಟ್ಯಾಕ್ಸಿ ಮೀಟರಿನಂತೆ ಓಡಿತು.

“ನಾನು ಮುದುಕನಾಗುತ್ತೇನೆ ಇನ್ನೊಂದು ನಲವತ್ತು ವರ್ಷಕ್ಕೆ. ಆಗ ನಾನು ದುಡಿಯುವಂತಿಲ್ಲ. ನನ್ನ ಡ್ರಿಂಕು ? ಈ ಮಗನೇ ದುಡಿಯಬೇಕು, ಸೆರೆ ತಂದು ಕುಡಿಸಬೇಕು........ಇವನು ಕುಡುಕನಾದರಲ್ಲವೆ ನನಗೆ ತಂದು ಕೊಡುವುದು ? ಮೊದಲು ಇವನನ್ನು ಮಹಾ ಕುಡುಕನನ್ನಾಗಿ ಮಾಡಬೇಕು, ಆಗ ನನ್ನ ಡ್ರಿಂಕು ಗ್ಯಾರಂಟಿ....”

ಹೀಗೆಯೆ ಏನೇನೋ ಯೋಚನೆಗಳು, ಪಾಪ !

ತುಕ್ಕೋಜಿ ಎಂಟು ವರ್ಷದವನಾದ, ಆ ಹೊತ್ತಿಗೆ ಅವನಪ್ಪನಷ್ಟೇ ಕುಡುಕನಾದ. ಇದು ರಾಣೋಜಿಗೆ ಪೂರ್ಣ ಸಂತೃಪ್ತಿಯನ್ನು ಕೊಟ್ಟಿತು.

ಮಾರ್ತಾಂಡ ವಾಣಿ ಸತ್ಯವಾಯಿತೇನು ಕೊನೆಯಲ್ಲಿ ? ಸುಳ್ಳು ಎಂದೆನ್ನಲೂ ಬಾರದು. ರಾಣೋಜಿ ವೃದ್ಧಾಪ್ಯವನ್ನೇ ಕಾಣಲಿಲ್ಲವಲ್ಲಾ ? ನಲವತ್ನಾಲಕ್ಕು, ನಲವತ್ತೈದು ವರ್ಷಗಳು ಆತನಿಗಾಗ. ಒಂದು ರಾತ್ರಿ ಗಟಾರದಲ್ಲಿ ಬಿದ್ದು ಸತ್ತ.

ತುಕ್ಕೋಜಿಯ ದುರ್ದೈವ–ತಂದೆಯ ಪಾಲಿನ ದುಡಿತ, ಕುಡಿತ ಎರಡೂ ಅವನ ಪಾಲಿಗೇ ಬಂದುವು. ಎರಡನ್ನೂ ವಹಿಸಿಕೊಂಡ, ಅಷ್ಟೇ ಸಮರ್ಥವಾಗಿ ಮುಂದುವರಿಸಿದ.

ಕುಡುಕರಿಗೂ ದೇವರಿಗೂ ಅದೇಕೋ ಗಂಟು. ಸೆರೆಯ ಅಮಲು, ಮೇಲೆ ದೇವರ

ಅಮಲು. ಮಹಾದೈವಭಕ್ತನಾದ ತುಕ್ಕೋಜಿ. ನಿತ್ಯವೂ ಬೆಳಿಗ್ಗೆ ಒಂದೆರಡು ಹಾಕಿಕೊಂಡು ನಂತರ ಆಂಜನೇಯಸ್ವಾಮಿಯ ದರ್ಶನಕ್ಕೆ ತಪ್ಪದೆ ಬರಲೇಬೇಕು. ಪ್ರದಕ್ಷಿಣೆ ಮೂರು ರೌಂಡು, ನಮಸ್ಕಾರ ಶಿರಸಾಷ್ಟಾಂಗ, ಮಂಗಳಾರತಿ ಸ್ವಾಮಿಗೆ, ಅರ್ಚಕರ ತಟ್ಟೆಗೆ ಹತ್ತು ಪೈಸೆ ಇವು ಅವನ ನಿತ್ಯದ ಕಾರ್ಯಕ್ರಮ. ಸ್ವಾಮಿಯ ಕುಂಕುಮವನ್ನು ಭ್ರೂಮಧ್ಯೆ ಇಟ್ಟುಕೊಂಡು ಇನ್ನೊಂದೆರಡು ಲೋಟ ಸೆರೆಯನ್ನು ಬಾಯಿಗೆ ಸುರಿದುಕೊಂಡೇ ರಾಟಿಗೆ ಕೈ ಮುಗಿದು ಕೆಲಸಕ್ಕೆ ಕೂಡುವುದು ಅವನ ಪದ್ಧತಿ.

"ಏನು ತುಕ್ಕೋಜೆಪ್ಪಾ ! ನಮ್ಮಮ್ಮಗೆ ಕುಬುಸ ಹೊಲಿ ಅಂತ ಬಟ್ಟೆ ಕೊಟ್ಟರೆ, ನನಗೆ ಫ್ರಾಕ್ ಹೊಲಿದೀಯಲ್ಲಾ ?"

ಏಳು ವರ್ಷದ ಹುಡುಗಿ ಬಂದು ಕೇಳಿದಾಗ ಮುಸಿ ಮುಸಿ ನಕ್ಕು,

"ಹೌದೇನು ? ಮಡಗಿ ಹೋಗಮ್ಮ, ಪರಪಾಟು ಆತು"

ಎಂದು ಸಮಾಧಾನದಿಂದ ಉತ್ತರ ಹೇಳಿ ಕಳಿಸಿ ಮರುದಿನ ಅದೇ ಬಟ್ಟೆಯನ್ನು ಅಂಗಡಿಯಿಂದ ಕೊಂಡು ತಂದು ಕುಬುಸವನ್ನು ಹೊಲಿದುಕೊಡುತ್ತಿದ್ದ.

ಶಾಂತಸ್ವಭಾವ, ಪ್ರಾಮಾಣಿಕತೆಗೆ ಹೆಸರಾದ ತುಕ್ಕೋಜಿ. ಆದರೆ ತನ್ನ ವೃತ್ತಿ ಶಬ್ದವಾದ 'ನಾಳೆ' ಎಂಬುದನ್ನು ಎಂದಿಗೂ ಮರೆಯಲಿಲ್ಲ, ಕಸಬಿಗೆ ದ್ರೋಹವನ್ನು ಮಾಡಲಿಲ್ಲ.

* * * *

ಮಾರ್ತಾಂಡಶಾಸ್ತ್ರಿಗಳಿಗೆ ಮಕ್ಕಳು ಮೂರು, ಮೂರು ಗಂಡೇ. ಭಾಸ್ಕರ, ನಂಜುಂಡ ಇಬ್ಬರೂ ಜಾಣರು. ವರ್ಷವರ್ಷವೂ ಪಾಸಾಗಿ ಎಸ್.ಎಲ್.ಸೀಗೆ ಬಂದರು. ಸೀತಾರಾಮ ಮಾತ್ರ ಪ್ರೈಮರಿ ಹೊಸಲು ದಾಟಲಿಲ್ಲ.

"ಈ ಸೀತಾರಾಮ ಹೀಗ್ಯಾಕಾದ ಅಂತೀನಿ ?"

ಹೆಂಡತಿ ಲಕ್ಷ್ಮಮ್ಮ ಕೇಳಿ ಶಾಸ್ತ್ರಿಗಳ ಮುಖ ನೋಡಿದಳು. ಇದಕ್ಕೇನು ಅವರ ಉತ್ತರ ? ಮರುಪ್ರಶ್ನೆ ಕೇಳಿದರು,

"ಅವರಿಬ್ರು ಹಾಗ್ಯಾಕಾದ್ರು ?"

ಸಪ್ಪಗೆ ನಕ್ಕು ಸಾವಕಾಶವಾಗಿ ಸಮಜಾಯಿಷಿ ಹೇಳಿದರು ಹೆಂಡತಿಗೆ.

"ಇಲ್ಲಿ ಕೇಳೇ ! ನಮ್ಮ ಸೀತಾರಾಮ ಪ್ರೈಮರೀಗೆ ಬಂದದ್ದೇ ಹೆಚ್ಚು. ಯಾಕೆ ಅಂತೀಯಾ ? ಅವನ ಜಾತಕಾನೇ ಹೇಳತದೆ, ಅವನು ಸರಸ್ವತೀ ವೈರಿ ಅಂತ. ನಾವು ಸುಮ್ಮನೆ ತಲೆ ಒಡಕೊಂಡ್ರೇನು ಬಂತು ? ನಿರಕ್ಷರಕುಕ್ಷಿ ನಿನ್ನ ಕಡೇ ಮಗ, ಆತೇನೆ ? ಆ ಆಶಾ ಬಿಡು ಇನ್ನ."

ಲಕ್ಷ್ಮಮ್ಮನ ಕಂಣು ನೀರೊಡೆಯಿತು. ಮಗನು ದಡ್ಡನಾದ ಎಂಬುದು ಅಷ್ಟು ನೋವು

ಕೊಡಲಿಲ್ಲ ಆಕೆಗೆ.

"ಜೋಯಿಸ ಲಕ್ಷ್ಮಮ್ಮನ ಮಗ ಅಂತೆ, ಓದು ಹತ್ತಲಿಲ್ಲವಂತೆ, ಲಂಗು ಲಟ್ಟು ಅಂತ ಜನ ಅಂದರೆ ನನಗೆಷ್ಟು ಅವಮಾನ ?"

"ನಿನಗಂಡ ಏನು ಎಂ.ಎ ಪಾಸುಮಾಡಿ ಡೊಡ್ಡ ಓವರ್‌ಸೇರ್ ಕೆಲಸ ಮಾಡಿದನೇನೇ? ನಾನು ಓದಿದ್ದೂ ಅದೇ ಧರಣಿಮಂಡಲ ಮಧ್ಯದೊಳಗೆ, ಸೀತಾರಾಮನೂ ಅಲ್ಲೇ ನಿಂತ. ಏನೀಗ?"

"ನೆಟಗಾತು ಹಣೇಬಾರ. ಎದೆ ಸೀಳಿದರೆ ಎರಡಕ್ಷರ ಇಲ್ಲ, ನಾಳೆ ಅವನಿಗೆ ಹೆಂಣು ಕೊಡೋವಾಕಿ ಯಾವಳು...."

"ನಿನ್ನ ತಲಿ ! ನನಗೇನಿತ್ತು ? ನಿಮ್ಮಪ್ಪ ಕೊಡಲಿಲ್ಲೇನೇ ನಿನ್ನ ? ನೀನೇನೂ ಘಾಬರಿ ಆಗಬ್ಯಾಡ, ಅವನ ಜಾತಕದಾಗೆ ಮಕ್ಕಳವೆ, ಆಗೇ ಆಗತಾವೆ "

ಕಡೆಗೂ ಬೇಸತ್ತು ಶಾಸ್ತ್ರಿಗಳು ಹೆಂಡತಿಯಿಂದ ಪಾರಾಗಲು ಹೊರ ಬಂದರು. ಅಲ್ಲಿಯೂ ಇದೇ ಹಿಂಸೆಯೇ.

"ಏನು ಶಾಸ್ತ್ರಿಗಳೇ ! ನಿಮ್ಮ ಸಣ್ಣ ಮಗನ್ನ ಸ್ಕೂಲು ಬಿಡಿಸಿಬಿಟ್ರಂತೆ ?"

"ಹೌದಪ್ಪ, ನಾನೇ ಬಿಡಿಸಿದೆ. ಏನೀಗ ನೀ ಅಂಬೋದು ?"

"ಅಲ್ಲಾ, ಜ್ಯೋತಿಷ್ಯ ಏನಾದರೂ ಕಲೀತಾನೇನು ?"

"ಜ್ಯೋತಿಷ್ಯ ! ಯಾರು ನಮ್ಮ ಸೀತಾರಾಮನೇ ? ಜ್ಯೋತಿಷ್ಯ ಅಂದ್ರೆ ಎಮ್ಮಿ ಕಾಯೋದು ಅಂತ ತಿಳಿದೇನು ? ಗಣಿತ ಬರಬೇಕು, ಗಣಿತಾ, ಗೊತ್ತೆ ? ಆ ರಂಡೇಗಂಡ್ಗೆ ಒಂದರ ಮಗ್ಗೀನೂ ಬರೋದಿಲ್ಲ."

"ನಿಮ್ಮ ಮಗ ಇಷ್ಟು ದಡ್ಡ ಆದನಲ್ರೀ ?"

"ದಡ್ಡರೂ ಬೇಕಲ್ಲೋ ? ಹನುಮಪ್ಪಗೆ ಒಂದಿಷ್ಟು ನೀರು ಉಗ್ಗಿ ಗಂಟೆ ಬಡಿಲಿಕ್ಕಂತೂ ಒಬ್ಬರು ಬೇಕೆ ಬೇಕೆ ? ಬಿ.ಎ, ಎಂ.ಎ. ಮಾಡಿದವರಂತೂ ಇದನ್ನ ಮಾಡೋದಿಲ್ಲ. ಸೀತಾರಾಮಗೂ ಹನುಮಪ್ಪಗೂ ಗಂಟುಹಾಕ್ತೀನಿ. ನಾನು ಇನ್ನೆಷ್ಟು ದಿನ ಮಾಡಲಿ, ಆ ಸುಡುಗಾಡು ಸಂಬಳ ಇಲ್ಲದ ಬಿಟ್ಟೀ ಚಾಕರೀನ ?"

ಕಡೆಗೂ ಶಾಸ್ತ್ರಿಗಳು ಹೇಳಿದಂತೆಯೇ ಆಯಿತು–ಹನುಮಪ್ಪನಿಗೆ ಸೀತಾ ರಾಮನೇ ಗತಿಯಾದ, ಮಾರ್ತಾಂಡ ಶಾಸ್ತ್ರಿಗಳ ಭವಿಷ್ಯವಾಣಿ ನಿಜವಾಯಿತು– ಅವನ ಜಾತಕದಲ್ಲಿದ್ದಂತೆ ಮಕ್ಕಳೂ ಆದುವು. ಮದುವೆ ? ಮಕ್ಕಳಾಗುವುದಕ್ಕೆ ಮದುವೆಯೇ ಬೇಕೇನು ? ಹನುಮಪ್ಪನ ಆಶೀರ್ವಾದವೋ ಏನೋ, ಅರ್ಚಕ ಸೀತಾರಾಮನೂ ಆತನಂತೆಯೇ ಬ್ರಹ್ಮಚಾರಿ, ಪಾಪ!

ದೇವರ ಶಾಪವೋ, ಅಥವಾ ದೇವಿಯ ಕೃಪೆಯೋ ಸೀತಾರಾಮನಿಗೆ ಗುಟ್ಟು

ಕಾಯಿಲೆ ತಾಗಿತು. ಹೇಳಿಕೊಳ್ಳುವಂತಿಲ್ಲ, ಅನುಭವಿಸುವುದು ಅಸಾಧ್ಯ. ಒಬ್ಬ ಇಂಜೆಕ್ಷನ್ ಡಾಕ್ಟರ್ ಬಳಿ ಬಂದು ಗೋಳು ಹೇಳಿಕೊಂಡ ಅರ್ಚಕ ಸೀತಾರಾಮಶಾಸ್ತ್ರಿ. ಮೊದಲು ಜೇಬು ತೋರಿಸು ಅಂದರು ಆ ಸರಕಾರೀ ಡಾಕ್ಟರು.

ಆಂಜನೇಯನಿಗೆ ಅಭಿಷೇಕ, ಪೂಜೆ ಮುಗಿಸಿ ಹೊರಬಂದು ಕಟ್ಟೆಯ ಮೇಲೆ ಕಾಲು ಚಾಚಿ ಕುಳಿತಿದ್ದ ಸೀತಾರಾಮ. ಒಂದು ದಿನ ಬೆಳಗಿನ ಭಕ್ತರೆಲ್ಲರೂ ಬಂದು ಹೋಗಿದ್ದರು. ಬಾಗಿಲು ಹಾಕಿ ಹೊರಡಬೇಕಿನ್ನು ಎಂಬ ಆಲೋಚನೆ ಯಲ್ಲಿದ್ದ. ಸಾವಕಾಶವಾಗಿ ಇತ್ತ ಸಾಗಿತ್ತು ತುಕ್ಕೋಜಿಯ ಸವಾರಿ. ಅಷ್ಟು ದೂರವಿದ್ದ ತುಕ್ಕೋಜಿ. ಕುಳಿತಲ್ಲಿಂದಲೆ ಕೂಗಿ ಹೇಳಿದ ಅರ್ಚಕ ಸೀತಾರಾಮ.

"ನೀನು ಇನ್ನೂ ಈಗ ಬರತೀದೇನು ತುಕ್ಕೋಜಪ್ಪಾ ? ಆಗಲೆ ಬಂದ ಹೋದಿ ಅಂತ ತಿಳಿದಿದ್ದೆ. ನಾನೀಗ ಬೀಗ ಹಾಕಿ ಹೊರಟಿದ್ದೆ."

"ಹಾಗೆ ಮಾತ್ರ ಮಾಡಬೇಡ್ರಿ ಸ್ವಾಮೀ ! ದೇವರದರ್ಶನ ಮಾಡಿಕೊಳ್ಳದಿದ್ರೆ ಇಡೀ ದಿನವೆಲ್ಲ ಏನೋ ಕಳಕೊಂಡಂತೆ ಇರುತ್ತೆ ನಂಗೆ."

ಮಾತಿನ ಭರವೋ, ಸೇವಿಸಿದ್ದ ಸೆರೆಯ ಅವಸರವೋ, ದುಡು ದುಡು ಒಳಕ್ಕೇ ನಡೆದ ತುಕ್ಕೋಜಿ. ಕೂಡಲೆ ಎಚ್ಚರಿಸದ ಸೀತಾರಾಮ.

"ಏ ತುಕ್ಕೋಜಪ್ಪ ! ಮೈ ಮ್ಯಾಲೆ ಖಬರು ಅದೋ ಇಲ್ಲೋ ? ಅಂಗಿ ಹಾಕಿಕೊಂಡೇ ಒಳಗೆ ನುಗ್ಗುತೀಯಲ್ಲ ?"

ಐ ! ಎಂದಂದು ಗರಕ್ಕನೆ ಹಿಂದು ತಿರುಗಿದ ತುಕ್ಕೋಜಿ ತನ್ನ ತಪ್ಪಿನ ಅರಿವಾಗಿ. ಹೊರಬಂದು ಅಂಗಿಯನ್ನು ಬಿಚ್ಚಿ ಗೋಡೆಗಿದ್ದ ಗೂಟಕ್ಕೆ ತಗುಲಿಸಿ ಒಳ ನಡೆದ.

'ಕುಡುಕ ಮುಂಡೇಮಗ ! ಆ ಜನಾನೇ ಹಾಗೆ, ಮಡಿ ಇಲ್ಲಾ ಮೈಲಿಗಿ ಇಲ್ಲಾ. ಹತ್ತು ಪೈಸೆ ಕೊಡುತಾನೆ ಪಾಪ !'

ಸೀತಾರಾಮನ ಆತ್ಮಗತ ಸಾಗಿತ್ತು.

ಬಾವಿಯ ಬಳಿ ಕಾಲು ತೊಳೆದು ತುಕ್ಕೋಜಿ ಪ್ರದಕ್ಷಿಣೆಗೆ ಹೊರಟ. ಮಡಿ ಸೀತಾರಾಮನ ಮನಕ್ಕೆ ಥಟ್ಟನೆ ಅದೇನೋ ಹೊಳೆಯಿತು. ದೊಡ್ಡ ಜಾತಿಯ ಅರ್ಚಕ ಸಂಣ ಕೆಲಸ ಮಾಡಿಬಿಟ್ಟ.

ಮನೆಗೆ ಹೋದನಂತರ ಹುಡುಕಿಕೊಳ್ಳುತ್ತ ತುಕ್ಕೋಜಿ ತನ್ನಲ್ಲಿಯೇ ಪೇಚಾಡಿಕೊಂಡ.

'ಎಲ್ಲೋ ದಾರಿಯಲ್ಲಿ ಬಿದ್ದು ಹೋಗಿರಬೇಕು ಆ ಹತ್ತು ರೂಪಾಯಿ ನೋಟು'.

ಅರ್ಚಕರೇ ಕದ್ದಿರಬೇಕೆಂಬ ವಿಚಾರವೂ ಬರಲಿಲ್ಲ ಅವನ ತಲೆಗೆ. ದೊಡ್ಡ ಜಾತಿಯವರು ಅಂತಹದನ್ನೆಲ್ಲ ಮಾಡುತ್ತಾರೆಯೆ ?

ಶೇಷಮ್ಮ ಮನೆ ಬಿಟ್ಟಳು

ಶೇಷಮ್ಮ ಸುಬ್ಬಮ್ಮ ಸವತಿಯರೇ ?

ಅಲ್ಲವಾದರೆ ಈ ರೀತಿ ನಿತ್ಯವೂ ಅದೇಕೆ ಜಗಳ ಕಾಯುತ್ತಾರೆ ? ಕಾರಣ ವಿಲ್ಲದೆ ಯಾರೂ ಕಲಹ ಮಾಡುವುದಿಲ್ಲ. ಏನೋ ಇದೆ ಅಂತೂ, ಆ ಏನು ಎಂಬುದೇ ವಿಶೇಷ ಇಲ್ಲಿ.

ಶೇಷಮ್ಮನ ಜೀವನ ಕಥೆ ತೆರೆದಿಟ್ಟ ಪುಸ್ತಕ. ಆಕೆ ಏನೆಂಬುದು ಊರಿಗೇ ಗೊತ್ತು. ಒಂದು ಹೆಣ್ಣು ಹೀಗಂತೆ ಎಂದು ಎಲ್ಲ ಜನವೂ ಸಲೀಸಾಗಿ ಆಡಿ ಕೊಳ್ಳುತ್ತದೆ. ಆದರೆ ಆ ಹೆಂಣು ಹೀಗೇಕೆ ಎಂದು ತಲೆ ಕೆರೆದುಕೊಳ್ಳುವರಾರು? ಇದು ಜನದ ತಪ್ಪೂ ಅಲ್ಲ. ಆಡಿಕೊಳ್ಳಲು ನಾಲಿಗೆಯಷ್ಟೇ ಸಾಕು, ತಲೆ ಕೆರೆದುಕೊಳ್ಳಲು ತಲೆ ಬೇಕೇ ಬೇಕು. ಎಷ್ಟು ಜನಕ್ಕಿದೆ ಆ ತಲೆಯೆಂಬ ವಸ್ತು ?

"ಸಾಯುವ ಮುದುಕನಿಗೆ ಕೊಟ್ಟು ಶೇಷಿನ್ನ ಹುಡುಗಿಯಿದ್ದಾಗಲೇ ಮದುವೆ ಮಾಡಿದ್ದರಂತೆ?"

"ಹೌದೇ ? ಅಷ್ಟು ಬಡವರಿದ್ದರೆ ಅಕೆ ತಂದೆತಾಯಿ ?"

ಇದು ಬಹು ದೊಡ್ಡ ದಡ್ಡ ಪ್ರಶ್ನೆ. ಆದರೂ ಅನೇಕರ ಬಾಯಲ್ಲಿ ಈ ಮಾತು ಬರುವುದುಂಟು. ಬಡತನ ಏನೆಲ್ಲ ತಪ್ಪುಗಳನ್ನು ಮಾಡಿಸುತ್ತದೆ ಎಂಬುದೊಂದು ಸರ್ವೇ ಸಾಮಾನ್ಯವಾದ ಕಲ್ಪನೆ. ಕಳ್ಳತನ, ಲಂಚ, ಸುಲಿಗೆ ಮುಂತಾದುವೆಲ್ಲವೂ ಕೇವಲ ಬಡವರ ಸೊತ್ತೇನು ? ಶ್ರೀಮಂತರೆಲ್ಲರೂ ಶುದ್ಧ ಹಸ್ತರೆ ? ಅವರಲ್ಲಿ ಇಂಥವರಿದ್ದಾರೆ, ಇವರಲ್ಲಿ ಅಂಥವರಿದ್ದಾರೆ. ಲೋಕವನ್ನು ಕಂಡರಿತವರಿಗಿದು ಚೆನ್ನಾಗಿ ಅರ್ಥವಾಗುತ್ತದೆ.

ಶೇಷಮ್ಮನ ತಂದೆ ತಾಯಿ ಬಡವರಲ್ಲ ಮಾತ್ರವಲ್ಲ, ಚೆನ್ನಾಗಿ ಚರಾಚರ ಆಸ್ತಿ ಉಳ್ಳವರು. ಅನೇಕರನ್ನು ಬಡವರನ್ನಾಗಿ ಮಾಡಿಯೇ ದುಂಡಾದವರು, ಉಂಡವರು. ಹಾಯಾಗಿ ಉಣ್ಣುತ್ತಾ ಕೂತಿದ್ದಾರೆ ಈಗಲೂ. ಈ ಮಗಳ ಮದುವೆಯಿಂದ ಇನ್ನಷ್ಟು ಶ್ರೀಮಂತರಾಗಬೇಕಿತ್ತು, ಆದರೆ ಅವರ ಎಣಿಕೆ ತಪ್ಪಿತು. ಪಾಪ !

ಶೇಷಿಗೆ ಒಬ್ಬ ಅಂಣನಿದ್ದಾನೆ, ವಿದ್ಯಾವಂತ. ವಿದ್ಯಾವಂತ ಅಂದ ಮಾತ್ರಕ್ಕೆ ಬುದ್ಧಿವಂತ ಎಂದಾಗಲಿ, ಹೃದಯವಂತ ಎಂದಾಗಲಿ ಅರ್ಥವಾಗಲೇ ಬೇಕೆಂದೇನೂ ಇಲ್ಲವಲ್ಲಾ ? ಆದರೆ ಆತ ಡಿಗ್ರಿವಂತ ಎಂಬುದಂತೂ ನಿರ್ವಿವಾದ. ಆತನ ಅಧಿಕಾರ ಎಷ್ಟು ದೊಡ್ಡದೋ ಆತನ ಮನಸ್ಸು ಅಷ್ಟೇ ಸಂಣದು. ತಂಗಿಯನ್ನು ಆ ಮುದುಕನಿಗೆ ಮದುವೆಮಾಡಿ ತನಗೊಂದು ಸ್ಕೂಟರ್ ಗಿಟ್ಟಿಸಬೇಕೆಂಬಾಶೆ ಆತನಿಗೆ.

ಆ ಮುದುಕ ಎಂತಹ ಫಾಕಡಾ ಆಸಾಮಿ ? ಮದುವೆಯಾಗುವವರೆಗೂ ಎಲ್ಲರಿಗೂ ಅಂಗೈಯಲ್ಲಿಯೇ ಸ್ವರ್ಗವನ್ನು ತೋರಿಸಿದ. ಮರುದಿನವೇ ಥುತ್ ಅಂದ.

"ಹೀಗೋ ಇವನ ಸಮಾಚಾರ ? ನಮ್ಮ ಹುಡುಗಿ ನಮ್ಮ ಮನೆಯಲ್ಲಿ ಇರುತ್ತಾಳೆ."

ಎಂದಂದು ಬಿಟ್ಟಿತು ಶೇಷಮ್ಮನ ಬಳಗ.

ಅವರಿವರು ಮಧ್ಯೆ ಬಾಯಿ ಹಾಕಿ ಪಂಚಾಯಿತಿ ಮಾಡಲು ಮುಂದು ಬಂದರು.

ಶೇಷಮ್ಮನ ಅಪ್ಪ, ಅಮ್ಮ, ಏನಂದರು ?

"ನಮ್ಮ ಮಗಳು ಮಗಳಲ್ಲ, ಅದೂ ಒಂದು ಮಗ ಎಂದೇ ತಿಳಿದುಕೊಳ್ಳುತ್ತೇವೆ ನಾವು."

ಹೌದು, ಶೇಷಿಯನ್ನು ಗಂಡು ಎಂದು ತಾಯ್ತಂದೆ ತಿಳಿದರು ನಿಜ, ಆದರೆ ಶೇಷಿ ? ಶೇಷಿಯ ಮೈ ? ಶೇಷಿಯ ಮನಸ್ಸು ? ಯಾವ ಹೆಂಣಾದರೂ ತಾನು ಗಂಡು ಎಂದು ತಿಳಿದು ಹಾಗೇ ಬಾಳಿದುದು ಉಂಟೆ ಮಾನವ ಚರಿತ್ರೆಯಲ್ಲಿ ? ಗಂಡಾದರೆ ಅದಕ್ಕೊಂದು ಹೆಂಡತಿ ಬೇಕು, ಹೆಂಣಾದರೆ ಗಂಡ ಬೇಕು. ಈ ವಿಷಯದಲ್ಲಿ ಅಪ್ಪ ಅಮ್ಮ ತಿಳಿದುಕೊಳ್ಳುವುದೇನು ಬಂತು ?

ಹುಟ್ಟಿನಿಂದ ಶೇಷಮ್ಮ ಪತಿವ್ರತೆ. ಯಾರಲ್ಲ ? ಪ್ರತಿಯೊಂದು ಶಿಶುವೂ ಪತಿವ್ರತೆಯೇ. ಮದುವೆಯಾಯಿತು – ಅಥವಾ ಮದುವೆ ಆಯಿತು ಎಂದರು. ಹಿಂದೆಯೇ ಗಂಡ ಬಿಟ್ಟ ಎಂದೂ ಅಂದರು. ಶೇಷಿಗೆ ಅದೂ ಸಂಬಂಧವಿಲ್ಲ, ಇದೂ ಸಂಬಂಧವಿಲ್ಲ. ಗಂಡ ಬಿಟ್ಟರೂ ಪತಿವ್ರತೆಯೇ ಶೇಷಿ. ಅವಳ ಪಾತಿವ್ರತ್ಯ ಖಾಸಗೀ ಬ್ಯಾಂಕಿನ ಲಾಕರ್‌ನಲ್ಲಿಟ್ಟು ಬೀಗ ಹಾಕಿದಷ್ಟು ಭದ್ರವಾಗಿತ್ತು. ಕಳುವಾಗಲಿಲ್ಲ ಮಾತ್ರವಲ್ಲ, ಅವರಿವರು ನೋಡಲಿಕ್ಕೂ ಸಿಕ್ಕಲಿಲ್ಲ.

ಕಾಲ ಉರುಳಿತು, ಉರುಳುವುದೊಂದೇ ಅದರ ಕೆಲಸ. ಶೇಷಿಯ ತಂದೆ, ತಾಯಿ ಸತ್ತರು_ಇರುವಾಗಲೇ ಸತ್ತಂತಿದ್ದರು, ಸತ್ತ ನಂತರ ಇನ್ನೇನಿದೆ? ಈ ಜಗತ್ತಿನಲ್ಲಿ ಶೇಷಿಗೆ ಇನ್ನು ಉಳಿದವರೆಂದರೆ ಒಬ್ಬ ಅಣ್ಣ. ಮದುವೆಯಾದ ಅಂಣ, ಮಕ್ಕಳಿರುವ ಅಂಣ ಗಂಡ ಬಿಟ್ಟ ತಂಗಿಯನ್ನು ಜೋಪಾನ ಮಾಡಬೇಕೆಂಬ ಕಾಯಿದೆ ಎಲ್ಲಾದರೂ ಇದೆಯೇ ?

"ಅವರವರಿಗೆ ಅವರವರ ಸಂಸಾರವೇ ಭಾರ. ಕಾಲ ಹೀಗೆ ಬಂದಿದೆ"

ಎಂಬ ಮಾತು ಎಲ್ಲ ಕಾಲದಲ್ಲಿಯೂ ಸಕಾಲಿಕವೇ.

"ನೀನು ಮನೆ ಬಿಟ್ಟು ಹೋಗು"

ಎಂದು ಸ್ಪಷ್ಟವಾಗಿ ಹೇಳಿದ ಅಂಣ.

"ನಾನೆಲ್ಲಿ ಹೋಗಿಲಿ ಅಣ್ಣಯ್ಯಾ ?"

"ಸುಡುಗಾಡಿಗೆ ಹೋಗು"

ಇದು ಹೇಳುವಷ್ಟು ಸುಲಭವೇ ? ಹಾಗಿದ್ದಲ್ಲಿ ಈ ಬಡ ಜಗತ್ತು ಎಂದೋ ಬರಿದಾಗಿ ಹೋಗುತ್ತಿತ್ತು. ಯಾರಿಗಾದರೂ ಅರ್ಜಿ ಬರೆದು, ಊರ ಎಮ್ಮೆಲೆಯ ಸಿಫಾರಸು ಮಾಡಿಸಿ ಕಳಿಸಿದರೆ ಸುಡುಗಾಡಲ್ಲಿ ಅರ್ಜಿದಾರರನ್ನು ಸುಡುತ್ತಾರೆಯೆ ? ಇಲ್ಲ. ಸಾಯಬೇಕು ಮೊದಲು, ಅನಂತರ ಇದ್ದವರು ಸುಡುಗಾಡಿಗೆ ಸಾಗಿಸುತ್ತಾರೆ. ಶೇಷಿ ಸಾಯಲಿಲ್ಲ, ಅಂಣನ ಮಾತನ್ನು ನಡೆಸಿ ಕೊಡಲಿಲ್ಲ.

"ಗಂಡನ ಮನೆಗಾದರೂ ಹೋಗಿ ಬಿಡು ಶೇಷಿ !"

ಎಂದು ಪಕ್ಕದ ಮನೆ ಹೆಂಣುಗಳು 'ಹಿತ ವಚನ' ಹೇಳಿದರು.

"ಯಾವ ಗಂಡ ?"

ಎಂದು ಕೇಳಿದಳು ಶೇಷಿ. ಹದಿನೈದು ವರ್ಷಗಳ ಹಿಂದು–ಆಗವಳಿಗೆ ವಯಸ್ಸು ಒಂಭತ್ತು_ಒಬ್ಬ ಅರವತ್ತು ವರ್ಷಗಳ ಮುದುಕ ನಡುಗುವ ಕೈಯಿಂದ ಮಾಂಗಲ್ಯವನ್ನು ಅವಳ ಕತ್ತಿಗೆ ಕಟ್ಟಿದ್ದ_ನಂತೆ. ಶೇಷಿಗೂ ಕೊಂಚ ಕೊಂಚ ನೆನಪಿದೆ ನಿಜ. ಎಂದೋ ನೋಡಿದ ಸಿನೇಮಾ ಅದು. ಆನಂತರ ಹದಿನೈದು ವರ್ಷಗಳು ಸಂದಿವೆ_ಆ ಮುದುಕನ ಮುಖದ ದರ್ಶನವಿಲ್ಲ ಮಾತ್ರವಲ್ಲ, ಆ ಮುಖ ಹೇಗಿದೆ ಎಂಬೂದೂ ಮರೆತು ಹೋಗಿದೆ. ಮರೆತುದೇ ಒಳಿತಾಯಿತು. ಇಂದಾ ಮುಖ ಬಹು ಬದಲಾಗಿದೆ, ಅದೇನೋ ನೋಡಿ ಬಂದವರು ಹೇಳಿದ್ದರು ಶೇಷಿಗೆ. ಈಗ ಆಶ್ರಯವಿಲ್ಲೆಂದು ಶೇಷಿ ಹಳೆಯ ಗಂಡನ ಪಾದವೇ ಗತಿ ಎಂದು ಆತನಲ್ಲಿಗೆ ಹೋಗುವುದೆ ?

ಇನ್ನೊಂದು ಮದುವೆ ? ಗಂಡ ಸತ್ತಿಲ್ಲವಲ್ಲಾ ? ಎಲ್ಲರೂ ಯಾವುದಕ್ಕೆ ಸಂತೋಷ ಪಡುತ್ತಾರೊ, ಶೇಷಿ ಅದಕ್ಕೇ ದುಃಖ ಪಟ್ಟಳು. ಇತ್ತ ಮುತ್ತೈದೆ ಯಲ್ಲ, ಅತ್ತ ವಿಧವೆಯೂ ಅಲ್ಲ.

ಇನ್ನು ಶೇಷಿಗೆ ಅನ್ನದ ಮಾರ್ಗ ? ಇದ್ದುದನ್ನು ಮಾರಿಕೊಂಡು ತಿಂದು ಬದುಕುವುದು ಅನಿವಾರ್ಯವಾಯಿತು–ಮಾರಿಕೊಳ್ಳಲು ಏನಿದೆ ಶೇಷಿಯ ಬಳಿ? ಇದೆಯಲ್ಲಾ, ಪಾತಿವ್ರತ್ಯ! ಅವಳೂ ಜಾಣೆ_ಮಾರಲಿಲ್ಲ, ಆಗಾಗ ಬಾಡಿಗೆಗೆ ಕೊಟ್ಟು ಬಂದ ಹಣದಿಂದ ಬದುಕಿದಳು ಶೇಷಮ್ಮ.

"ಶೇಷಿ ಮುಂಡೆ ಹೀಗಾದಳು, ಥೂ !"

ಎಂದು ಧಿಕ್ಕರಿಸಿತು ಮಡಿವಂತ ಸಮಾಜ.

* * * *

ಸುಬ್ಬಮ್ಮನ ಕತೆ ಏನು ?

ಏನಿದೆ ಸುಬ್ಬಮ್ಮನ ಕತೆ ? ಎಲ್ಲ ಗರತಿ ಗಂಗಮ್ಮಗಳ ಕತೆಯೂ ಸಪ್ಪೆಯೇ.

ಆಕೆಯದೂ ಅದೇ ಮಾಮೂಲು ಕತೆ.

ದೊಡ್ಡ ಆಚಾರ್ಯರ ದಡ್ಡ ಮಗಳು ಸುಬ್ಬಮ್ಮ ಶಾಲೆಗೆ ಹೋಗಲಿಲ್ಲವೇ? ಸುಬ್ಬಮ್ಮನ ತಾಯಿಗೆ ಆ ಹುಚ್ಚು ಕೊಂಚ ಇತ್ತು ಮೊದ ಮೊದಲು. ಒಂದು ಸಲ ಆಚಾರ್ಯರ ಮುಂದು ಅಂದಳು ಕೂಡ.

"ಮನೆ ಹಿಂದೇ ಇದೆ ಹೆಂಣು ಮಕ್ಕಳ ಶಾಲೆ. ಸುಬ್ಬಿ ನಾಲ್ಕು ಅಕ್ಷರ ಕಲಿತು ಬರಲಿ, ಈಗಿನ್ನೂ ಆರು ವರ್ಷ ಅವಳಿಗೆ...."

ಛಿ ! ಮಾಡಿದರು ಗಂಡನಾದ ಗುಂಡಾಚಾರ್ಯರು.

"ನಮ್ಮ ಮನೇಲಿ ಗಂಡಸರೇ ಶಾಲೆಗೆ ಹೋಗುವುದಿಲ್ಲ, ಹೆಣ್ಣಿಗೇಕೆ ಶಾಲೆ, ಸಾಯಲಿಕ್ಕೆ? ಅಕ್ಷರ ಕಲಿತರೆ ಹೆಣ್ಣು ಕೆಡುತ್ತವೆ ಸ್ವಾತಂತ್ರ್ಯ ಕೂಡ ಬೇಕು ಅಂದಾವು ನಾಳೆ.

"ಮನು ಏನು ಹೇಳಿದ್ದಾನೆ ಗೊತ್ತೇನೇ ?"

"ಪಿತಾ ರಕ್ಷತಿ ಕೌಮಾರ್ಯೇ ಭರ್ತಾ ರಕ್ಷತಿ ಯೌವನೇ !

ಪುತ್ರೋ ರಕ್ಷತಿ ವಾರ್ಧಕ್ಯೇ ನಸ್ತ್ರೀ ಸ್ವಾತಂತ್ರ್ಯ ಮರ್ಹತಿ"

ವಿಷಯ ಯಾವುದೇ ಆಗಲಿ, ಸಂಸ್ಕೃತ ಶ್ಲೋಕ ಬಂದಕೂಡಲೇ ಮಾತು ಅಲ್ಲಿಗೆ ಮುಗಿಯಿತೆಂದೇ ಅರ್ಥ.

ಸುಬ್ಬಿ ಮದುವೆಗಾದಳು, ಸೋದರಮಾವನಿಗಾಗಿಯೇ ಹುಟ್ಟಿದ್ದಳು, ಮದುವೆಯಾದ ಆ ಮಾವ.

"ನನ್ನ ತಮ್ಮ ಬಿಟ್ಟಿ ಬಿದ್ದಿದ್ದಾನೆಯೇ ? ಬೇರೆ ವರನಾಗಿದ್ದರೆ ವರದಕ್ಷಿಣೆ ಕೊಡುತ್ತಿದ್ದಿರೋ ಇಲ್ಲವೋ ? ಅದನ್ನೇ ಅವನಿಗೆ ಕೊಡಿ."

ಒಂದೂವರೆ ಸಾವಿರ ವರದಕ್ಷಿಣೆ ವಸೂಲು ಮಾಡಿದ ಕಲ್ಲಾಚಾರಿ. ಕಲ್ಲಾಚಾರಿ ಎಂಬ ಯೋಗ್ಯ ವರನಿಗೆ ಸುಬ್ಬಮ್ಮ ಎಂಬ ಕನ್ಯಾರತ್ನವನ್ನು ಕೊಟ್ಟು ಆರ್ಯರು (?) ನಿಶ್ಚಯಿಸಿದಂತೆ ಗುರುಹಿರಿಯರ ಕೃಪೆಯಿಂದ ವಿವಾಹ ಮಹೋತ್ಸವವು ಬ್ರಹ್ಮಚಾರಿಯಾದ ಬಯಲು ಆಂಜನೇಯ ಸ್ವಾಮಿಯ ಗುಡಿಯ ಭವ್ಯ ಕಲ್ಯಾಣ ಮಂಟಪದಲ್ಲಿ ಜರುಗಿಹೋಯಿತು. ವಿಪ್ರೋತ್ತಮರು, ಸುವಾಸಿನಿಯರು ಬಂದು ಆಶೀರ್ವದಿಸಿ ಸ್ವಕ್ಚಂದನ ತಾಂಬೂಲಾದಿಗಳನ್ನು ತೆಗೆದು ಕೊಂಡು, ಉಂಡು, ಉಳಿದಷ್ಟನ್ನು ಕಟ್ಟಿಕೊಂಡು ತಂತಮ್ಮ ಮನೆಗಳಿಗೆ ಹೋದರು ಒಂದು ದಿನ.

ಇದು ಎಂದಿನ ಕತೆಯೋ ಯಾರಿಗೆ ನೆನಪಿದೆ ? ಇಪ್ಪತ್ತೈದು ವರ್ಷಗಳಲ್ಲಿ ಸತ್ತವರು ಎಷ್ಟೋ, ಹುಟ್ಟಿದವರು ಎಷ್ಟೋ ! ಕಲ್ಲಾಚಾರಿ ಸುಬ್ಬಮ್ಮ ಇದ್ದಾರೆ, ಅವರ ಆರು ಮಕ್ಕಳಿವೆ. ಮೂರು ಹೋಗಿವೆ, ಒಂದು ಮಾತ್ರ ವ್ಯರ್ಥ ಪ್ರಯತ್ನ ಆಯಿತು ಎಂದು ಆಗಾಗ ಗಂಡ,

ಹೆಂಡತಿ ಪೇಚಾಡಿಕೊಳ್ಳುವುದೂ ಉಂಟು. ಈಗ ಸುಬ್ಬಮ್ಮ ಹನ್ನೊಂದನೆ ಸಲ ಬಸಿರಿ.

"ನಮ್ಮ ಕೈಲೇನಿದೆ ? ದೇವರು ಕೊಟ್ಟರೆ ನಾವೇನು ಮಾಡಬೇಕು ?"

ಎಂಬುದು ಸುಬ್ಬಮ್ಮನ ವಾದ, ಸರಕಾರೀ ಆಸ್ಪತ್ರೆಯ ಲೇಡಿ ಡಾಕ್ಟರ ಮುಂದು.

"ದೇವರು ಕೊಟ್ಟರೆ ಆ ಮಕ್ಕಳನ್ನು ಗುಡಿಯಲ್ಲೇ ಬಿಟ್ಟು ಬನ್ನಿ, ಮನೆ ಗೇಕೆ ತರುತ್ತೀರಿ? ಮಳೆಯನ್ನು ದೇವರೇ ಕೊಡುತ್ತಾನೆ, ಕೊಡೆ ಏಕೆ ಹಿಡಿಯುತ್ತೀರಿ?"

ಔಷಧಿಯೇ ಬೇಡೆಂದು ಹೇಳಿ ಸಿಡಿ ಪಿಡಿ ಮಾಡಿ ಆಸ್ಪತ್ರೆಯಿಂದ ಹೊರ ಬಂದು ದಾರಿಯುದ್ದಕ್ಕೂ ಆ ಲೇಡಿ ಡಾಕ್ಟರನ್ನು ಬೈಯುತ್ತ ಮನೆ ಮುಟ್ಟಿದಳು ಸುಬ್ಬಮ್ಮ.

ಸುಬ್ಬಮ್ಮ ಅಸ್ಪತ್ರೆಗೆ ಏಕೆ ಹೋದಳು ? ಆರೋಗ್ಯ ಚೆನ್ನಾಗಿಲ್ಲವೆ ?

ಇಷ್ಟೆಲ್ಲ ಕತೆಯನ್ನು ಕೇಳಿದಮೇಲೂ ಸುಬ್ಬಮ್ಮನ ಆರೋಗ್ಯ ಚೆನ್ನಾಗಿಲ್ಲವೆ ಎಂದು ಕೇಳುವವರನ್ನು ಮೂರ್ಖರು ಎಂದೇ ಅನ್ನಬೇಕು ಸುಬ್ಬಮ್ಮನಿಗೆ ಮದುವೆ ಆದಾಗ ಆಕೆಯ ವಯಸ್ಸು ಹದಿಮೂರು. ಹದಿನಾಲ್ಕು ತುಂಬಲಿಲ್ಲ ತಾಯಿಯಾದಳು. ಅನಂತರ ಎಲ್ಲವೂ ದಬದಬ. ಇಪ್ಪತ್ತೈದು ವರ್ಷಗಳಲ್ಲಿ ಹನ್ನೊಂದನೆ ಬಸಿರು !

ಸುಬ್ಬಮ್ಮನ ಆರೋಗ್ಯ ಚೆನ್ನಾಗಿಲ್ಲವಲ್ಲ. ಆಕೆಗೆ ಆರೋಗ್ಯವೇ ಇಲ್ಲ, ಕ್ಷಯವಂತೆ ಪಾಪ !

ಇದೆಲ್ಲ ಆಯಿತು, ಸುಬ್ಬಮ್ಮನ ನಡತೆ ? ಅಂದರೆ ಪಾತಿವ್ರತ್ಯದ ಬಗ್ಗೆಯೇ? ಛಿ! ಅಂದವರ ಬಾಯಲ್ಲಿ ಹುಳು ಬೀಳುತ್ತದೆ. ಆಕೆಯ ಶೀಲದ ಬಗ್ಗೆ ಸಂಶಯ ಪಡುವವರು ಆಕೆಯ ಶತ್ರುಗಳಿಲ್ಲಿಯೂ ಇಲ್ಲ. ಅಕ್ಷರದಲ್ಲೂ ಪತಿವ್ರತೆ ಸುಬ್ಬಮ್ಮ. ಇನ್ನೊಂದು ಮಾತನ್ನು ಇಲ್ಲಿ ಹೇಳಲೇಬೇಕು – ಸುಬ್ಬಮ್ಮನ ಪಾತಿವ್ರತ್ಯ ಮುಕ್ಕಾಗಲು ಆಸ್ಪದವೆಲ್ಲಿದೆ, ಗುಂಡುಕಲ್ಲಿನಂತಹ ಕಲ್ಲಾಚಾರಿ ಇರುವಾಗ ? ಅಲ್ಲದೆ ಉಳಿದ ಗುಂಡುಗಳಿಗೂ ಒಂದು ಅಭಿರುಚಿ ಎಂಬುದಿಲ್ಲವೆ? ಪಾಪ!

* * * *

ಈ ಸುಬ್ಬಮ್ಮ, ಆ ಶೇಷಮ್ಮ ಅದೇಕೆ ನಿತ್ಯವೂ ಯುದ್ಧ ಮಾಡುತ್ತಾರಂತೆ?

ಇದಕ್ಕೆಲ್ಲ ಒಂದೇ ಕಾರಣ. ಅವರಿಬ್ಬರದೂ ಇದಿರುಬದರು ಮನೆಗಳು, ಅಷ್ಟೇ. ಮತ್ತೇನಿಲ್ಲ. ಇದಿರು ಮನೆಯಲ್ಲಿದ್ದರೆ ಜಗಳವಾಡಲೇಬೇಕೇ ? ಏನಾದರೂ ಒಳಕಾರಣವಿರಲೇಬೇಕು ಎಂಬುದು ಕೆಲವರ ಸಂಶಯ. ಶೇಷಿ ಏನಾದರೂ ಕಲ್ಲಾಚಾರ್ಯರನ್ನು.....?

ಛಿ ! ಶೇಷಿ ಕೆಟ್ಟಿದ್ದಾಳೆ ನಿಜ, ಆದರೆ ಆಕೆಯ ಅಭಿರುಚಿ ಮಾತ್ರ ಎಷ್ಟೂ ಕೆಟ್ಟಿಲ್ಲ. ಮನ್ಮಥನಂತಹ ಯುವಕರು ಹಿಪ್ಪಿ ಕೂದಲ ಹುಡುಗರು ನೋಟಿನ ಕಂತೆ ಹಿಡಿದು

ಕ್ಯೂನಲ್ಲಿ ನಿಲ್ಲುತ್ತಾರೆ. ಅವರನ್ನೆಲ್ಲ ಬಿಟ್ಟು ಶ್ರಾದ್ಧದ ಕೂಳುತಿಂದು ಹತ್ತು ಪೈಸೆ ದಕ್ಷಿಣೆ ತರುವ ಈ ಹೆಡ್ಡ, ಅರಸಿಕ, ಗರಗಸದ ಗಡ್ಡದ ಕಲ್ಲಾಚಾರಿಗೆ ಆ 'ಬೀ ಕ್ವೀನ್' ಶೇಷಿ ಬೀಳುತ್ತಾಳೆಂದರೆ ನಗುವ ಮಾತು. ಕಲ್ಲಾಚಾರಿಯ ಕನಸಿನಲ್ಲೂ ಆಕೆ ಬಾರಳು. ಈ ಸಂಶಯ ಸುಬ್ಬಮ್ಮನ ತಲೆಯಲ್ಲೂ ಇಲ್ಲ.

ಹಾಗಾದರೆ ಶೇಷಮ್ಮನನ್ನು ದ್ವೇಷಿಸಲು ಸುಬ್ಬಮ್ಮನಿಗೆ ಕಾರಣ ? ಒಂದೇ ಒಂದಿದೆ– ಅದೊಂದು ಬಗೆಯ ಮಾನಸಿಕ ರೋಗ. ಸುಬ್ಬಮ್ಮನ ಪಾತಿವ್ರತ್ಯವೇ ಆಕೆಯ ಮಾನಸಿಕ ರೋಗಕ್ಕೆ ಕಾರಣ. ಆಕೆಯ ಮಡಿವಂತಿಕೆಯ ದೃಷ್ಟಿಯಲ್ಲಿ ಶೇಷಿಯನ್ನು ಒಂದು ಪಿಶಾಚಿ, ರಾಕ್ಷಸಿ, ಅವಳ ಮುಖ ನೋಡಿದರೆ ಮತ್ತೆ ಸ್ನಾನ ಮಾಡಬೇಕು. ಸುಬ್ಬಮ್ಮ ಕಾಲು ಕೆದರಿ ಶೇಷಿ ಬೈಯುತ್ತ ಹೊರಕಟ್ಟೆಗೆ ನಿಲ್ಲುತ್ತಾಳೆ.

ಶೇಷಮ್ಮನ ಬಾಯಲ್ಲಿ ಕಡುಬು ಇದೆಯೇ ? ನೀನು ಅಂದರೆ ನಿಮ್ಮಪ್ಪ ಅನ್ನುವ ಗಠಾಣಿ ಅವಳು.

"ದಿನಕ್ಕೆ ಆರು ಜನ ಬಂದು ಹೋಗ್ತಾರಲ್ಲೇ ?"

ಸುಬ್ಬಮ್ಮ ಅಂದಾಗ "ನಿನಗೆ ಮೂವರನ್ನು ಕಳಿಸಲೇನು ?" ಎಂದು ಅನ್ನೂ ಅಂದಿತು ಶೇಷಿಯ ಮನಸ್ಸು. ಆಕೆ ಅಂಥವಳಲ್ಲ ಎಂದು ತನಗೆ ತಾನೇ ಸಮಾಧಾನ ಹೇಳಿಕೊಂಡು ಬೇರೆನೋ ಅಂದಳು ಶೇಷಿ. ಹೆಣ್ಣುಗಳು ರಸ್ತೆಗೆ ಬಂದು ಜಗಳಾಡಿದರೆ ಗಂಡುಗಳು ನಿಂತು ನೋಡುವುದು ತಪ್ಪೆ ? ತಿಕೀಟು ಇಲ್ಲದ ಸಿನೆಮಾ ಇದು.

"ಆ ಜುಜುಬಿ ಮುಂಡೀ ಬಾಯಿಗೆ ಹತ್ತಬ್ಯಾಡ ಅಂತೀನಿ"

ಎಂದು ತಮ್ಮಲ್ಲಿಯೆ ಗೊಣಗಿಕೊಂಡು ಸುಮ್ಮನಾಗುವುದು ಕಲ್ಲಾಚಾರಿಯ ಕಾರ್ಯಕ್ರಮ. ಈ ಜಗಳ ತಪ್ಪಬೇಕಾದರೆ ಒಂದೇ ಒಂದು ಮಾರ್ಗವಿದೆ– ಇಬ್ಬರಲ್ಲಿ ಒಬ್ಬರಾದರೂ ಮನೆ ಬದಲಿಸಬೇಕು, ಆದರೆ ಇಬ್ಬರದೂ ಸ್ವಂತ ಮನೆ. ಇನ್ನು ಇವರ ಜಗಳವೂ ಸ್ವಂತ.

ಒಂದು ಬೇಸಿಗೆ ರಾತ್ರಿ, ಮಧ್ಯಾಹ್ನ ಅದಾರದೋ ಮನೆಯಲ್ಲಿ ತಿಥಿ ಊಟ ಆಗಿತ್ತು ಕಲ್ಲಾಚಾರ್ಯರಿಗೆ. ರಾತ್ರಿ ಊಟ ಇಲ್ಲ. ಒಂದು ದೊಡ್ಡ ಚೊಂಬಿನ ತುಂಬ ನೀರು ಕುಡಿದು ಹೊರಕಟ್ಟೆಗೆ ಅಡ್ಡಾಗಿದ್ದರು. ವಿಪರೀತ ಸೆಕೆ, ಸಿಹಿ ತಿಂದ ಮೈಗೆ ಬೆವರು ಹೆಚ್ಚು. ಆಗಾಗ ಎದ್ದು ಕುಳಿತು ಮೀನಿನ ಬಲೆಯಂತಹ ತಮ್ಮ 'ಟ್ರಾನ್ಸ್‌ಪರೆಂಟ್' ನೀರ ಪಂಚೆಯಿಂದ ಬೆವರು ಒರೆಸಿ ಕೊಳ್ಳುತ್ತಿದ್ದರು.

ಸುಬ್ಬಮ್ಮ ಅಡುಗೆ ಮನೆಯಲ್ಲಿ ಅದು ಇದು ಮುಚ್ಚಿಡುವ ಕೆಲಸದಲ್ಲಿ ತೊಡಗಿದ್ದಳು. ಮಕ್ಕಳು ? ಕೆಲವು ಮಲಗಿದ್ದವು, ಹಲವು ಆಡುತ್ತಿದ್ದುವು, ಇನ್ನೂ ಕೆಲವು ಅಳುತ್ತಿದ್ದುವು.

ಇದ್ದಕ್ಕಿದ್ದಂತೆ ಶೇಷಿಮ್ಮ ಗಟ್ಟಿಯಾಗಿ ಚೀರಿದಳು 'ಅಯ್ಯೋ ! ಅಯ್ಯೋ' ಎಂದು. ಧ್ವನಿಯಲ್ಲಿ ಕಾತುರ, ಆಕೆಯ ಕೂಗಿಗೆ ಗಗನ ನಡುಗಿತು.

ಏನು, ಏನು ಎಂದನ್ನುತ್ತ ಸುತ್ತಮುತ್ತಲ ಮನೆಯವರು ಓಡಿ ಬಂದರು. ಕಲ್ಲಾಚಾರಿ ಕೂಡ ಬಂದರು. ಮೂಲೆಯಲ್ಲಿ ಗಡಗಡ ನಡುಗುತ್ತ ನಿಂತಿದ್ದ ಶೇಷಿ ಅಡುಗೆ ಮನೆಯತ್ತ ಕೈ ತೋರಿಸಿ ಹಾವು. ಹಾವು ಎಂದಂದಳು ಎರಡೆರಡು ಬಾರಿ. ಹೆಡೆ ಬಿಚ್ಚಿದ ಹಾವು ಇತ್ತೊಮ್ಮೆ ನೋಡಿತು.

"ನಮ್ಮನಾಗೆ ಈಟಿ ಅದೆ, ತರ್ತೀನಿ ನಿಲ್ರಿ"

ಎಂದು ಹೇಳಿ ಕಲ್ಲಾಚಾರಿ ಹೊರಗೋಡಿದರು. ನೇರವಾಗಿ ಬಚ್ಚಲ ಮನೆಗೆ ಹೋಗಿ ಅಟ್ಟದ ಮೇಲಿದ್ದ ಈಟಿಯನ್ನು ಕೈಲಿ ಹಿಡಿದು ಬಂದಾಗ ಹೆಂಡತಿ ಕೇಳಿದಳು.

"ಏನಂತೆ ? ಈಟಿ ಯಾಕೆ ತಂದ್ರಿ ?"

"ಹಾವು ಬಂದದೆ, ಶೇಷಮ್ಮನ ಮನಾಗೆ, ಪಾಪ....."

"ಹಾವು ಕಡಿದು ಸಾಯಲಿ ಆ ಹಾದರಗಿತ್ತಿ ಮುಂಡೆ. ನೀವದನ್ನ ಒಯ್ಯಬ್ಯಾಡ್ರಿ"

ಎಂದಂದು ಬಾಗಿಲಿಗೆ ಅಡ್ಡವಾಗಿ ಕೈಯಿಟ್ಟು ನಿಂತುಬಿಟ್ಟಳು. ಕಲ್ಲಾಚಾರ್ಯರಿಗೆ ಏನೆಲ್ಲಾ ಮಾಡುವ ಧೈರ್ಯವಿದೆ, ಶಕ್ತಿಯೂ ಇದೆ. ಆದರೆ ಯಾವುದೋ ಹಿಂದಿನ ಜನ್ಮದಿಂದ ಲಭಿಸಿದ ಈ ಏಕಮೇವ ಹೆಂಡತಿ ಹಾಕಿರುವ ಲಕ್ಷ್ಮಣ ರೇಖೆಯನ್ನು ದಾಡುವ ಉದ್ಧಟತನ ? ತ್ರಿಶೂಲವನ್ನು ಹಿಡಿದ ಕ್ಯಾಲೆಂಡರ್ ಪರಮೇಶ್ವರನಂತೆ ಪಾರ್ವತಿಯ ಪಕ್ಕದಲ್ಲಿ ಕದಲದೆ ನಿಂತು ಬಿಟ್ಟರು.

"ಹಾವು ಹೋತು, ಎಲ್ಲೋ ಮೋರಿ ಒಳಗಿನಿಂದ ಹೋತು"

ಎಂದನ್ನುತ್ತ ಬಂದಿದ್ದ ಜನ ಚದುರಿತು.

ಹಾವು ಹೊಕ್ಕ ಮನೆಯಲ್ಲಿ ಒಬ್ಬಳೇ ಮಲಗುವುದು ಹೇಗೆ ? ಮಲಗಿದಳು ಶೇಷಿ ಆ ದಿನ ಶೇಷಿಯ ಗೆಣೆಯರಾರೂ ಬರಲಿಲ್ಲವೇನು ? ಇಲ್ಲ ; ಒಂದು ಚಿಕ್ಕ ತಪ್ಪಾಗಿತ್ತು. ಮಗ ಬರುತ್ತಾನೆಂದು ಅಂಜಿ ತಂದೆ ಬರಲಿಲ್ಲ, ತಂದೆ ಬರುತ್ತಾನೆಂದು ನಂಬಿ ಮಗ ಬರಲಿಲ್ಲ. ಅಂತೂ ಇಂತೂ ತಂದೆ ಮಗ ಇಬ್ಬರೂ ಆ ಮನೆಯಲ್ಲಿಲ್ಲ. ಈ ಮನೆಯಲ್ಲಿ ಶೇಷಿ ಮತ್ತು ಹಾವು.

ಕಲ್ಲಾಚಾರ್ಯರ ತಲೆ ಕೆಲಸಮಾಡಿತು, ಬಾಯಿ ವಟಗುಟ್ಟಿತು.

"ಆ ಹಾವನ್ನು ಕೊಂದಿದ್ದರೆ ನೆಟ್ಟಗಿತ್ತು. ಈಗ ನಾವು ಮಲಗೋದಾದರೂ ಹ್ಯಾಗೆ ಅಂತೀನಿ. ಆ ಮನಿಯಿಂದ ಈ ಮನೀಗೆ ಹಾವು ಬರಲಾರದೇ ?"

ಥಟ್ಟನೆ ಹಾಸಿಗೆಯಿಂದ ಎದ್ದರು. ಚಿಕ್ಕ ಮಗಳು ಶಾಲೆಗೊಯ್ಯುವ ಕೈ ಚೀಲವನ್ನು ಹುಡುಕಿ ತೆಗೆದು ಅದರಲ್ಲಿ ಕೈ ಇಟ್ಟರು.

ಹಾ ! ಸಿಕ್ಕಿತು ಸಂಜೀವಿನಿ–ಸೀಮೆಸುಂಣ !

ಬಾಗಿಲ ಮೇಲೆ ಬರೆದರು ದೇವನಾಗರಿ ಲಿಪಿಯಲ್ಲಿ 'ಆಸ್ತಿಕ' ಎಂದು ಎರಡೆರಡು ಬಾರಿ.

"ಈಗ ಬರಲಿ ಆ ಸೂಳೇಮಗಂದು"

ಬಾಯಲ್ಲಿಯೆ ಅಂದುಕೊಳ್ಳುತ್ತ ಧೈರ್ಯವಾಗಿ ಮಲಗಿದರು, ತಮ್ಮ ಹರಕು ಸೊಳ್ಳೆಪರದೆಯಲ್ಲಿ ತೂರಿ. ನಡುರಾತ್ರಿ. ಎಲ್ಲರಿಗೂ ಗೊರಕೆ, ರೈಲ್ವೆ ಸಂಪು ಹೂಡಿದಾಗ ಗೂಡ್ಸ್‌ಷೆಡ್‌ನಲ್ಲಿ ಮಾಲುಗಳು ಅಸ್ತವ್ಯಸ್ತ ಬಿದ್ದಿರುವಂತೆ ಮಕ್ಕಳು ಮಲಗಿವೆ ಮನೆತುಂಬ. ಸುಬ್ಬಮ್ಮ ಎದ್ದಳು ಕಣ್ಣುಜ್ಜುತ್ತ, ನೀರಮನೆಗೆ ಹೋಗಿ ಬಂದಳು.

ಚಿಕ್ಕ ಬುಡ್ಡಿ ದೀಪ ಪಿಶಾಚಿಯಂತೆ ಕುಣಿಯುತ್ತಿದೆ, ಗಿರಣಿಯ ಚಿಮಣಿ ಯಂತೆ ಹೊಗೆ ಉಗುಳುತ್ತಿದೆ. ಇಪ್ಪತ್ತೈದು ಪೈಸೆ ಭಾಗ ಬೆಳಕು, ಎಪ್ಪತ್ತೈದು ಪೈಸೆ ಕತ್ತಲು ಆ ದೀಪದಿಂದ ದೃಷ್ಟಿ ಅತ್ತ ಬಿತ್ತು–ಗಂಡನ ಸೊಳ್ಳೆ ಪರದೆಯ ಮೇಲೆ ಹಾವು !

"ಅಯ್ಯಯ್ಯೋ ಹಾವು !"

ಗಟ್ಟಿಯಾಗಿ ಚೀರುತ್ತ ಓಡಿ ಬಂದು ತೆರೆದಳು, ಹೊರಗಡೆ ನಿಂತು ಲಬಲಬ ಬಾಯಿ ಬಡಿದುಕೊಂಡಳು. ಆ ಅಪರಾತ್ರಿಯಲ್ಲಿ ಯಾರು ಬರಬೇಕು?

"ಏನಾತು ಸುಬ್ಬಮ್ಮ ?"

ಶೇಷಿ ಕೇಳುತ್ತ ಹೊರಬಂದಳು.

"ಹಾ....ಹಾ....ಹಾವು....."

ಸುಬ್ಬಮ್ಮನ ಬಾಯಿಂದ ಮಾತು ಹೊರಡವು ; ಬಾಯಲ್ಲಿ ನಾಲಿಗೆಯೇ ಇಲ್ಲವಲ್ಲಾ, ಪಾಪ !

ಶೇಷಿ ಮನೆಯೊಳಕ್ಕೆ ನುಗ್ಗಿದಳು, ಒಂದರೆ ಕ್ಷಣ ನಿಂತು ನೋಡಿದಳು. ಕಲ್ಲಾಚಾರ್ಯರು ಒಂದು ಮಗುವಿನೊಂದಿಗೆ ಸೊಳ್ಳೆ ಪರದೆಯಲ್ಲಿ ಮಲಗಿದ್ದಾರೆ, ಪರದೆಯ ಮೇಲಿನ ಬಟ್ಟೆಯಲ್ಲಿ ಹಾವು. ಏರಲು ಬಾರದು, ಇಳಿಯಲು ಬಾರದು ಅದಕ್ಕೆ. ಬುಸುಗುಟ್ಟುತ್ತ ಒದ್ದಾಡುತ್ತಿದೆ, ಇತ್ತ ಮಕ್ಕಳು ಮಲಗಿವೆ.

ಒಳಬಂದಳು, ಒಂದು ಬಾರಿಗೆ ಎರಡೆರಡು ಮಕ್ಕಳಂತೆ ಹೊತ್ತು ಹೊರ ತಂದು ಎಲ್ಲವನ್ನೂ ಅಂಗಳಕ್ಕೆ ಹಾಕಿದಳು. ಅವು ಅಳುವಾಗ ಕಲ್ಲಾಚಾರ್ಯರಿಗೆ ನಿದ್ರಾಭಂಗವಾಯಿತು. ನಿದ್ರೆಗಣ್ಣಲ್ಲಿಯೇ

"ಮಲಗಿರೋ, ಯಾಕೆ ಸಾಯ್ತೀರಿ"

ಎಂದು ಗದರಿಸಿದರು, ಮತ್ತೆ ಮಲಗಿದರು.

ಮೂಲೆಯಲ್ಲಿದ್ದ ಈಟಿಕೋಲು ಕಣ್ಣಿಗೆ ಬಿತ್ತು. ಶೇಷಿ ಹುಲಿಯಾದಳು. ಒಂದೇ

ಏಟಿಗೆ ಹಾವನ್ನು ಅತ್ತ ಚಿಮ್ಮಿದಳು. ಅದು ನೆಲಕ್ಕೆ ಬಿದ್ದೊಡನೆ ತಲೆಗೇ ತಿವಿದಳು. ಆಚಾರ್ಯರು "ಆಸ್ತಿಕ" ಎಂದು ಬರೆದುದು ಸಾರ್ಥಕವಾಯಿತು.

ಮರುದಿನ ಸಗಣಿಯಿಂದ ನೆಲವನ್ನು ಸಾರಿಸುತ್ತಿದ್ದ ಸುಬ್ಬಮ್ಮನನ್ನು ಅದಾರೋ ಕೇಳಿದರು.

"ಯಾಕೆ ಸುಬ್ಬಮ್ಮಾ, ಬೆಳಿಗ್ಗೆ ಎದ್ದು ನೆಲ ಸಾರಸ್ತೀರಿ ?"

"ಆ ಹೊಲಸುಮುಂಡೆ ಶೇಷಿ ಮನಿವಳಗೆ ಬಂದಿದ್ಲು ನಿನ್ನೆ"

ಶೇಷಿ ಆ ದಿನವೇ ಬೇರೆ ಬಾಡಿಗೆ ಮನೆಗೆ ಹೊರಟುಹೋದಳು, ಹಾದರಗಿತ್ತಿಗೇ ಮೈಲಿಗೆ ಆಗುವಂತಹ ನೆರೆಹೊರೆ ಬೇಡೆಂದು.

....ಹರಿಕರ್ತಾ

"ಬ್ರಹ್ಮವರ್ಚಸ್ಸು ಅಂದ್ರೇನು ಅಂತ ಕೇಳೋವ್ರು ಒಮ್ಮೆ ನಮ್ಮ ಗೋಪಾಲಾಚಾರ ಮುಖ ನೋಡಬೇಕು"

ಹೀಗನ್ನುತ್ತಿದ್ದವರು ಯಾರು ? ಯಾವನೋ ಕಾಚಿಪೂಚಿ ದಡ್ಡ ಆಚಾರಿ ಅಲ್ಲ ; ಹಿರಿಯಾಚಾರ್ಯರಾದ ಸಾಕ್ಷಾತ್ ಕಲ್ಲಾಚಾರ್ಯರ ಬಾಯಿಂದ ಬಂದ ಮಾತಿದು. ಕಲ್ಲಾಚಾರ್ಯರ ಶಿಷ್ಯಕೋಟಿ ಎಷ್ಟು ? ಎಲ್ಲೆಲ್ಲಿ ? ಎಂತಂತಹರು?

ವೇದಮೂರ್ತಿ ಕಲ್ಲಾಚಾರ್ಯರ ಹೆಸರು ಕೇಳಿದರೇ ಸಾಕು, ಭಕ್ತಾದಿಗಳು ಕೈ ಮುಗಿಯುತ್ತಿದ್ದರು. ಬರೀ ಆ ಊರಿನ ಜನ ಮಾತ್ರವಲ್ಲ.

"ಇಡೀ ದೇಶ–ದಿಗ್ದೇಶ–ಹುಬ್ಬಳ್ಳಿ, ಬಾಗಲಕೋಟೆ, ನಂಜನಗೂಡು (ಇವು ಮೂರೇ ಅವರ ದಿಗ್ದೇಶ–ಓಣಿಗೊಬ್ಬ ಜಗದ್ಗುರು ಇಲ್ಲವೆ ?) ಈ ನಾನಾದೇಶಗಳಲ್ಲಿ ಹಿರೇ ಆಚಾರನ್ನ ಸಾಕ್ಷಾತ್ ದೇವರೂ ಅಂತ ಇವತ್ತಿಗೂ ಜನ ತಿಳೀತಾರೆ, ಅವರ ಮೃತ್ಯುತಿಥೀನ ಒಂದು ಆರಾಧನಿ ಮಾಡಿದ ಹಾಗೆ ಮಾಡತಾರೆ."

ಹೀಗೆಂದು ಆಚಾರ್ಯರ ಶಿಷ್ಯವರ್ಗದವರೊಬ್ಬರು ನನ್ನ ಮುಂದು ಬಹು ಹೆಮ್ಮೆಯಿಂದ ಹೇಳಿದುದುಂಟು. ಅಂತಹ ಕಲ್ಲಾಚಾರ್ಯರು ಈ ಗೋಪಾಲಾಚಾರ್ಯರ ಬಗ್ಗೆ ಹೇಳುವುದೆಂದರೆ ಎಂತಹ ಮಾತು ? ಹೌದು, ಯಾರೀ ಗೋಪಾಲಾಚಾರ್ಯರು ? ಯಾವನೋ ಒಬ್ಬ ಗೋ–ಪಾಲಾಚಾರಿಯಲ್ಲ. ಹಿರಿಯಾಚಾರ್ಯರೆಂದು ಪ್ರಖ್ಯಾತ ವಿದ್ವಾಂಸರಾಗಿದ್ದ ಮತ್ತು ದೈವಸಮಾನ ರಾಗಿದ್ದ ಅದೇ ಕಲ್ಲಾಚಾರ್ಯರ ಆರುವರ್ಷದ ಮಗ ಈ ಗೋಪಾಲ.

ಹಿರಿಯಾಚಾರ್ಯರು ತಮ್ಮ ಆರುವರ್ಷದ ಮಗ ಗೋಪಾಲನನ್ನು ಗೋಪಾಲಾಚಾರ್ಯರು ಎಂದೇ ಸಂಬೋಧಿಸುತ್ತಿದ್ದರು. ಇದಕ್ಕೆ ಕಾರಣ ? ಬೇರೆಯವರೂ ಹಾಗೆಯೇ ಅನ್ನಲಿ ಎಂಬಾಶೆ. ತಮ್ಮ ಸುಪುತ್ರನನ್ನು ಯಾರಾದರೂ ಗೋಪಾಲೀ ಎಂದು ಕರೆದುಬಿಟ್ಟರೆ ಗತಿ ?

ಬೆಳಿಗ್ಗೆ ಹಾಸಿಗೆಯಿಂದ ಎದ್ದೊಡನೆ ಅಂಗೈ ತಿಕ್ಕಿ "ಕರಾಗ್ರೇ ವಸತೇ ಲಕ್ಷ್ಮೀ, ಕರಮೂಲೇ ಸರಸ್ವತೀ...." ಆಚಾರ್ಯರಿಗೆ ಕೇಳುವಷ್ಟು ಗಟ್ಟಿಯಾಗಿ ಹೇಳುವುದು ಗೋಪಾಲ ಚಿಕ್ಕಂದಿನಲ್ಲಿಯೆ ಕಲಿತ ಪಾಠ. ಮೊದಲು ತಂದೆಗೆ ನಮಸ್ಕಾರ, ಆನಂತರ ತಾಯಿಗೆ–ತಂದೆ ಹೇಳಿದರೆ ಮಾತ್ರ. ಉಪನಯನದ ಮುಂಚೆಯೇ ತ್ರಿಕಾಲ ಸಂಧ್ಯಾವಂದನೆ ಕಂಠಗತವಾಗಿ ಹೋಯಿತು ಗೋಪಾಲನಿಗೆ. ಆಚಾರ್ಯರು ಶಿಷ್ಯರಿಗೆ ಹೇಳಿಕೊಡುತ್ತಿದ್ದಾಗ ಕೇಳಿಯೆ ಕಲಿತುಬಿಟ್ಟ ಹುಡುಗ.

"ನಿಂಗೆ ಇನ್ನೂ ಮುಂಜಿ ಆಗಿಲ್ಲಪಾ ಗೋಪಾಲಾಚಾರೂ. ಈಗಲೆ ಸಂಧ್ಯಾವಂದನಿ ಮಂತ್ರ ಅಂದ್ರೆ ಪಾಪ ಬರ್ತದೆ. ಅನಬ್ಯಾಡ"

ಎಂದು ಮಗನನ್ನು ಎಚ್ಚರಿಸಿ, ಕುಮಾರನ ಉಪನಯನವನ್ನು ಬೇಗ ಮಾಡಲು ಹಿರಿಯಾಚಾರ್ಯರ ಪತ್ನಿ ಗಂಡನನ್ನು ಒತ್ತಾಯ ಮಾಡಿದರು.

ತಮ್ಮ ಮಠದ ಯತಿವರ್ಯರಿಂದಲೇ ಮಗನಿಗೆ ಗಾಯಿತ್ರಿ ಮಂತ್ರೋಪದೇಶ ಮಾಡಿಸಬೇಕೆಂಬ ಅಭಿಲಾಷೆ ಹಿರಿಯಾಚಾರ್ಯರಿಗೆ. ಊರಿಗೆ ಶ್ರೀಗಳವರು ಬಿಜಯಂಗೈಯಲೆಂದು ಕಾದಿದ್ದರು. ಆ ಯೋಗವೂ ಅಭಿಸಿತು ಒಂದು ದಿನ. ಬಾಲ ಗೋಪಾಲಾಚಾರ್ಯರಿಗೆ ಯತಿವರೇಣ್ಯರೇ ಗಾಯಿತ್ರೀ ಉಪದೇಶ ವನ್ನು ಮಾಡಿದರು.

ಹಿರಿಯಾಚಾರ್ಯರ ವೀರ್ಯ, ಯತಿರೇಣ್ಯರ ಗುರೂಪದೇಶ–ವ್ಯರ್ಥವಾಗಲು ಸಾಧ್ಯವೆ ? ಗೋಪಾಲಾಚಾರ್ಯರು ಹೇಗಾದರು ? ಆ ಕಿರಿವಯಸ್ಸಿನಲ್ಲಿಯೇ ಮಹಾ ಮೇಧಾವಿ ಎಂದೆನಿಸಿಕೊಂಡರು. ಚಾಚೂ ತಪ್ಪದೆ ತ್ರಿಕಾಂಡ ಅಮರವನ್ನು ನಿದ್ರೆಯಲ್ಲೆಬ್ಬಿಸಿದರೂ ಹೇಳಿದರು. ರಾಮೋ ಹರಿಃಕರೀ ಭೂಭೃತ್ ಶಂಭುಃ ಕರ್ತಾಚ ಚಂದ್ರಮಾ_ಈ ಶಬ್ದಗಳನ್ನು ಏಳು ವರ್ಷಗಳಿದ್ದಾಗಲೆ ನಡೆಸುತ್ತಿದ್ದರು. ಸಮಾಸ, ಮಣಿಮಂಜರಿ, ಪುರುಷ ಸೂಕ್ತ, ಅಂಬ್ರಣೀಸೂಕ್ತ, ಅಶ್ವದಾಟೀ ದಶಾವತಾರ ಸ್ತುತಿ, ಮೇಲೆ ಶ್ರೀಮನ್ಮಧ್ವ ವಿಜಯ! ಇನ್ನೇನು ಬೇಕು, ಹೇಳಿ. ಮಹಾ ಮೇಧಾವಿಗಳು ಗೋಪಾಲಾಚಾರ್ಯರು ಎಂದು ಬ್ರಾಹ್ಮಣ್ಯ ಹೊಗಳಿ ಹಾಡಿತು.

"ನನ್ನ ಮಗ ಮಹಾಜ್ಞಾನಿ ಆಗ್ತಾನೆ, ಸಾಕ್ಷಾತ್ ವೇದವ್ಯಾಸನೇ ಆಗ್ತಾನೆ"

ಆಚಾರ್ಯರು ಎದೆಯುಬ್ಬಿಸಿ ಹೇಳುತ್ತಿದ್ದರು. ಹಿರಿಯಾಚಾರ್ಯರಿಗೆ ವಾಕ್ಸಿದ್ಧಿ ಆಗಿದೆ, ವಾಕ್‌ಶುದ್ಧಿ ಇದೆ. ಅಂತಹ ಪವಿತ್ರ ಜೀವಿಯ ಮಾತು ಅನೃತವಾಗಲು ಸಾಧ್ಯವೆ ? ಗೋಪಾಲಾಚಾರ್ಯರು ವಿಷ್ಣು, ನಾರದೀಯ, ಭಾಗವತ, ಗರುಡ, ಪದ್ಮ, ವರಾಹ,

ಮತ್ಸ್ಯ, ಕೂರ್ಮ, ಲಿಂಗ, ಶಿವ, ಸ್ಕಂದ, ಅಗ್ನಿ, ಬ್ರಹ್ಮ, ಬ್ರಹ್ಮಾಂಡ, ಬ್ರಹ್ಮವೈವರ್ತ, ಮಾರ್ಕಾಂಡೇಯ, ಭವಿಷ್ಯ, ವಾಯು ಎಂದೆಂಬ ಅಷ್ಟಾದಶ ಪುರಾಣಗಳಲ್ಲಿ ಅಸದೃಶ ಪಾಂಡಿತ್ಯವನ್ನು ಗಳಿಸಿದರು. ಅಪೌರುಷೇಯವೆಂದು ನಂಬಲ್ಪಟ್ಟ ಋಕ್, ಯಜುರ್, ಸಾಮ ಮತ್ತು ಅಥರ್ವ ವೇದಗಳಲ್ಲಿ ಗೋಪಾಲಾಚಾರ್ಯರನ್ನು ಮೀರಿಸುವಂತಹರು ಹುಟ್ಟಲಿಲ್ಲ.

ಇಂತಹ ವರಪುತ್ರರ ಬಗ್ಗೆ ಹಿರಿಯಾಚಾರ್ಯರಿಗೆ ಅಭಿಮಾನವಿದ್ದರೆ ತಪ್ಪೆ ?

"ಬ್ರಹ್ಮವರ್ಚಸ್ಸು ಅಂದ್ರೇನು ಅಂತ ಕೇಳ್ತೋವ್ರು ಒಮ್ಮೆ ನಮ್ಮ, ಗೋಪಾಲಾಚಾರ ಮುಖ ನೋಡಬೇಕು"

ಎಂದು ಹಿರಿಯಾಚಾರ್ಯರು ಹೇಳಿಕೊಂಡಿದ್ದರೆ ಏನಾಶ್ಚರ್ಯ ? ಎಳ್ಳಷ್ಟೂ ಉತ್ಪ್ರೇಕ್ಷೆ ಇಲ್ಲ. ಗೋಪಾಲಚಾರ್ಯರ ಮುಖದಲ್ಲಿ ಆ ತೇಜಸ್ಸು, ವರ್ಚಸ್ಸು ಮೂರ್ತೀಭವಿಸಿದ್ದುವು.

ಕಾಲ ಉರುಳಿತು, ಹಿರಿಯಾಚಾರ್ಯರಾದ ಕಲ್ಲಾಚಾರ್ಯರು ವೈಕುಂಠ ವಾಸಿಗಳಾದರು.

ಇದು ಗೋಪಾಲಾಚಾರ್ಯರ ಯುಗ-ಹಿರಿಯಾಚಾರ್ಯರಿಗೆ ಸಲ್ಲುತ್ತಿದ್ದ ಗೌರವಾತಿಥ್ಯ, ಪೂಜೆ, ಆದರಗಳು ಗೋಪಾಲಾಚಾರ್ಯರಿಗೂ ಸಂದುವು ಪಂಡಿತ ಪುಂಗವರಾದ ಗೋಪಾಲಚಾರ್ಯರಿಗಲ್ಲದೆ ಮತ್ತಾರಿಗೆ ಇದೆಲ್ಲ ಸಲ್ಲ ಬೇಕು ? ಆಚಾರ್ಯರು ಬೆಳಗಿನಲ್ಲಿಯೆ ರಾಘವೇಂದ್ರಸ್ವಾಮಿಗಳ ಮಠಕ್ಕೆ ಧಾವಿಸಿ, ವೃಂದಾವನ ದರ್ಶನ ಮಾಡಿಕೊಂಡು, ಪ್ರದಕ್ಷಿಣೆ ನಮಸ್ಕಾರಗಳನ್ನು ಪಾಂಗಿತವಾಗಿ ಮಾಡಿ ಮುಗಿಸಿ, ಹಣೆಗೆ ಮೃತ್ತಿಕೆಯನ್ನಿಟ್ಟು ಹೊರಬಂದ ರಾಯಿತು-ದಾರಿಯುದ್ದಕ್ಕೂ ಹೆಜ್ಜೆ ಹೆಜ್ಜೆಗೂ ನಮಸ್ಕಾರಗಳು.

ಗೋಪಾಲಾಚಾರ್ಯರ ಕಾಲಿಗೂ ನಮಸ್ಕಾರ, ಅವರು ಹೊದ್ದಿದ್ದ ಶಾಲಿಗೂ ನಮಸ್ಕಾರ!

ಮತ್ತಿಷ್ಟು ಕಾಲ ಉರುಳಿತು-ಕಾಲಕ್ಕೆ ಅದೊಂದೇ ಕೆಲಸ ?

ಇದ್ದಕ್ಕಿದ್ದಂತೆ ಊರಲ್ಲೊಂದು ಗುಜು ಗಜು, ಕೇವಲ ಹೆಂಗಳೆಯರಲ್ಲಿ.

"ಗೋಪಾಲಾಚಾರು ಆ ಭೀಮರಾಯನ ಹೆಂಡ್ತಿನ್ನ ಅಡ್ಡಗಟ್ಟಿದ್ದರಂತೆ. ಆ ಹುಡುಗೀನೆ ಹೇಳಿಕೊಂಡು ಅತ್ತಿತಂತೆ, ಪಾಪ !"

ಯಾರು ನಂಬಬೇಕು ಈ ಮಾತನ್ನು ?

"ಸುಳ್ಳಿದ್ದೀತು"

ಎಂದೂ ಅಂದು ಬಿಟ್ಟಿತು ಜನ. ಅಂಥಾ ಆಚಾರ್ಯರು ಹಾಗೆಲ್ಲ ಮಾಡುತ್ತಾರೆಯೆ?

"ಇದ್ದರೂ ಇದ್ದೀತು ಬಿಡಿ, ಅವರ ಕಕ್ಕನ ಮಗನ ಹೆಂಡ್ತಿನ್ನೇ ಒಮ್ಮೆ ಕೈ ಹಿಡಿದು

ಅಮ್ಮನವರ ಇಚ್ಛಾ !

ಬಿಟ್ಟಿದ್ದರಂತೆ ಈ ಆಚಾರ್ರು"

ಹೆಣ್ಣುಮಕ್ಕಳ ಸಭೆಯಲ್ಲಿ ಈ ಅಪಸ್ವರವೂ ಎದ್ದಿತು ಒಮ್ಮೆ ; ಯಾರೂ ನಂಬಲಿಲ್ಲ. ದೊಡ್ಡವರ ಬಗ್ಗೆ ಆಡಿಕೊಳ್ಳುವವರೂ ಹೆಚ್ಚು, ಅದನ್ನು ಸುಳ್ಳೆನ್ನುವವರು ಇನ್ನೂ ಹೆಚ್ಚು. ಗೋಪಾಲಚಾರ್ಯರಿಗೆ ವಯಸ್ಸು ಆಯಿತು, ಗಂಡು ಹೆಣ್ಣು ಮಕ್ಕಳು ಮೊಮ್ಮಕ್ಕಳು ಆದುವು. ಇನ್ನು ಇಂತಹ ಕತೆಗಳಿಗೆ ಆಸ್ಪದವೇ ಇಲ್ಲವಲ್ಲಾ ?

ಮನೆಕೆಲಸಕ್ಕೆ ಇಮಾಂಬಿ, ಕಸ, ಮುಸುರೆ ಮಾಡಿಕೊಂಡು ಹೋಗುವ ಹುಡಿಗಿ, ವಯಸ್ಸು ಹದಿನಾಲ್ಕು, ಹದಿನೈದು. ಇಷ್ಟು ಬೇಗ ಅದಕ್ಕೆಲ್ಲಿಯ ಮದುವೆ ? ಗೋಪಾಲಾಚಾರ್ಯರು ಸ್ವೀಕಾರಮಾಡಿ ಬ್ರಾಹ್ಮಣ ಪಿಂಡವನ್ನು ಅನುಗ್ರಹಿಸಿಯೇ ಬಿಟ್ಟರು ಇಮಾಂಬಿಗೆ. ಊರಲ್ಲೆಲ್ಲ ಇದೇ ಮಾತು. ಇಮಾಂಬಿಯ ತಾಯಿ ಖಾಸಿಂಬಿ ರಾಕ್ಷಸ ಹೆಣ್ಣು. ಗರ್ಭಿಣಿಯಾದ ಮಗಳನ್ನು ಕರೆದುಕೊಂಡು ಬಂದು ಬ್ರಾಹ್ಮಣ ಕೇರಿಯಲ್ಲಿ ನಿಂತು ಕಲಕಲ ಬಾಯಿ ಮಾಡಲು ಆರಂಭಿಸಿದಳು.

ಜನಕ್ಕೆ ಇದೇ ಬೇಕು–ಊರಿಗೆ ಊರೇ ನಿಂತು ನೋಡಿತು, ಕೇಳಿತು, ಸಂತೋಷಿಸಿತು.

ಸುಂದ್ರಮ್ಮನ ಎದೆಯಲ್ಲಿ ಬೆಂಕಿ.

ಆ ಸುಂದ್ರಮ್ಮನ ವರ್ಣನೆಯೂ ಬೇಕೆ ? ಅಂದವಿಲ್ಲ, ಚಂದವಿಲ್ಲ, ಹೆಸರು ಮಾತ್ರ ಲೋಕಸುಂದರಿ ಎಂಬ ಗಾದೆ ಮಾತನ್ನು ಸೃಷ್ಟಿಸಿದ ಆ ಮಹಾರಸಿಕ ಚಕ್ರವರ್ತಿ ಸುಂದರಮ್ಮನನ್ನು ನೋಡಿರಲೇಬೇಕು. ಗಡಿಗೆ ಮುಖ, ಒಂಟೆಯ ತುಟಿ, ಉಬ್ಬುಗಲ್ಲ, ಚಿಪ್ಪಗಣ್ಣು, ಚಿಪ್ಪರನೆತ್ತಿ–ಐದೇ ಐದು ಶಬ್ದಗಳಲ್ಲಿ ಆ ಲೋಕಸುಂದರಿಯ ವರ್ಣನೆ.

ಜಾಣೆಯಲ್ಲ ಮಾತ್ರವಲ್ಲ, ದಡ್ಡೆಯೂ ಹೌದು. ದೇವರು ಬುದ್ಧಿಯನ್ನು ಕೊಡಲಿಲ್ಲ, ಹೆತ್ತವರು ವಿದ್ಯೆಯನ್ನು ಕಲಿಸಲಿಲ್ಲ. ಮನುಷ್ಯ ರೂಪು ಪಡೆದು ಬಂದ ದ್ವಿಪಾದ ಪಶು ಅದು. ವಯಸ್ಸು ಬಂತು, ಮದುವೆ ಮಾಡಿದರು. ಆನಂತರ ಆಗುವುದೆಲ್ಲ ಪ್ರಕೃತಿಯ ಹೊಣೆ. ಹಂದಿಯಂತೆ ಮಕ್ಕಳನ್ನು ಹೆತ್ತಳು.

ಮಹಾ ಕುಶಲಮತಿಗಳು ಗೋಪಾಲಾಚಾರ್ಯರು, ಬುದ್ಧಿ ಪಾದರಸ. ಬುದ್ಧಿ ಇದೆ, ವಿದ್ಯೆ ಬಂತು. ಇಂತಹ ಚತುರಮತಿಗಳಿಗೆ ದಡ್ಡ ಹೆಂಡಂದಿರಂದರೆ ಬಹು ಇಷ್ಟ. ಅವರ ಪಾಲಿಗೆ ಹೆಂಡತಿ, ಸಾಕಿದ ಆಕಳು.

ಗೋಳೋ ಎಂದತ್ತಳು ಸುಂದರಮ್ಮ ಮುಸುಗಿಕ್ಕಿ. ಗಂಡನ ಮಾನ ಕಾಸಿಗೆ ಮಾರಾಟವಾಯಿತೆಂದಮೇಲೆ ಮತ್ತೇನಿದೆ ?

ಗೋಪಾಲಾಚಾರ್ಯರು ರಾತ್ರಿ ಹತ್ತಿರ ಬಂದಾಗ ಧೈರ್ಯ ಮಾಡಿ ಕೇಳಿಯೇ ಬಿಟ್ಟಳು.

"ಏನ್ರೀ ಅನ್ಯಾಯ ? ಊರಾಗೆ ತಲಿ ಎತ್ತಿ ಓಡಾಡೋ ಹಾಗಿಲ್ಲ, ಎಂಥಾ ಸುಡುಗಾಡು ಕೆಲಸ ಮಾಡಿಬಿಟ್ರಿ !"

ಏನುತ್ತರ ಕೊಟ್ಟೀತು ವಿಪ್ರವಾಣಿ ?

"ಹುಚ್ಚಿ, ನಾಡಹುಚ್ಚೀ ! ಮಾಡಲಿಕ್ಕೆ ನಾನೆಷ್ಟರವನು ? ನಹಂಕರ್ತಾ, ಹರಿರ್ಕರ್ತಾ"

ಎಂದಂದು ನಕ್ಕು ಇನ್ನೂ ಸನಿಯ ಬಂದರು.

"ಹಾಗಂದ್ರೇನ್ರಿ ?"

ಎಂದಿತು ದಡ್ಡ ಸುಂದ್ರಮ್ಮ.

"ನಾನೇನು ಮಾಡಬಲ್ಲೆ ? ಮಾಡಲು ನಾನೆಷ್ಟರವನು ? ಹರಿ ಮಾಡಿದ."

"ಹಾಗಾದರೆ ಸೈ"

ಮತ್ತೆ ಕಾಲ ಉರುಳಿತು. ಒಂದು ಸಂಜೆ ಆಚಾರ್ಯರ ಮಗಳು ಪಾರಾರಿ. ಕಿಡಿಕಿಡಿ ಆದರು ಗೋಪಾಲಾಚಾರ್ಯರು.

"ನಮ್ಮ ವಂಶ ಎಂಥಾದ್ದು ? ಹಿರೇ ಆಚಾರ್ರ ಮೊಮ್ಮಗಳು, ಮಗಳ ಮಗಳೂ ಅಲ್ಲ, ಮಗನ ಮಗಳು, ತತ್ರಾಪಿ ನನ್ನ ಮಗಳು, ಸುಧಾ ಪುರಾಣ ಹೇಳಿದೆ, ವೆಂಕಟರಮಣಸ್ವಾಮೀ ಸನ್ನಿಧಾನದಾಗೇ ಹೇಳಿದೆ, ಎಂಥಾ ಮಂಗಳ ಮಾಡಿದೆ ? ನಭೂತೋ ನಭವಿತವ್ಯಂ ಅಂಬೋ ಹಾಗೆ ಮಾಡಿಬಿಟ್ರು ಗೋಪಾಲಾಚಾರ್ರು ಅಂತ ಊರಿಗೆ ಊರೇ

ಕೂಗಿಬಿಟ್ಟಿತು ಇಂಥಾ ವಿಪ್ರೋತ್ತಮರ, ದ್ವಿಜೋತ್ತಮರ, ಪಂಡಿತ ಪುಂಗವರ, ಆಚಾರ್ಯರ ಮಗಳಾಗಿ, ಈ ಭ್ರಷ್ಟ ಮುಂಡೆ, ಆಯೋಗ್ಯ ಮುಂಡೆ ಆ ಬ್ಯಾಡ್ರ ಹುಡುಗನ್ನ ಮದಿವಿ ಆದಳೇ!........."

ಕುರಿಯಂತಹ ಸುಂದರಮ್ಮನ ತಲೆಯಲ್ಲೂ ಇದ್ದಕ್ಕಿದ್ದಂತೆ ಹುಳು ಮಿಸುಕಾಡಬೇಕೆ?

"ನೀವೇ ಹೇಳಿದಿರಲ್ಲಾ ಹರಿಕರ್ತಾ ಅಂತ ? ಆ ಹುಡಿಗೇನು ಮಾಡದೆ ಪಾಪ ! ಮಾಡಲಿಕ್ಕೆ ಆಕಿ ಎಷ್ಟರವಳು ? ಹರಿ ಮಾಡಿದ."

–: ಕಳ್ಳೇಕಾಯಿ :–

"ಸಂಣಾ !"

"ಯೇನು ಗುರು ?"

"ಇದೆಲ್ಲ ಜುಜುಬಿ ಸುಕ ಇಲ್ಲ. ಬ್ಯಾರೆ ಏನಾರ ಮಾಡ್ಬೇಕು ನಾವು."

"ಯೇಳು ಗುರೂ ! ನಿನ್ನ ಮಾತಿಗೆ ನಾ ಇಲ್ಲ ಅಂತೀನಾ ?"

ಕುಳಿತಲ್ಲಿಯೇ ತಲೆಯೋಡಿಸಿದ ತಿಂಮ. ಥಟ್ಟನೆ ಹೊಳೆಯಿತು ತಲೆಗೆ, ಬಾಯಿಬಿಟ್ಟ.

"ಸಂಣಾ !"

"ಯೇನು ಗುರೂ ?"

"ಹೀಗೆ ಮಾಡೋಣ"

"ಹೆಂಗೆ ?"

"ನೀನು ನಾಲ್ಕಾಣೆ ಹಾಕು, ನಾನು ನಾಲ್ಕಾಣೆ ಹಾಕ್ತೀನಿ....."

"ಹಾಕಿ ?"

"ಪೂರ್ತಿ ಕೇಳೆಲೋ ಬೇಕೂಪ !"

"ಯೇಳು ಗುರೂ, ನಾ ಬ್ಯಾಡೆಂದೆನಾ ?"

"ಎಂಟಾಣೆ ಕಳ್ಳೇಕಾಯಿ ತರೋಣ...."

"ಬೆಲ್ಲಾನೂ ತರೋಣ"

"ಥೂ, ನನ ಮಗನೆ ! ತಿನ್ನಾಕಲ್ಲಲೋ"

"ಮತ್ತೆ ?"

"ಹುರುದು ಮಾರಾಟ ಮಾಡೋಣ. ಲಾಭ ನೂರು ಪರ್ಸೆಂಟು"

"ಪಸ್ರೆಂಟು ಅಂದ್ರೇನು ಗುರು ?"

"ನಿನ್ನಮ್ಮನ ತಲಿ, ಮಗನೆ ! ಹೇಳಿದಷ್ಟು ಕೇಳು"

"ಕೇಳ್ತೀನಿ ಹೇಳು"

"ಪರ್ಸೆಂಟು ಅಂದ್ರೆ ಎಂಟಾಣೆಗೆ ಎಂಟಾಣೆ ಬರ್ತದೆ."

"ಹಂಗಾರ ನೂರೇ ಹಾಕೋನು. ತೊಗೋ ನನ್ನ ಐವತ್ತು"

"ಈಗಲೇ ಬೇಡವೋ, ಸುರುವಿಗೆ ಎಂಟಾಣೆ ಸಾಕು. ತಾ ನಿನ್ನ ನಾಲ್ಕಾಣೆ"

ಜೇಬಿನಿಂದ ಸಂಣ ತೆಗೆದು ತಿಂಮನ ಕೈಗೆ ನಾಲ್ಕಾಣೆ ಇತ್ತ. ಹಿಂದೆಯೇ

"ನಿನ್ನ ನಾಲ್ಕಾಣೆ ನಂಗೆ ತಾ ಮತ್ತೆ"

ಎಂದು ಕೈಯೊಡ್ಡಿದ ಸಾವಕಾಶವಾಗಿ ಸಂಣನಿಗೆ ವಿವರಿಸಿದ ತಿಂಮ.

"ಈ ಎಂಟಾಣೆ ಹಾಕಿ ಕಳ್ಳೆಕಾಯಿ ತರೋಣಲೆ. ಊರಾಗೆ ತಿರಿಗಿ ಮಾರಾಟ ಮಾಡೋಣ."

"ಅಂಗಾ, ಸರಿ"

ಇಬ್ಬರೂ ಪೇಟೆಗೆ ಹೊರಟರು. ಎಂಟಾಣೆ ಕಡಲೆಕಾಯನ್ನು ತಂದು ಹುರಿದರು, ಬುಟ್ಟಿಯಲ್ಲಿ ತುಂಬಿ ಅದರಲ್ಲಿ ಚಿಕ್ಕೊಂದು ಅಳತೆ ಕೊಳಿವೆಯನ್ನಿಟ್ಟು ಕೊಂಡು ಹೊರಟರು. ತಿಂಮನ ಕೈಯಲ್ಲಿ ಬುಟ್ಟಿ. 'ಕಳ್ಳೇಕಾಯಿ !' ಎಂದು ಕೂಗುವುದು ಸಂಣನ ಕೆಲಸ. ಕೊಂಚ ದೂರ ಸಾಗಿತು ಮೆರವಣಿಗೆ.

ಹುರಿದ ಕಡಲೇಕಾಯಿ ವಾಸನೆ ತಿಂಮನ ಮೂಗಿಗೆ ಬಡಿಯಿತು, ಬಾಯಿ ನೀರೊಡೆಯಿತು. ನಾಲಿಗೆಯ ಮೇಲೆ ತುಟಿ ಆಡಿತು.

"ಸಂಣಾ !"

"ಯೇನು ಗುರೂ ?"

"ಖಮ್ಮಗದೆ ಕಳ್ಳೆಕಾಯಿ. ಒಂದೆರಡು ತಿನ್ನೋಣವೆ ?"

"ತಿನ್ನಾಕಲ್ಲಲೇ ಮಗನೇ ! ಮಾರಾಟಕ್ಕೆ ಅಂತ ನೀನೇ ಹೇಳಿದೆಲ್ಲ ಗುರೂ? ನಿಂಗೆ ಅಷ್ಟು ಬೇಕಂದ್ರೆ ಕಾಸು ಕೊಡು, ತಿನ್ನು. ಯಾಪಾರ ಅಂದ್ರೆ ಯಾಪಾರ."

ಸಂಣನ ಮಾತು ಯಾವಾಗಲೂ ಖಡಾ ಖಂಡಿತ.

ತಿಂಮ ಒಳಜೇಬಿಗೆ ಕೈಬಿಟ್ಟ. ಅಲ್ಲೊಂದು ಹತ್ತು ಪೈಸೆ ದೊರೆಯಿತು.

"ಈ ಹತ್ತು ಪೈಸೇಗೆ ಕಳ್ಳೇಕಾಯಿ ತೊಗೋತೀನಿ"

"ಮೊದಲು ನನ್ನ ಕೈಯಾಗೆ ತಾ ಕಾಸು"

ಸಂಣ ವಸೂಲು ಮಾಡಿ ಕಾಸನ್ನು ಜೇಬಿಗೆ ಹಾಕಿದ, ಅನಂತರ ಅಳತೆ ಮಾಡಿ ತಿಂಮನ ಬೊಗಸೆಗೆ ಕಡಲೆಕಾಯಿ ಸುರಿದ. ಈಗ ಬುಟ್ಟಿ ಸಂಣನೆ ಬುಜಕ್ಕೆ. 'ಕಳ್ಳೇಕಾಯಿ' ಎಂದು ಕೂಗುವುದು ತಿಂಮನ ಸರದಿ.

"ಮಕ್ಕಳ ಇಸ್ಕೂಲ್ತಾಗೆ ಓಗಾನು ಗುರೂ ! ಅಲ್ಲಿ ಭಲೇ ಯಾಪಾರ"

ಸಂಣನ ಮಾತಿಗೆ ತಿಂಮ ತಲೆ ಹಾಕಿದ. ಇಬ್ಬರೂ ದೊಡ್ಡ ದೊಡ್ಡ ಹೆಜ್ಜೆ ಹಾಕಿದರು, ರಥ ಸಾಗಿತು.

ಸಂಣ ಆಗಾಗ ಮೂಗೇರಿಸಲಾರಂಣಿಸಿದ. ತಿಂಮ ಕೇಳಿದ.

"ಏನೋ ಸಂಣಾ, ಕಳ್ಳೇಕಾಯಿ ಘಮಘಮಾ ಅಂತದಾ ?"

"ಔದು ಗುರೂ !"

"ನೀನೂ ತಿನ್ನು ಬೇಕಾದರೆ, ಕಾಸು ಕೊಟ್ಟು."

ಬುಟ್ಟಿ ಕೆಳಕ್ಕಿಳಿಯಿತು.

"ತಾ ಹತ್ತು ಪೈಸೆ"

ತಿಂಮ ವಸೂಲ ಮಾಡಿ ಸಂಣನ ಕೈಗೆ ಕಡಲೆಕಾಯಿ ಹಾಕಿದ. ಬುಟ್ಟಿ ತಿಂಮನ ಭುಜವನ್ನೇರಿತು. ಕೂಗುವುದು ಸಂಣನ ಪಾಳಿ.

"ಸಂಣಾ !"

"ಯೇನು ಗುರೂ ?"

"ಹತ್ತು ಪೈಸೆ ತೊಗೊ, ಕಳ್ಳೇಕಾಯಿ ಕೊಡು."

ಬುಟ್ಟಿಗೆ ಪುರುಸೊತ್ತೇ ಇಲ್ಲ. ತಿಂಮನ ಹೆಗಲಿನಿಂದ ಸಂಣನ ಹೆಗಲಿಗೆ, ಸಂಣನ ಹೆಗಲಿನಿಂದ ತಿಂಮನ ಹೆಗಲಿಗೆ ಓಡಾಟವೇ ಓಡಾಟ.

ಅಂತೂ ಶಾಲೆಯ ಬಳಿ ಬಂದರು ಇಬ್ಬರೂ ಕಿರಿ ಹುಡುಗ ಓಡುತ್ತ ಬಂದು "ಒಂದು ಕಾಸಿಗೆ ಕಳ್ಳೇಕಾಯಿ ಕೊಡಿ"

ಎಂದಂದು ಕಾಸನ್ನು ಕೈಲಿ ಹಿಡಿದು ನಿಂತಿತು.

ಬುಟ್ಟಿ ಭುಜದಿಂದ ಕೆಳಕ್ಕಿಳಿಯಿತು. ಏನಿದೆ ಅದರಲ್ಲಿ ? ಬುಟ್ಟಿ ಖಾಲಿ, ತಿಂಮನ ಹತ್ತು ಪೈಸೆ ತಿಂಮನ ಜೇಬಿನಲ್ಲಿ.

"ಗುರೂ !"

"ಏನು ಸಂಣಾ ?"

"ಈ ಯಾಪಾರ ಬ್ಯಾಡ. ಮತ್ತೇನಾರೆ ಮಾಡೋಣ, ಹೇಳು"

"ತೆಲೆ ಓಡಿಸು ಗುರೂ !"

ಮರುದಿನ ತಿಂಮ ಮತ್ತು ಸಂಣ ಊರಲ್ಲಿ ಪೊರಕೆ ಮಾರುತ್ತಿದ್ದರು.

ಯಾರು ಬೇಕು ?

ಸಾತ್ವಿಕ ಸ್ವಭಾವದ ಮುಖ ಮುದ್ರೆ. ಮುಖವಷ್ಟೇ ಏಕೆ, ಮಾತೂ ಹಾಗೆಯೇ. ಬಾಯಿ ತೆರೆದರಾಯಿತು–ದೇವರು, ಧರ್ಮ, ಸ್ವರ್ಗ, ನರಕಗಳು ಸುರಿಮಳೆ. ದೈವತ್ವದ ವಿಷಯದಲ್ಲಿ ಶ್ರದ್ಧಾಳು ಮಾತ್ರವೇ ಅಲ್ಲ, ಸೆರೆ ಆಳೂ ಹೌದು. ಅಷ್ಟು ಭದ್ರವಾಗಿದೆ. ಶ್ರದ್ಧೆ. ಶ್ರದ್ಧೆಯೇ ಪುಣ್ಯ–ಸಂಶಯವೇ ಪಾಪ !

ಸೌಮ್ಯ ಸ್ವಭಾವ. ಯಾರನ್ನೂ ನೋಯಿಸಲಾರೆ ಎಂದನ್ನುತ್ತದೆ ಆ ಜೀವ.

ಜಾಣರೇನು ? ಹೌದು ಎಂದನ್ನಲಾರರು ಇವರನ್ನು ನೋಡಿದವರು. ಮಾತಿನಲ್ಲಂತೂ ಸುತರಾಂ ಚಮತ್ಕಾರವಿಲ್ಲ. ಕೆಲರನ್ನು ನೋಡಿದೊಡನೆ ಈ ಮನುಷ್ಯ ಬಹುಜಾಣ ಎಂದನಿಸುವುದುಂಟು. ಪ್ರಾಯಶಃ ಅವರ ಕಣ್ಣಲ್ಲಿಯ ಕಾಂತಿಯೂ ಈ ಭಾವನೆಗೆ ಪ್ರೇರಕವಾಗಬಹುದು. ಈ ಕಂಣು, ಈ ಮುಖದಲ್ಲಿ ಅಂತಹದೇನೂ ಇಲ್ಲ. ಎಷ್ಟೂ ಇಲ್ಲ. ಜಾಣ ಎಂದನಿಸುವುದಿಲ್ಲ ಮಾತ್ರವಲ್ಲ, ನಿಶ್ಚಿತವಾಗಿ ದಡ್ಡ ಎಂದನಿಸಿದರೂ ಆಶ್ಚರ್ಯವಿಲ್ಲ.

ಇಲ್ಲೊಂದು ಮಾತನ್ನು ಹೇಳದಿದ್ದರೆ ತಪ್ಪಾಗುವ ಸಂಭವ ಉಂಟು. ಕೇವಲ ಮುಖ, ಕಂಣುಗಳಿಂದ ಒಬ್ಬ ಮನುಷ್ಯ ಜಾಣ ಅಥವಾ ದಡ್ಡ ಎಂದು ಹೇಳಿದರೆ ಹಲಬಾರಿ ನಮ್ಮ ಊಹೆ ಶುದ್ಧ ತಪ್ಪು ಆಗುತ್ತದೆ. ಹೀಗೆ ಕಾಣುವವರು ಹಾಗಿರುತ್ತಾರೆ, ಹಾಗೆ ಕಾಣುವವರು ಹೀಗಿರುತ್ತಾರೆ. ಆದರೆ ಈ ಮುಖದ ವಿಷಯದಲ್ಲಿ ಮಾತ್ರ ಎರಡೆಂಬುದಿಲ್ಲ : ದಡ್ಡರಂತೆ ಕಾಣುತ್ತಾರೆ, ದಡ್ಡರೂ ಹೌದು. ಈ ವಿಷಯದಲ್ಲಂತೂ ಇವರ ಮುಖ ಸುಳ್ಳಾಡದು. ಈ ಒಂದು ಪ್ರಾಮಾಣಿಕತೆಗೆ ಮಾತ್ರ ಇವರ ಶತ್ರುಗಳೂ ಹೌದು ಹೌದೆನಬೇಕು.

ಮಾನವನ ಜೀವನದಲ್ಲಿ ಜಾಣತನವೇ ಶ್ರೇಷ್ಠವೇ ಎಂದೂ ಕೇಳುವವರಿದ್ದಾರೆ. ಇದೂ ಸಮಂಜಸವಾದ ಪ್ರಶ್ನೆಯೇ. ಎಲ್ಲ ಕಳ್ಳರೂ ಕಳೆದುಕೊಂಡವರ ಕಿಂತಲೂ ಜಾಣರು, ಎಲ್ಲ ಮೋಸಗಾರರೂ ಮೋಸಹೋದವರಕಿಂತಲೂ ಜಾಣರು. ಸಾಮಾನ್ಯ ಮತದಾರರಕಿಂತಲೂ ಚುನಾಯಿತರಾದ ಶಾಸಕರು ಜಾಣರೇ. ಬರೀ ಜಾಣತನಕ್ಕೆ ಯಾರೂ ತಲೆಬಾಗಬೇಕಿಲ್ಲ ಆದರೆ ಆ ಜಾಣತನದ ಉಪಯೋಗ ಹೇಗಾಗಿದೆ ಎಂಬುದು ಹೆಚ್ಚು ಮುಖ್ಯ. ನಮ್ಮ ಈ ಹೀರೋ ಜಾಣನೇ ಅಲ್ಲ ಅಂದಮೇಲೆ ಈತನ ಜಾಣತನದ ಉಪಯೋಗ ಹೇಗೆ ಆಗಿದೆ ಎಂಬ ಪ್ರಶ್ನೆ ಏಳುವುದೇ ಇಲ್ಲವಲ್ಲಾ ?

ಜಾಣರಲ್ಲದಿದ್ದರೆ ದೊಡ್ಡ ದೊಡ್ಡ ಡಿಗ್ರಿಗಳು. ಹೇಗೆ ಬಂದುವು ? ಈ ಪ್ರಶ್ನೆಯನ್ನು ದಡ್ಡರು ಕೇಳಬೇಕು. ಜಾಣತನಕ್ಕೂ ಡಿಗ್ರಿಗೂ ಗಂಟು ಹಾಕುವುದರಲ್ಲಿ ಏನೂ ಅರ್ಥವಿಲ್ಲ. ಬುದ್ಧಿ ಬೇರೆ, ಡಿಗ್ರಿ ಬೇರೆ. ಅಗಸನ ಕತ್ತೆ ಹೊಲಸು ಬಟ್ಟೆಯ ಮೂಟೆಯನ್ನು ಹೊತ್ತಂತೆ ಈ ಪ್ರಾಣಿ ಡಿಗ್ರಿಯನ್ನು ಹೊತ್ತಿದೆ, ಪಾಪ!

ಮಾನವರನ್ನು ಸ್ಥೂಲವಾಗಿ ಎರಡೇ ಬಗೆಯಾಗಿ ವಿಂಗಡಿಸುವುದು ಕೆಲವರ ಪದ್ಧತಿ. ಇವರು ದಡ್ಡತನಕ್ಕೂ ಸಂಪನ್ನತೆಗೂ ಕೊಂಡಿ ಹಾಕುತ್ತಾರೆ. ದಡ್ಡ, ಒಳ್ಳೆಯವ, ನಿಷ್ಕಪಟಿ, ಮೋಸವನ್ನರಿಯದವ, ಹೇಡಿ, ಸಂಪನ್ನ ಮುಂತಾದವು ಒಂದೇ ಅರ್ಥದ ನಾನಾ ಶಬ್ದಗಳು ಇವರ ದೃಷ್ಟಿಯಲ್ಲಿ. ಅಂತೆಯೇ ಜಾಣ, ದುಷ್ಟ, ಕಪಟಿ, ವಂಚಕ, ಘಟಿಂಗ ಮುಂತಾದುವೂ ಒಂದೇ ಅರ್ಥದ ಶಬ್ದಗಳು ಇವರ ಮೇರೆಗೆ. ಹೀಗೆ ಯಾವುದನ್ನೂ ಸಾಮಾನ್ಯ ತತ್ತ್ವಕ್ಕೆ ತಂದಿಳಿಸುವುದು ಸರಿಯಲ್ಲ ಎಂಬುದು ಇನ್ನೊಂದು ಅಭಿಪ್ರಾಯ. ಈ ಎರಡನೆ ಅಭಿಪ್ರಾಯಕ್ಕೆ ಈ ದಡ್ಡ ಮುಖ ಬೆಂಬಲಕೊಡುತ್ತದೆ ಆ ದಡ್ಡತನವೂ ಇದೆ, ಈ ವಂಚಕ ಶಕ್ತಿಯೂ ಇದೆ.

ನಂಬಿಕೆ ಎಂಬುದು ಜೀವನದಲ್ಲಿ ಒಳ್ಳೆಯದೋ ಕೆಟ್ಟದೋ ಎಂದು ಯಾರಾದರೂ ಕೇಳಿದರೆ ಥಟ್ಟನೆ ಉತ್ತರ ಹೇಳುವುದು ಕಷ್ಟ. 'ನಂಬಿ ಕೆಟ್ಟವ ರಿಲ್ಲವೋ ಗೋವಿಂದನ' ಎಂದು ದಾಸರು ಹಾಡಿದ್ದಾರೆ ನಿಜ. ಆದರೆ ನಂಬಿಕೆಗೆ ಅರ್ಹನಾದ ಆ ಗೋವಿಂದ ಯಾವನು ? ನಾವು ನಂಬಿದ ಗೋವಿಂದ ಕೈ ಕೊಟ್ಟರೆ ? ನಾವೇ ಗೋಽವಿಂದ ! ನಂಬಿಕೆ ಇಡುವ ಮುನ್ನ ನಂನಮ್ಮ ಗೋವಿಂದನನ್ನು ನಾವು ಜಾಗೃತೆಯಿಂದ ಆರಿಸಿಕೊಳ್ಳಬೇಕು, ಈ ವಿಷಯ ದಲ್ಲಂತೂ ನಮ್ಮ 'ಹೀರೋ' ಮಹಾದುರ್ದೈವಿ, ಪಾಪ ! ಒಂದು ಕತ್ತೆಯನ್ನು ಹಿಡಿದುಕೊಂಡಿದ್ದಾನೆ (ಈತ ಒಬ್ಬನೇ ಅಲ್ಲ. ಅನೇಕಾನೇಕ ಡಿಗ್ರಿ ಶ್ರೀಮಂತರೂ ಹಿಡಿದಿದ್ದಾರೆ). ಆ ಕತ್ತೆಯೇ ಐರಾವತ ಎಂಬುದಾತನ ಭದ್ರವಾದ ನಂಬಿಕೆ. ಎಲ್ಲರ ರೋಗಕ್ಕೂ ಈತ ಮದ್ದು ಕೊಡುವಾತ. ಈತನ ಈ ರೋಗಕ್ಕೆ ಎಲ್ಲಿದೆ ಮದ್ದು ? ಕೊಡುವವರಾರು ?

ಸಾಹಿತ್ಯದಲ್ಲಿ ಏನಾದರೂ ಅಭಿರುಚಿ ಇದೆಯೇ ? ಇದೆ. ಆದರೆ ಅದೊಂದು ರೀತಿಯದು. ಕೇವಲ ಪುರಾಣವಷ್ಟೇ ಸಾಹಿತ್ಯ ಎಂದು ನೀವು ಒಪ್ಪುವುದಾದರೆ ಇವರು ಉದ್ದಾಮ ಸಾಹಿತಿಗಳೂ ಹೌದು, ಮುದ್ದಾಂ ಸಾಹಿತಿ ಗಳೂ ಹೌದು.

ಸಂಗೀತ ? ಹೂಂ, ಅದೂ ಹೀಗೆಯೇ. ಇವರ ಐರಾವತದ ಭಜನೆಯಲ್ಲಿ ಅನನ್ಯ

ಭಕ್ತಿ. ಭಜನೆ ಎಂಬ 'ಹಿಸ್ಟೀರಿಯಾ' ಮಾತ್ರವೇ ಇವರ ಸಂಗೀತ, ಪಾಪ!

ದುಷ್ಟ ಚಟಗಳೆಂದು ಪ್ರಸಿದ್ಧಿಯಾಗಿರುವ ಚಟಗಳಲ್ಲಿ ಒಂದೂ ಇಲ್ಲ ನಮ್ಮ 'ಹೀರೋ' ದಾತ್ತ ಈ ವ್ಯಕ್ತಿಯಲ್ಲಿ. ಕುಡಿತ ? ಛಿ ! ಐರಾವತದ ಅಮಲಿನಲ್ಲಿರುವವರಿಗೆ ಬ್ರಾಂದಿ ತಾಗೀತೇ ? ಹಾವು ಕಚ್ಚಿದವನ ಬಳಿ ಜೇಳು ಬರಲೂ ಅಂಜುತ್ತದಂತೆ. ಕ್ಲಬ್ಬು ? ಇಸ್ಪೀಟು? ಕೇಳಬೇಡಿ. ಡಾಕ್ಟರುಗಳಿಗೆ ಸಿಗರೇಟು ಸಾಮಾನ್ಯ ಚಟ. ಇಂತಹ ಚಿಕ್ಕ ಪುಟ್ಟವುಗಳಲ್ಲಿ ಇವರಿಗೆ ಎಷ್ಟೂ ಆಸಕ್ತಿ ಇಲ್ಲ.

ಸರಕಾರೀ ಆಸ್ಪತ್ರೆಯ ಡಾಕ್ಟರು. ಅಂತಿಂತಹ ಮಾಮೂಲೀ ಡಾಕ್ಟರಲ್ಲ, ಬಹು ದೊಡ್ಡ ಡಾಕ್ಟರು. ದೊಡ್ಡ ಡಾಕ್ಟರು ಎಂದರೇನು ? ದೊಡ್ಡ ಸಂಬಳದ ಡಾಕ್ಟರೇ ದೊಡ್ಡ ಡಾಕ್ಟರು. ಅಷ್ಟು ದೊಡ್ಡ ಡಾಕ್ಟರಾದರೂ ಎಷ್ಟೂ ಸೊಕ್ಕು ಇಲ್ಲ. ಸೊಕ್ಕು, ಸೆಡವು ಗರ್ವ ? ಛಿ ! ಹಾಗಂದರೆ ಪಾಪ ಬಂದೀತು, ಅಂದವರ ಬಾಯಲ್ಲಿ ಹುಳು ಬಿದ್ದೀತು. ರೂಪಾಯಿ ಅಂದರೆ ಹಣ, ಹಣ ಅಂದರೆ ಲಕ್ಷ್ಮಿ, ಲಕ್ಷ್ಮಿ ಅಂದರೆ ದೇವರ ಹೆಂಡತಿ. ದೇವರಕಿಂತಲೂ ದೇವರ ಹೆಂಡತಿಗೇ ಶಕ್ತಿ ಹೆಚ್ಚು. ಆದುದರಿಂದ ನಮ್ಮ 'ಹೀರೋ'ನ ಕಂಣು ಅನುಗಾಲವೂ ದೇವರ ಹೆಂಡತಿಯ ಮೇಲೆ–ಅರ್ಥಾತ್ ರೂಪಾಯಿಯ ಮೇಲೆ. ಸ್ಟೆಥೋಸ್ಕೋಪ್ ಮೇಲೆ ಕೈ, ರೋಗಿಯ ಜೇಬಿನ ಮೇಲೆ ಕಂಣು.

ಸರಕಾರೀ ಆಸ್ಪತ್ರೆ ಎಂದರೆ ಧರ್ಮಾಸ್ಪತ್ರೆ ಅಲ್ಲವೇನ್ರಿ ? ಧರ್ಮಾಸ್ಪತ್ರೆಗೆ ಬರುವ ರೋಗಿಗಳೂ ಧರ್ಮಕ್ಕೆ ಬಂದವರೇ. ಅರ್ಥಕ್ಕೆ ಗತಿ ಇಲ್ಲ–ಧರ್ಮಕ್ಕೆ ಬಂದರು.

"ನಮ್ತಾಗೆ ಕಾಸು ಇದ್ದಿದ್ರೆ ನಾವೂ ಪರ್ವೇಟು ದಾಕ್ತಾರ ತಾಗೇ ಓಗ್ತಿದ್ವಿ"

ಎಂದನ್ನುತ್ತಾನೆ ಬಡ ಬೋರೇಗೌಡ. ಸರಕಾರೀ ಆಸ್ಪತ್ರೆಯೇ ಗತಿ ಇವನಿಗೆ. ಒಳಬಂದೊಡನೆಯೆ ಈ ಮುಖದ ದರ್ಶನ–ಇವರೇ ಬಡ ಬೋರೇ ಗೌಡನ ಆರೋಗ್ಯದಾತ, ಆಯುಷ್ಯದಾತ, ಸಾಕ್ಷಾತ್ ದೇವರು.

"ಮೂರು ರೂಪಾಯಿ ತಂದೀದಾ ?"

ಇದು ನಮ್ಮ ಶೀಲವಂತ ಹೀರೋನ ಮೊದಲ ಪ್ರಶ್ನೆ. ನಿನಗೇನಾಗಿದೆ ಎಂದು ರೋಗಿಯನ್ನು ಕೇಳುವ ಬದಲು, ನಿನ್ನಲ್ಲೆಷ್ಟಿದೆ ಎಂದು ಕೇಳುವುದೇ? ಈ ನಡತೆ ಇವರ 'ಹೈರಾವತ'ಕ್ಕೆ ಒಪ್ಪಿಗೆಯೇ ? ಸಮ್ಮತಿಯೆ ? ಸಂತೋಷವೇ?

ಈ ಹೀರೋಗೆ ಹೆಂಡತಿ ಇಲ್ಲವೆ ? ಇದು ನಿಜಕ್ಕೂ ಅಧಿಕಪ್ರಸಂಗಿಯ ಪ್ರಶ್ನೆ. ಹೆಂಡತಿ ಇಲ್ಲದೆ ಇದ್ದಾರೆಯೇ ?

"ಆ ಇನ್ನೊಬ್ಬರು ಯಾರು ಸ್ವಾಮೀ ?"

"ನಿನಗೇಕಯ್ಯ ತಲೆಹರಟೆ ? ಆಕೆ ನನ್ನ ಗಿಂಡತಿ"

* * * *

ಈ ಇನ್ನೊಂದು ಜೀವನ ಪರಿಚಯವನ್ನಿಷ್ಟು ಮಾಡಿಕೊಳ್ಳೋಣವೆ ?

ಟನ್‌ಗಟ್ಟಲೆ ಕಹಿ ಉಂಡಿದ್ದಾರೆ–ಜೇನು ಮೆದ್ದವರ ಮುಖ. ಇದು ಹೇಗೆ ಸಾಧಿಸಿತು ಸಾರ್ ? ಎಂದು ಕೇಳುವವರಿದ್ದಾರೆ, ಕೇಳಿದವರೂ ಇದ್ದಾರೆ.

ಯಾವುದಾದರೂ ಐರಾವತದ ಕೃಪೆ ಇರಬಹುದೇ ? ಛೀ ! ಇವರಿಗಾವ ಕತ್ತೆಯೂ ಬೇಕಿಲ್ಲ, ಕುದುರೆಯೂ ಬೇಕಿಲ್ಲ. ಸಂಕಟ ಬಂದಾಗ ವೆಂಕಟರಮಣ? ಈ ರಮಣ, ಮರಣಗಳಾವೂ ಬಾರವು ಇವರ ಸನಿಯ. ಹಾಗಾದರೆ ಮನಶ್ಶಾಂತಿ ? ಮನಶ್ಶಾಂತಿ ಎಂಬುದು ಸಾಧುಗಳ ಗುಜರಿ ಮಾರ್ಕೆಟ್‌ನಲ್ಲಿ ಸಿಕ್ಕುವ ಮಾಲೇನು ಎಂದು ಮರುಪ್ರಶ್ನೆ ಹಾಕಿ ಮುಖ ನೋಡುತ್ತಾರೆ.

ಪ್ರತಿಯೊಬ್ಬ ಮಾನವನ ಬಾಳಲ್ಲಿಯೂ ಏನೇನೋ ಘಟನೆಗಳಾಗುತ್ತವೆ. ಅನುಕೂಲವಾದುದನ್ನು ಒಳ್ಳೆಯವು ಅನ್ನುತ್ತೇವೆ, ಬೇಡಾದುವನ್ನು ಕೆಟ್ಟುವು ಅನ್ನುತ್ತೇವೆ ಅಷ್ಟೇ. ನೋವಾದಾಗ ತುಟಿ ಕಚ್ಚಿ ಅದನ್ನೂ ಉಂಡುತ್ತೇನೆ. ಯಾವ ದಾಸಯ್ಯನಿಗೂ ಮೊರೆ ಹೋಗಲಾರೆ. ಒಬ್ಬರು ಬೂದಿ ಕೊಡುತ್ತಾರೆ. ಇನ್ನೊಬ್ಬರು ಇಜ್ಜಲು ಕೊಡುತ್ತಾರೆ. ಸತ್ತವರನ್ನಂತೂ ಯಾರೂ ತಂದುಕೊಟ್ಟಿಲ್ಲ. ಅವರಿವರ ಬೆನ್ನು ಹತ್ತುವುದು ಮೂರ್ಖತನ ಎಂಬುದಿವರ ಭದ್ರವಾದ ನಂಬಿಕೆ. ಬರೀ ಇಷ್ಟೇ ಅಲ್ಲ. ತಮ್ಮ ಗೋಳನ್ನು ಇನ್ನೊಬ್ಬರ ಮುಂದು ಹೇಳಿಕೊಂಡುದೂ ಇಲ್ಲ.

"ಹೇಳಿದರೆ ಮಾತ್ರ ಏನು ಪ್ರಯೋಜನ ಸಾರ್ ? ಅವರಿಗೂ ಅವರ ಕತೆ ಇಲ್ಲವೇ?"

ಇದು ತಿಳುವಳಿಕೆ, ಇದು ಮನೋಧಾರಡ್ಯ. ಇದು ಎಲ್ಲರಿಗೂ ಸಾಧ್ಯವೇ ಡಾಕ್ಟರೇ ಎಂದೊಮ್ಮೆ ಕೇಳಿದೆ. ಅದಕ್ಕೇನು ಅವರ ಉತ್ತರ ?

"ಒಬ್ಬನಿಗೆ ಸುಲಭವಾಗಿ ಸಾಧ್ಯವಾದುದು ಇನ್ನೊಬ್ಬನಿಗೆ ಕಷ್ಟ ಸಾಧ್ಯವಾದರೂ ಆಗಲೇಬೇಕು. ಬಾಳನ್ನು ಅರ್ಥಮಾಡಿಕೊಳ್ಳಬೇಕು. ಆತ್ಮವಿಶ್ವಾಸ ತಾನೇ ಹುಟ್ಟುತ್ತದೆ."

ಎಂತಹ ಅರಿವು, ಎಂತಹ ವಿವೇಕ ! ಹೆಂಡತಿ ಸತ್ತ ಗಂಡಂದಿರು, ಮಕ್ಕಳು ಸತ್ತ ತಾಯ್ತಂದೆಗಳು, ಹುಚ್ಚ ಮಕ್ಕಳನ್ನು ಹೆತ್ತವರು, ಮಕ್ಕಳಿಲ್ಲದ ಶ್ರೀಮಂತ ಡಿಗ್ರಿವಂತರು, ಇವರಿಗೆಲ್ಲ ಇದು ತಿಳಿಯಬಾರದೇ ? ಇವರೆಲ್ಲ ಸ್ವರ್ಗಕ್ಕೆ ಒಳದಾರಿಯನ್ನು ಹುಡುಕುವ ಬಕರಾಗಳು. ಒಳದಾರಿ ಸಿಗುವುದಿಲ್ಲ ಮಾತ್ರವಲ್ಲ, ಇರುವ ದಾರಿಯೂ ತಪ್ಪುತ್ತದೆ

"ಸ್ವರ್ಗಕ್ಕೆ ಒಳದಾರಿ ಇಲ್ಲವೇನ್ರಿ ಹಾಗಾದರೆ ?"

"ಚೆನ್ನಾಗಿ ಕೇಳಿದಿರಿ ಸ್ವಾಮೀ ! ಸ್ವರ್ಗ ಎಂಬುದೇ ಇಲ್ಲ, ಇನ್ನು ಒಳದಾರಿ ಎಲ್ಲಿ ಬಂತು ?"

ಮಿತ್ರರೊಬ್ಬರೊಡನೆ ಆ, ಈ ಮಾತಾಡುತ್ತ ಕುಳಿತಾಗ ಈ ಡಾಕ್ಟರ ವಿಷಯ ಅದು ಹೇಗೋ ಬಂತು. ಥಟ್ಟನೆ ಅಂದೇ ಬಿಟ್ಟರವರು

"ಅವರೆಂಥಾ ಡಾಕ್ಟರು ಸಾರ್ ? ಹಣ ಮಾಡುವುದು ಅವರ ಜಾಯ ಮಾನದಲ್ಲಿಯೇ

ಇಲ್ಲ. ಇಂಜೆಕ್ಷನ್ ಕೊಟ್ಟು ಕಾಸು ಗಿಟ್ಟಿಸಬೇಡವೇ ಡಾಕ್ಟರಾದವನು ? ಚೂಟಿ ಔಷಧಿ ಹೇಳಿ ಕಳಿಸಿಬಿಡುತ್ತಾನೆ ಪುಣ್ಯಾತ್ಮ."

ಗಹಗಹಿಸಿ ನಕ್ಕುಬಿಟ್ಟರು ಮಿತ್ರರು.

"ಹೌದೇ ? ಹಣದ ಆಶೆ ಇಲ್ಲ ಅಂದರೆ ಅವರೇನು ಶ್ರೀಮಂತರೇನ್ರೀ?"

"ಶ್ರೀಮಂತಿಕೆ ಎಲ್ಲಿ ಬಂತು ಸ್ವಾಮೀ ! ಸಂಬಳ ಸಾಕು ಅಂತಾರೆ. ತೃಪ್ತಿ ಇದೆ."

"ತೃಪ್ತಿ ಇದ್ದವನೇ ಶ್ರೀಮಂತ. ಅಲ್ಲವೇ ?"

"ಆ ಅರ್ಥದಲ್ಲಿ ಅವರು ನಿಜವಾಗಿಯೂ ಶ್ರೀಮಂತರು."

ನನಗೊಮ್ಮೆ ಸಿಕ್ಕಿದರು ಈ ಡಾಕ್ಟರು. ಐಷಾರಾಮವಾಗಿ ಹರಟುತ್ತ ಕುಳಿತಾಗ ಅವರನ್ನು ಕೇಳಿದೆ.

"ನಿಮಗೆ ದೇವರಿದ್ದಾನೆ ಎಂದು ನಂಬಿಕೆ ಇದೆಯೇ ?"

"ಆತ ಇದ್ದರೆಷ್ಟು, ಇಲ್ಲದಿದ್ದರೆಷ್ಟು ? ನಾನೇನು ಮಾಡುವುದಿದೆ ಸಾರ್, ಅದನ್ನೆಲ್ಲ ತೆಗೆದುಕೊಂಡು ? ನನ್ನ ಡ್ಯೂಟಿ ನನ್ನ ದೇವರು, ಆ ಶ್ರದ್ಧೆ ಒಂದು ನನಗಿದೆ, ಸ್ವಾಮೀ ! ಸರ್ಜನ್ ಆಗಿ ಆಸ್ಪತ್ರೆಯಲ್ಲಿಟ್ಟರು, ಆಗ ಆ ರೋಗಿಗಳೇ ನನ್ನ ದೇವರು. ಆನಂತರ ಪಾಠ ಹೇಳು ಎಂದು ಕಾಲೇಜಿಗೆ ಕಳಿಸಿದರು, ವಿದ್ಯಾರ್ಥಿಗಳಿಗೆ ಹೇಳುವುದೇ ನನ್ನ ದೇವರ ಪೂಜೆ ಆಯಿತು."

ಕರ್ತವ್ಯ ದೇವರು, ಶುದ್ಧ ಹಸ್ತರಾಗಿರುವುದೇ ಪೂಜೆ. ಇದು ಈ 'ಹೀರೋ'ನ ನಂಬಿಕೆ, ವೃತ್ತಿಗೆ ಸಂಬಂಧವಿಲ್ಲದ ಯಾವಾವುದರಲ್ಲಿಯೋ ಆಸಕ್ತಿ–ಯಾವುದರಿಂದಲೂ ಬಿಡಿ ಕಾಸಿನ ಲಾಭವಿಲ್ಲ. ಲಾಭವಿಲ್ಲ ಮಾತ್ರವಲ್ಲ, ಕೈ ಯಿಂದ ಕರ್ಚೂ ಉಂಟು. ಚಿತ್ರಕಲೆಯಲ್ಲಿ ಆಸಕ್ತಿ, ನಾಯಿಯ ಮೇಲೆ ವಾತ್ಸಲ್ಯ, ಹೊಸ ಹೊಸ ಶಬ್ದಗಳನ್ನು ಸೃಷ್ಟಿಮಾಡುವ ಹುಚ್ಚು. ಈ ಎಲ್ಲವೂ ಕರ್ಚಿನ ಬಾಬುಗಳೇ. ಇವರೆಂತಹ ಡಾಕ್ಟರು ಅಂತೀರಾ ? ಹೌದು, ಇವರು ಅಂತಹ ಡಾಕ್ಟರೇ !

ನಾನು ಸರ್ವಜ್ಞ ಎಂಬ ಭಾವನೆ ಸುತರಾಂ ಇಲ್ಲ. ಏನೇನನ್ನೆಲ್ಲ ಅರಿಯ ಬೇಕೆಂಬ ಆಶೆ, ಕುತೂಹಲ. ಒಳ್ಳೆಯ ಜಿಜ್ಞಾಸು. ಅರಿತವರು ಮಾತನಾಡಿದಾಗ ಶ್ರದ್ಧೆಯಿಂದ ಕೇಳುತ್ತಾರೆ. ಅನೇಕರು ಕೇಳುತ್ತಾರೆ ಬಿಡಿ, ಈ ಕಿವಿಯಿಂದ ಕೇಳಿ ಆ ಕಿವಿಯಿಂದ ಹೊರಬಿಡುವವರಿದ್ದಾರೆ. ಈ ಡಾಕ್ಟರು ಹಾಗಲ್ಲ, ಗ್ರಹಿಸುತ್ತಾರೆ. ತಮ್ಮದೇ ಒರೆಗಲ್ಲಿಗೆ ಹಚ್ಚಿ ನೋಡುತ್ತಾರೆ.

ಹೆಂಡತಿ ಇದ್ದಾರೆ, ಗಿಂಡತಿ ? ಛಿ ! ಅಂತಹ ಮಾತೂ ಪಾಪ, ಇವರ ದೃಷ್ಟಿಯಲ್ಲಿ. ನೀತಿ ಇದೆ, ನಿಯತ್ತೂ ಇದೆ.

* * * *

ಈ ಇಬ್ಬರಲ್ಲಿ ನಿಮಗಾರು ಬೇಕು ?

ಯಾರದು ಧಾರಾಳ ?

ಶ್ರೀಮನ್ಮಧ್ವಾಚಾರ್ಯರನ್ನು ನೋಡಿದ್ದೀರಾ ?

ಅಲ್ಲ, ಕ್ಷಮಿಸಿ. ಅವರನ್ನು ನಾನೂ ನೋಡಿಲ್ಲ, ತಾವೂ ನೋಡಿಲ್ಲ. ಅವರ ಭಾವಚಿತ್ರವನ್ನು ನೋಡಿದ್ದೀರಾ ಎಂದಂದೆ. ಅದೇ ಮೈ ಕಟ್ಟು ನಮ್ಮ ಹೋಟಲ ಆಚಾರ್ಯರದು. ಕುಳಿತರೇ ಮೂರಡಿ ಎತ್ತರ. ಜೋಡೆಲುಬಿನ ಆಳು, ಅಗಲವಾದ ಮುಖ. ಮುಖದಲ್ಲಿನ ಭಾವ ? ಅದು ಮಾತ್ರ ಬೇರೆ, ಮಾಲೀಕರಿಗೆ ತಕ್ಕುದಾದ ಶ್ರೀಮದ್ಗಾಂಭೀರ್ಯ.

ಇವರು ಮಾಣಿಯಾಗಿದ್ದಾಗಲೂ ಹೀಗೆಯೇ ಇದ್ದರೇ ? ಹೇಗೆ ಹೇಳಲಿ? ನಾನಿವರನ್ನು ನೋಡಿದುದೇ ಇವರು ಮಾಲೀಕರಾದಮೇಲೆ.

ಆಚಾರ್ಯರ ದನಿ ಗಡಚು, ಮಾತಿನಲ್ಲಿ ದರ್ಪ, ಮಹಾ ಮುಂಗೋಪಿ. ಮಾಲೀಕರಲ್ಲವೆ? ಬಾಯಿ ತೆರೆದರಾಯಿತು, ಸೂಳೇಮಗನೇ ಎಂದೇ ಮಾತು ಆರಂಭ. ಮಾಣಿಯಾಗಿ ಮಾಲೀಕರಿಂದ ಅವರೇನು ತಿಂದರೋ, ಮಾಲೀಕರಾಗಿ ಅದನ್ನೇ ಮಾಣಿಗಳಿಗೆ ಉಣಿಸುತ್ತಾರೆ. ಮಾನವಸಹಜ ಅಂತೀರಾ ? ಹೌದು.

ತಲೆತುಂಬ ಕ್ರಾಪು ಅವರ ನಾಗರೀಕತೆಗೆ ಸಾಕ್ಷಿ. ಆ ಕಾನನದ ಮಧ್ಯೆ ನಡುನೆತ್ತಿಯ ಮೇಲೊಂದು ಜುಟ್ಟು. ಇದೇಕೆ ? ಆರ್ಯಧರ್ಮವನ್ನು ನಾನು ಬಿಟ್ಟಿಲ್ಲ ಎಂದು ಕೂಗಿ ಹೇಳುವುದಕ್ಕೆ. ಹೌದು, ಎರಡು ದೋಣಿಗಳಲ್ಲೂ ಕಾಲಿಟ್ಟಿದ್ದಾರೆ.

ಶುದ್ಧ ವೈದಿಕ ಸಂಪ್ರದಾಯದ ಮುಖ-ಹಣೆಯಲ್ಲಿ ಅಂಗಾರ, ಅಕ್ಷತಿ, ಮೀಸೆ ಬೋಳಿಸಕೂಡದು ತಂದೆ ಉಳ್ಳವರು, ಅದಕ್ಕಾಗಿ ಮೀಸೆ ಇನ್ನೂ ಇದೆ. ಅವರ ಗಂಡಸುತನಕ್ಕೆ ಸಾಕಷ್ಟು ದಪ್ಪನಾಗಿಲ್ಲ, ಶಾಸ್ತ್ರಕ್ಕೆ ಇದೆ ಮೀಸೆ. ತುಂಬು ಕೆನ್ನೆ. ಕಿವಿಯಲ್ಲಿ ತುಳಸೀದಳ.

ಕತ್ತಿನಲ್ಲಿ ಒಂದೆಳೆ ಚಿನ್ನದ ಚೈನು. ಅದು ಕಾಣಲೆಂದೇ ಸಿಲ್ಕು ಜುಬ್ಬದ ಮೇಲಿನ ಗುಂಡಿಯನ್ನೆಂದೂ ಹಾಕುವುದಿಲ್ಲ. ಬಂಗಾರದ ನೀರು ಮೈಗೆ ಬೀಳ ಬೇಕು. ಅದು ಸರೆ, ಆ ಚಿನ್ನದ ಜೈನಿನಡಿಯಲ್ಲಿ ಅದೇನು ಕಪ್ಪು ? ಇಸುಬು-ಅದು ಸಾಹುಕಾರಿಕೆಯ ಲಕ್ಷಣವೆಂದೇ ಅನೇಕರ ನಂಬಿಕೆ, ಆಚಾರ್ಯರ ನಂಬಿಕೆಯೂ ಅದೇ. ನಂಬಿಕೆ ಎಂದಮೇಲಾಯಿತು, ಅದನ್ನು ಪ್ರಶ್ನಿಸುವ ಅಧಿಕಾರ ಯಾರಿಗೂ ಇಲ್ಲವಲ್ಲಾ ?

ಮರ್ಸಿರೈಜ್ಡ್ ಪಂಚೆ ಒಂಭತ್ತು ಮೊಳದ್ದು. ಹಿಂದು ಮುಂದು ಕೂಡಾ ನಿರಿಗೆ ಕಚ್ಚೆ. ಕಾಲಲ್ಲಿ ಗದಗಿನ ಚಪ್ಪಲಿ-ಸೈಜು ನಂಬರ್ ಒಂದು.

ಆಚಾರ್ಯರು ಹೊರಹೊರಟರೆ ಕೈಲಿ ಬೀಗದ ಕೈ ಕುಚ್ಚು. ಸ್ವರ್ಗದ ಬೀಗದ ಕೈಗಳನ್ನು ಹಿಡಿದವನಿಗೂ ಅಷ್ಟು ಅಹಂಕಾರವಿರಲಾರದು, ಆ ಠೀವಿ ಆಚಾರ್ಯರದು,

ಪಾಪ ! ಪಾಪ ಎಂದೇ ಅನ್ನಬೇಕಲ್ಲವೆ ?

ದೇವರು, ಬ್ರಾಹ್ಮಣರೆಂದರೆ ಅವಿಚ್ಛಿನ್ನ ಭಕ್ತಿ. ಯಾರಿಗುಂಟು ಯಾರಿಗಿಲ್ಲ? ಇರಬೇಕಾದುದೇ ಅನ್ನಿ. ಯಾಕೆ ? ದೇವರು ಸಾಹುಕಾರಿಕೆಯನ್ನು ಕೊಟ್ಟಿದ್ದಾನೆ, ತಾವು ಬ್ರಾಹ್ಮಣರು. ಬೇರಿನ್ನಾವ ಕಾರಣಬೇಕು ?

ಎರಡು ಬಾರಿ ಬದರಿಯಾತ್ರೆ ಮಾಡಿದ್ದಾರೆ, ಬ್ರಾಹ್ಮಣರ ರೈಲಿನಲ್ಲಿ. ಬದರೀನಾರಾಯಣನ ದರ್ಶನ ಎಲ್ಲರಿಗೂ ಸಿಕ್ಕುತ್ತದೆಯೆ ? ಅಲಭ್ಯ ಲಾಭ ; ಅದರಲ್ಲೂ ಎರಡು ಸಲ ಅಂದರೇನಾಯಿತು ? ಹಿಂದಿನ ಜನ್ಮದ ಪುಣ್ಯಭಾಗ್ಯ, ಈ ಜನ್ಮದಲ್ಲಿ ಫಲಿಸಿದೆ. ದಾರಿಯುದ್ದಕ್ಕೂ ಒಂದೇ ಕಾರ್ಯಕ್ರಮ–ನೀರು ಕಂಡಲ್ಲಿ ಸ್ನಾನ, ಕಲ್ಲು ಕಂಡಲ್ಲಿ ಪೂಜೆ.

ಸ್ವಾಮಿಗಳು ಎಂದರೆ ಮುಗಿದೇ ಹೋಯಿತು. ಪರಮ ಭಕ್ತರಲ್ಲವೆ ? ತಮ್ಮ ಮಠದ ಯತಿಗಳನ್ನು ಮನೆಗೆ ಕರೆತಂದರು. ಎಂತಹ ವೈಭವ, ಏನು ವಿಜ್ರಂಭಣೆ ! ಇವರ ಸ್ವಂತ ಮನೆಯ ದೊಡ್ಡ "ಹೋಲ್"ನಲ್ಲಿಯೇ ರಾಮಚಂದ್ರ ಸ್ವಾಮಿಯ ಮಂಟಪ. ವಜ್ರದ ಕಿರೀಟ. ಸ್ವಾಮಿಗಳಿಂದ ಪೂಜೆ.

"ದೇವರಿಗೆ ಕಚಡಾ ಬೆಳ್ಳಿಯ ಮಂಟಪ ಬೇಡ ಶ್ರೀಗಳವರೇ ! ನಾನೇ ಬಂಗಾರದ ಮಂಟಪ ಮಾಡಿಸಿಕೊಡುತ್ತೇನೆ"

ಎಂದು ಹೇಳಿ ಆ ಕೂಡಲೆ ಆಚಾರಿಯನ್ನು ಕರೆತಂದು ಮನೆಯಲ್ಲಿಯೇ ಕೂಡಿಸಿ ಇದಿರು ಕುಳಿತು ಮಾಡಿಸಿದರು ಆಚಾರ್ಯರು. ಊರಿನ ಎಲ್ಲ ಬ್ರಾಹ್ಮಣರಿಗೂ ಊಟ. ಲಾಡು ಹಾಕಿದಷ್ಟಲ್ಲ, ತಿಂದಷ್ಟು ಮತ್ತು ತಿಂದು ಚೆಲ್ಲಿದಷ್ಟು. ಮೇಲೆ ಎರಡೆರಡು ರೂಪಾಯಿ ದಕ್ಷಿಣೆ, ಮಕ್ಕಳಿಗೆ ಒಂದು ರೂಪಾಯಿ ಆಚಾರ್ಯರನ್ನು ಹೊಗಳಿ ಕೊಂಡಾಡಿತು ಉಂಡ ಜನ. ಅಷ್ಟೇಕೆ ? ಸ್ವಾಮಿಗಳೇ ಹತ್ತಿರ ಕರೆದು ಬೆನ್ನು ಚಪ್ಪರಿಸಿ

"ನಿನಗೆ ಶ್ರೀದೇವರು ದಯಮಾಡ್ತಾನೆ"

ಎಂದು ಆಶೀರ್ವದಿಸಿದರು ಎಲ್ಲರ ಮುಂದೂ.

ಆಚಾರ್ಯರ ದಾನ, ಧರ್ಮ ಎಲ್ಲವೂ ಕೇವಲ ತಮ್ಮ ಜಾತಿ ತಮ್ಮ ದೇವರುಗಳಿಗೆ ಮಾತ್ರವೇ ಮೀಸಲೇನು ? ಛೆಛೆ, ಹಾಗೇನಿಲ್ಲ. ಯುದ್ಧಕಾಲದಲ್ಲಿ ರೆಡ್‌ಕ್ರಾಸ್ ನಿಧಿಗೆ, ವಾರ್‌ಫಂಡ್‌ಗೆ ಕೊಟ್ಟಿದ್ದಾರೆ. ಆನಂತರ ಕಾಂಗ್ರೆಸ್ಸಿಗೂ ಕೊಟ್ಟರಲ್ಲ ?

ಅದೆಲ್ಲ ಹಳೆಯ ಕತೆಯಾಯಿತು, ಈಗ ಯಾರಿಗೆ ಕೊಡುತ್ತಿದ್ದಾರೆ ? ಈಗಲೂ ಕೊಡುತ್ತಿದ್ದಾರೆ. ಸೇಲ್ಸ್‌ಟ್ಯಾಕ್ಸ್ ಆಫೀಸರ್ ಆ ಸಾಬಿ ? ಅವರ ಮನೆಗೇ ಹೋಗಿ ಕೊಟ್ಟು ಬಂದರಲ್ಲಾ ? ಸಕ್ಕರೆ ಪರ್ಮಿಟ್ಟಿಗೆ ಏನು ಕಡಿಮೆ ಕೊಟ್ಟಿದ್ದಾರೆಯೆ, ಪಾಪ !

ಇದು ದಾನವಲ್ಲ, ಲಂಚ ಆಯಿತು ಅಂತೀರಾ ? ಹೆಸರು ಏನೇ ಆಗಲಿ, ಕೊಟ್ಟುದುದು ಸುಳ್ಳೇನು ? ಹಾಗಾದರೆ ದೇವರಿಗೆ ಕೊಟ್ಟುದುದೂ ಒಂದು ದೃಷ್ಟಿಯಲ್ಲಿ ಲಂಚವೇ.

ಆದರೆ ಅದನ್ನು ಲಂಚ ನಿರೋಧ ಶಾಖೆಯವರು ಹಿಡಿಯು ವಂತಿಲ್ಲ. ಅಷ್ಟೇ.

ಯಾರ ಅಭಿಪ್ರಾಯ ಏನೇ ಇರಲಿ, ಆಚಾರ್ಯರ ಕೈದೊಡ್ಡದು ಎಂಬ ಮಾತನ್ನಂತೂ ಎಲ್ಲರೂ ಒಪ್ಪಲೇಬೇಕು. ಧಾರಾಳದ ಪ್ರತಿರೂಪ ಅವರು.

* * * *

ಇಡೀ ವರ್ಷವೆಲ್ಲ ಪೋಲಿ ತಿರುಗುವುದು, ಅಥವಾ ನಿದ್ರೆ. ಅಖಾಡಾದಲ್ಲಿ ಇಳಿದ ಮೇಲೆಯೇ ಕೊಬ್ಬರಿ ತಿಂದು ಸಾಮು. ಇದು ಕೆಲ ಪೈಲುವಾನರ ಪದ್ಧತಿ. ಕಾರಕೂನರು ಇದಕ್ಕೇನೂ ಅಪವಾದವಲ್ಲ. ಮೂರು ವಾರಗಳು ಹೋಟಲು, ಹರಟೆ, ಆಟ, ಮ್ಯಾಟಿನಿ. ನಾಲ್ಕನೆ ವಾರ ಬರೀ ಆಫೀಸು–ಹಗಲು ರಾತ್ರಿ ಕೂಡ. ಸಹಸ್ರಾರು ಪೊಲೀಸರಿಗೆ ಸಂಬಳದ ಬಿಲ್ ಸಿದ್ಧವಾಗ ಬೇಡವೆ ? ಮೊದಲ ತೇದಿ ವೇತನ ಬಟವಾಡಿ ಆಗದಿದ್ದರೆ ಪ್ರಳಯ !

ನಾಲ್ಕು ಕ್ಲಾರ್ಕುಗಳ ಸಹಾಯ–ಎಲ್ಲಕ್ಕೂ ನಾಲ್ಕು ಜನ ಬೇಕಲ್ಲಾ ? ಗಂಟೆ ಐದೂವರೆ ಆಗಿ ಎಲ್ಲರೂ ಮನೆಗಳಿಗೆ ಹೋದನಂತವೇ ನಮ್ಮ ಕೆಲಸ ಬಿರುಸಾಗಿ ಓಡುವುದು. ಒಂಭತ್ತಾಯಿತು, ಹಸಿವೆ ಎಂದರು. ಮನೆಗೆ ಹೋಗಿ ಉಂಡು ಬಂದರೆ ಒಂದು ಗಂಟೆ ಸಮಯ ಹಾಳು. ಹೋಟೆಲಿಂದ ಡಬ್ಬಾ ಊಟ ಬಂತು, ಮುಗಿಸಿ ಮತ್ತೆ ಕೆಲಸಕ್ಕೆ ಕುಳಿತೆವು.

ಅಂಕಿಗಳು ವ್ಯವಹಾರ, ತಾಳೆ ಮಾಡುವುದು–ಬಹು ಬೇಗ ಬೇಸರ ತರಿಸುತ್ತದೆ. ಒಬ್ಬಿಬ್ಬರಿಗೆ ತೂಕಡಿಕೆ ಆರಂಭ.

"ಟೀ ಕುಡಿಬೇಕು ಸಾರ್ !"

ಒಬ್ಬ ಅಸಿಸ್ಟೆಂಟ್‌ನ ಸಲಹೆ.

"ಹನ್ನೆರಡೂವರೆ ಈಗ. ಯಾವ ಹೋಟೆಲಿರುತ್ತೇರೀ ?"

"ಬಸ್‌ಸ್ಟಾಂಡ್‌ನಲ್ಲಿ ಪಾಕಿಸ್ತಾನದವರ ಚಾಕಡೆ ಇರುತ್ತೆ ಸಾರ್ !"

ಬೈಸಿಕಲ್ ಏರಿ ಹೊರಟೆವು. ಸಾಲಂಗಡಿಗಳು ಪಾಕಿಸ್ತಾನದಿಂದ ಬಂದ ಹಿಂದೂಗಳದು. ಬಯಲಲ್ಲಿ ಗಿರಾಕಿಗಳಿಗೆ ಆಸನ, ಒಂದು ಮುರುಕು ಬೆಂಚಿ. ಆ ಮುರುಕಾಸನವನ್ನು ಅಲಂಕರಿಸಿದೆವು, ಐದು ಮಲೈ ಚಹಾಕ್ಕೆ ಆರ್ಡರ್ ಕೊಟ್ಟು.

ಮರಳುವ ತಾಜಾ ಚಹಾ ಬಂತು. ಚಹಾ ಚೆನ್ನಾಗಿದೆ, ಆದರೆ ಅದನ್ನು ತಂದ ಹುಡುಗ ? ಹೊಲಸು ತಲೆ, ಅದಕ್ಕೂ ಹೆಚ್ಚು ಹೊಲಸು ಅಂಗಿ. ಅರ್ಧ ಚೆಣ್ಣ–ಹಿಂದು, ಮುಂದು ಕೂಡಾ ಹರಿದಿದೆ. ಕಂಣು ಮುಚ್ಚಿಕೊಂಡೇ ಅವನ ಕೈಯಿಂದ ಗ್ಲಾಸು ತೆಗೆದುಕೊಂಡೆ.

ಸಿಗರೇಟು ಬೇಕು. ಆ ಜನಕ್ಕೆ ಕನ್ನಡ ಬಾರದು. ಹರಕು ಚಡ್ಡಿಯ ಹುಡುಗನಿಗೆ ನನ್ನ ಹಿಂದಿಯಲ್ಲಿ ಹೇಳಿದೆ.

"ಏಕ್ ಸಿಗರೇಟ್ ಪ್ಯಾಕ್ ಲಾವ್"

"ಯಾವ ಸಿಗರೇಟಪ್ಪಾ ಭೀಮಣ್ಣಾ ?"

ಭೀಮಣ್ಣಾ ! ಹಾವು ತುಳಿದವನಂತೆ ಬೆಚ್ಚಿಬಿದ್ದೆ. ಯಾರಿವನು ? ಕನ್ನಡ ಮಾತನಾಡುತ್ತಾನೆ, ಭೀಮಣ್ಣ ಎನ್ನುತ್ತಾನೆ.

ಸಿಗರೇಟ್ ಮರೆಯಿತು. ಅವನ ಕುಲ, ಗೋತ್ರ ವಿಚಾರಿಸಿದೆ. ಆ ಬೇವಾರ್ಸಿ ಹುಡುಗ ಇನ್ನಾರೂ ಅಲ್ಲ, ಕೊಂಚ ದೂರದ ಬಳಗ, ಕೆಟ್ಟ ಪರಿಸ್ಥಿತಿ ಯಲ್ಲಿರುವುದರಿಂದ ಬಳಗ ಅಲ್ಲ ಅನ್ನಲೇ ? ಕೆಟ್ಟ ಪರಿಸ್ಥಿತಿ ಎಂದನ್ನುವುದು ಸರಿಯೇ ? ದುಡಿಯುತ್ತಾನೆ, ತಿನ್ನುತ್ತಾನೆ. ನಾನೂ ಅಷ್ಟೇ, ದುಡಿಯುತ್ತೇನೆ ತಿನ್ನುತ್ತೇನೆ. ನಮ್ಮೀರ್ವರಲ್ಲಿ ಹೆಚ್ಚು ಯಾರು, ಕಡಮೆ ಯಾರು ?

ವಯಸ್ಸು ಸಾಲದು. ಪಾಪ ! ಹತ್ತೋ ಹನ್ನೆರಡೋ ಇರಬೇಕು. ನನ್ನ ಮನೆ ಗುರುತು ತಿಳಿಸಿ ಯಾವಾಗಲಾದರೂ ಬಾ ಎಂದು ಹೇಳಿ ಹೊರಟೆ.

ಒಂದು ದಿನ ಸುಶೀಲೇಂದ್ರ ಇದ್ದಕ್ಕಿದ್ದಂತೆ ಪ್ರತ್ಯಕ್ಷನಾದ. ಎರಡೇ ಮಾತಿನಲ್ಲಿ ತನ್ನ ಕತೆ ಹೇಳಿದ. ಆ ಸೇಟು ಯಾವುದೋ ಊರಿಗೆ ಹೋದ, ತನಗೀಗ ಕೆಲಸವಿಲ್ಲ. ಏನು ಕೆಲಸ ಕೊಡಿಸುವುದು ? ವಿದ್ಯೆ ಎಷ್ಟೂ ಇಲ್ಲ– ಹೆಸರನ್ನು ಬರೆಯಲೂ ಬಾರದು. ಶಾಲೆಗೆ ಹೋಗುವುದು ಸಾಧ್ಯವಿಲ್ಲ–ಬಾಯಿ ಬಿಟ್ಟು ಹೇಳಿದ. ತನ್ನ ಊರಿಗೆ ಹೋಗುವುದು ಬೇಕಿಲ್ಲ. ಹುಡುಗ ನಾರ್ಮಲ್ ಅಲ್ಲ ಎಂಬುದು ನೋಡಿದೊಡನೆಯೇ ಗೊತ್ತಾಗುತ್ತದೆ.

"ನೋಡೋಣ, ಇಲ್ಲಿಯೇ ಇರು"

ಅಂದೆ. ಇದ್ದುಬಿಟ್ಟ. ಸಾಧ್ಯವಿಲ್ಲ ಅಂದಿದ್ದರೆ ಹೋಗುತ್ತಿದ್ದ. ಅವನಿಗೆ ಯಾವ ಯೋಚನೆಯೂ ಇಲ್ಲ. ಹಾಕಿದ್ದನ್ನು ಉಂಡು ಹೇಳಿದ್ದನ್ನು ಮಾಡಿದ.

ಒಂದು ದಿನ ನನ್ನ ಮೇಜಿನ ಮೇಲಿದ್ದ ಸಿಗರೇಟ್ ಪ್ಯಾಕ್‌ನಲ್ಲಿ ಒಂದು ಸಿಗರೇಟ್ ಕಡಮೆ ಆಯಿತು. ಎಲ್ಲೆಲ್ಲಿಯೋ ಅನುಮಾನ, ಮಕ್ಕಳೂ ಬೆಳೆಯುತ್ತಿದ್ದಾರೆ.

"ಸಿಗರೇಟ್ ಯಾರು ತೆಗೆದುಕೊಂಡರು ?"

"ನಾನು ತೊಗೊಂಡೆ ಭೀಮಣ್ಣಾ !"

ಕುಳಿತಲ್ಲಿಂದ ಎದ್ದು ಬಂದು ಹೇಳಿದ ಸುಶೀಲೇಂದ್ರ.

"ಯಾಕೆ ತೆಗೆದುಕೊಂಡಿ ?"

"ಸೇದಬೇಕು ಅನ್ನಿಸ್ತು....ಅದಕ್ಕೇ ತೆಗೊಂಡೆ."

"ಸೇದಬ್ಯಾಡ, ಸಂಣವನು ನೀನಿನ್ನೂ"

"ಅಭ್ಯಾಸ ಆಗ್ಯದೆ ನನಗೆ"

ನೇರವಾಗಿ ಉತ್ತರ. ಹೀಗಿರುವ ಹುಡುಗನ್ನೇ ನಾವು ನಾರ್ಮಲ್ ಅಲ್ಲ ಅನ್ನುತ್ತೇವೆ. ಸುಳ್ಳು ಹೇಳುವುದೇ ನಾರ್ಮಲ್ !

ಸುಶೀಲೇಂದ್ರನ ಮಾತೆಲ್ಲವೂ ಹೀಗೇ. ಯಾರ ಮುಂದು ಯಾವ ಮಾತನಾಡಬೇಕು. ಯಾವುದನ್ನಾಡಬಾರದು ಎಂಬ ವಿವೇಚನೆ ಇಲ್ಲ–ವಿವೇಚನೆಗೇ 'ಹಿಪೊಕ್ರೆಸಿ' ಎಂಬುದು ಇನ್ನೊಂದು ಹೆಸರು ?

ಎಂಟು, ಹತ್ತು ಜನ ಮಾತನಾಡುತ್ತ ಕುಳಿತಿದ್ದೇವೆ, ಹೆಂಗಳೆಯರೂ ಇದ್ದಾರೆ. ಪಕ್ವಾನ್ನಗಳ ಮಾತು ಸಾಗಿದೆ. ಥಟ್ಟನೆ ಬಾಯಿ ಹಾಕಿದ.

"ನಾನು ಮುನೀರಾಬಾದಿನಾಗೆ ಮೀನಾ ತಿಂದಿದ್ದೆ."

"ಇವನೊಬ್ಬ ಮಹಾನುಭಾವ"

ಎಂದು ನನ್ನೊಬ್ಬ ಮಿತ್ರರು ಅವನನ್ನು ಕೊಂಡಾಡಿಬಿಟ್ಟರು. ಹಾಗಂದರೇನು ಎಂಬುದೂ ಅರ್ಥವಾಗಲಿಲ್ಲ ಅವನಿಗೆ.

ಒಂದು ದಿನ ಅವನ ಪೂರ್ವ ವೃತ್ತಾಂತವನ್ನು ವಿಚಾರಿಸುತ್ತ ಕುಳಿತೆ. ಅವನೀ ಊರಿಗೆ ಬಂದು ಒಂದೆರಡು ವರ್ಷಗಳಾಗಿವೆ. ಎಲ್ಲೆಲ್ಲಿಯೋ ಕೆಲಸ. ಏನೇನೋ ಕೆಲಸ. ದೊಡ್ಡ ಜಾತಿ, ಸಣ್ಣ ಜಾತಿ ಎಂಬ ಕಲ್ಪನೆಯಂತೂ ಸುತರಾಂ ಇಲ್ಲ, ದುಡಿದರೆ ಅನ್ನ ಎಂಬುದು ಮಾತ್ರ ಗೊತ್ತಿದೆ ಅವನಿಗೆ. ಜಾತಿ ಕುಲಗಳಿಂದ ಅವನಿಗಾಗುವುದೇನಿದೆ ? ಕೆಲಸ ಮಾಡಿಸಿಕೊಳ್ಳಿ, ಹೊಟ್ಟೆಗೆ ಹಾಕಿ. ದೇವರು ಎಂಬ ಮೂರಕ್ಷರದ ಶಬ್ದ ಅವನ

ಬಾಯಿಂದ ತಪ್ಪಿಯೂ ಬರಲಿಲ್ಲ.

"ಒಂದು ಹೋಟ್ಲಾಗೆ ಮಾಣಿ ಆಗಿ ಇದ್ಧೆ ಭೀಮಂಣಾ !"

"ಯಾವ ಹೋಟೆಲ್ ?"

"ಅಲ್ಲಿ ಅದಲ್ಲ ದೊಡ್ಡದು. ಆ ಆಚಾರೀದು"

ತಿಳಿಯಿತು ನನಗೆ, ಆ ಧಾರಾಳದ ಆಚಾರ್ಯರ ಹೋಟೆಲಲ್ಲಿದ್ದ ಈ ಹುಡುಗ

"ಯಾಕೋ ಬಿಟ್ಟೆ ಅದನ್ನ ?"

"ಬೋಳೀಮಗನೆ ಅಂತ ಬೈದರು ಒಮ್ಮೆ ನೀರು ಚಲ್ಲಿದ್ದಕ್ಕೆ. ನಮ್ಮಮ್ಮ ಬೋಳಿ ಅಲ್ರೀ, ಮುತ್ತೈದಿ ಅಂದೆ. ನಿನ್ನ ಕೆಲಸ ಬೇಡ ನಡಿ ಹೊರಗೆ ಅಂದ್ರು, ಬಾಕಿ ಸಂಬಳ ಕೊಡ್ರಿ ಈಗ್ಲೇ ಹೋಗ್ತೀನಿ ಅಂದೆ. ನಿಂಗೇನು ಬಾಕಿ ಇಲ್ಲ, ನಡಿ ಅಂದ್ರು, ಬಂದು ಬಿಟ್ಟೆ."

"ನನಗೆ ಗೊತ್ತೋ ಆ ಆಚಾರ್ರು. ನಿನ್ನ ಸಂಬಳ ಕೊಡಿಸ್ತೀನಿ ಬಾ"

ಎಂದಂದೆ.

"ಅವರೇ ತೊಗೊಳ್ಳಿ ಬಿಡು. ಹೊಸ ಹೋಟ್ಲು ಕಟ್ಟಿಸತಾರೆ, ಪಾಪ ! ನಂಗ್ಯಾಕೆ ಬೇಕು ಆ ಐದು ರೂಪಾಯಿ"

ಎಂದಂದು ನಕ್ಕುಬಿಟ್ಟ ಸುಶೀಲೇಂದ್ರ. ಈ ಇಬ್ಬರಲ್ಲಿ ಯಾರದು ಧಾರಾಳ?

ಮೌಲ್ಯ ! ಹಾಗಂದರೇನು ?

ಸಾಹುಕಾರ ರುದ್ರಪ್ಪಣ್ಣನವರು ಸತತವಾಗಿ ಒಂಭತ್ತು ವರ್ಷಗಳ ಕಾಲ ನಮ್ಮೂರಿನ ಪಂಚಾಯಿತಿ ಬೋರ್ಡು ಪ್ರೆಸಿಡೆಂಟರು. "ಪ್ರೆಸಿಡೆಂಟು ರುದ್ರಪ್ಪ ಣ್ಣೋರು" ಎಂದು ಈಗಲೂ ಆ ಊರಿನ ಜನ ಹೇಳುವುದು, ಅವರಿಗೂ ಪಂಚಾಯಿತಿ ಬೋರ್ಡಿಗೂ ಈ ಮೂರು ವರ್ಷಗಳಿಂದ ಯಾವ ತರಹದ ಸಂಬಂಧವಿಲ್ಲದಿದ್ದರೂ. ಅವರಾಗಿಯೇ ಅದನ್ನು ತಮ್ಮ ಮಗನಿಗೆ ಬಿಟ್ಟುಕೊಟ್ಟಿದ್ದಾರೆ. ರುದ್ರಪ್ಪಣ್ಣನವರು ದಮ್ಮೂರಿನ ಗಣ್ಯ ವ್ಯಕ್ತಿಗಳು, ಅವರ ವ್ಯವಹಾರ ದೊಡ್ಡದು. ಸ್ವಂತದಾದ ಗಜಾನನ ಸಿನೆಮಾ ಥಿಯೇಟರ್ ಇದೆ, ವಿನಾಯಕ ಕಡಲೇಕಾಯಿ ಫ್ಯಾಕ್ಟರಿ ಇದೆ, ಹೇರಳವಾಗಿ ಜಮೀನು ಮತ್ತು ಎಂಟು ಎತ್ತಿನ ಕಮತ ಕೂಡಾ ಇವೆ. ಮೊನ್ನೆ ತಾನೇ ಒಂದು ಸೆಕೆಂಡ್ ಹ್ಯಾಂಡ್ ಜೀಪ್ ಗಾಡಿಯನ್ನೂ ಕೊಂಡಿದ್ದಾರೆ.

'ಸೌಕಾರ ಶರಣಮ್ಮನವರ ಹೆಂಬು ಮಕ್ಕಳು ಇಲಿ ಮಂಟರಿಸಾಲಿ' ದಮ್ಮೂರಿಗೆ

ರುದ್ರಪ್ಪಣ್ಣನವರ ಕೊಡುಗೆ. ಸತ್ತ ತಾಯಿಯ ಹೆಸರಿನಲ್ಲಿ ಶಾಲೆಯೊಂದನ್ನು ಸ್ಥಾಪಿಸಿ ಅದಕ್ಕೊಂದು ನಿಧಿಯನ್ನೂ ಇಟ್ಟರು. ಆ ಮಹಾಸಂಸ್ಥೆಯ ಏಕ ಮಾತ್ರ ಟ್ರಸ್ಟಿ ರುದ್ರಪ್ಪಣ್ಣನವರೇ.

ಹಳಬರು–ಶರಣಮ್ಮನನ್ನು ಅರಿತವರು–ರುದ್ರಪ್ಪನನ್ನು ಬಾಲ್ಯದಿಂದಲೂ ಬಲ್ಲವರು ಈ ಶಾಲೆಯ ಮುಂದು ಹೋಗುತ್ತಿದ್ದಾಗ ಅಲ್ಲಿ ನೇತಾಡುತ್ತಿದ್ದ ಬೋರ್ಡನ್ನು ನೋಡಿ ಅದೊಂದು ಬಗೆಯಾಗಿ ನಗಾಡಿದುದೂ ಉಂಟು. ತಂತಮ್ಮಲ್ಲಿಯೇ ಟೀಕಿಸಿದುದೂ ಉಂಟು.

"ಆ ಶರಣಿ ಎಂದು ಸೌಕಾರ ಶರಣಮ್ಮನವರು ಆದ್ಳಪಾ ? ನಾನು ನೋಡಿದಾಗಂತೂ ಎಮ್ಮಿ ಕಾಯ್ತಿದ್ಳು, ದನದ ಸಗಣೀಗೆ ಅವರಿವರ ಜತಿ ಜಗಳಾಡತಿದ್ಳು"

"ಸತ್ತು ವರುಸದ ಮ್ಯಾಗೆ ಸೌಕಾರ ಆದ್ಳು ಇದ್ದಾಗೆ ಬಿಕ್ಸೇನೂ ಬೇಡಿದ್ಳು."

"ಯಾರು, ಸಗಣೀ ಶರಣೀನೆ ? ಥೂ, ವಲಸು ಮುಂಡೆ ! ಊರಾಗಿನ ಗರಡಿ ಉಡುಗರನ್ನೆಲ್ಲ ಮುರಕೊಂಡು ತಿಂತು ಆ ಸಣಿ....."

"ಔದುರೀ, ಆಕೀ ಮಗನೇ ಅಲ್ಲೇನು ಈ ರುದ್ರ ? ಈಗೆಲ್ಲ ಪೆಸಿಡೆಂಟ್ ರುದ್ರಪ್ಪಣ್ಣೋರು ಆಗವ್ನೆ, ಸೂಳೇಮಗ. ಅವನ ತಾಯಿ ಈಗ ಸೌಕಾರ ಶರಣಮ್ಮನೋರು!"

"ರುದ್ರಗೆ ನೆಪ್ಪಿಲ್ಲೇನು ? ಅದೇ ಸಿನೆಮಾ ಟೇಜ್‌ನಾಗೇ ಕಸಗುಡಿಸು ತಿದ್ದನಲ್ಲ ?"

"ರುದ್ರ ಟೇಜ್‌ನಾಗೆ ಕಸ ಗುಡಿಸಿದ್ದೂ ಗೊತ್ತು, ಮಾಂತಪ್ಪನ ಮಗಳಿಗೂ ಈ ಸೂಳೇ ಮಗ್ಗೂ ಮದಿವೆ ಹೆಂಗ ಆತು, ಯಾಕೆ ಆತು ಅಂಬೋದೂ ಗೊತ್ತು. ಬರೀ ನಂಗೆ ಅಷ್ಟೇ ಅಲ್ಲ, ದಮ್ಮೂರು ದಮ್ಮೂರಿಗೇ ಗೊತ್ತು."

ಹಳೆಯ ಕಾಲದ ಜನದ ಬಹು ದೊಡ್ಡ ತಪ್ಪು ತಿಳುವಳಿಕೆ ಇದು–ತಮಗೆ ಗೊತ್ತಿರುವುದು ಇಡೀ ಊರಿಗೇ ಗೊತ್ತಿದೆ ಎಂಬುದವರ ಭಾವನೆ, ಅದೇಕೋ!

ಜನಸಾಮಾನ್ಯರ ಸ್ಮರಣಾಶಕ್ತಿ ಬಹು ಕಡಮೆ ; ಇಂದು ಬಂದೊಡನೆ ನಿನ್ನೆಯದನ್ನು ಮರೆಯುತ್ತದದು. ನಿನ್ನಿದ ಆನೆ ಇಂದು ನಾಯಿ, ನಿನ್ನಿನ ಕತ್ತೆ ಇಂದು ಐರಾವತ–ಜಗತ್ತಿನ ರೀತಿಯೇ ಹೀಗೆ. ಹೀಗೇಕೆ ಎಂಬ ಪ್ರಶ್ನೆಗೆ ಉತ್ತರವಿಲ್ಲ.

ಹೊಸ ಪೀಳಿಗೆ ಏನು ತಿಳಿದಿದೆ ಅದೇ ಈ ರುದ್ರನ ಬಗ್ಗೆ ?

"ನಮ್ಮ ಯುವಕ ಸಂಘಕ್ಕೆ ಸೌಕಾರ ರುದ್ರಪ್ಪಣ್ಣೋರನ್ನ ಪೆಸಿಡೆಂಟ್ ಮಾಡೋಣ'

"ಯಾಕೆ ? ಈಶ್ವರಪ್ಪ....."

"ಯಾತರ ಈಶ್ವರಪ್ಪ ನೀನು ! ದುಡಿ ಅಂದರೆ ರಾತ್ರಿ ಹಗಲು ಕೂಡ ದುಡೀತಾನೆ, ಕಷ್ಟ ಮಾಡ್ತಾನೆ, ಅಷ್ಟೆ. ಲೈಪ್ ಮೆಂಬ್ರು ಆಗು ಅಂದ್ರೆ ದುಡ್ಡಿಲ್ಲ ಅಮ್ತಾನೆ. ಆತಗೇ ಇಲ್ಲ,

ಇನ್ನ ಸಂಗಕ್ಕೇನು ಕೊಟ್ಟೀತು, ಪಾಪ ! ರುದ್ರಪ್ಪಣ್ಣೋರು ತಾವೂ ಕೊಡ್ತಾರೆ. ಅವರಿವರನ್ನ ಬೆದರಿಸಿ ಕೊಡಸ್ತಾರೆ ಕೂಡ."

"ಹೌದು, ನೋಡು. ನಮ್ಮ ಸಂಘಕ್ಕೆ ಒಂದು ಸಿನೆಮಾವು ಬೆನಿಪಿಟ್ಟು ಕೊಡ್ರಿ ಸೌಕಾರ್ರೇ ಅಂತ ಕೇಳ್ಬೇಕು."

"ನಾನು ಹೇಳಿದ್ದೂ ಅದಕ್ಕೇ, ಸೌಕಾರ್ರು ಇರಲಿ ಅಂತ. ಈಶ್ವರಪ್ಪ ಬ್ಯಾಡೇ ಬ್ಯಾಡ."

"ಆತನೂ ಇರ್ಲಿ ಬುಡು. ವೈಸ್ ಪೆಸಿಡೆಂಟು ಮಡೋನು ಆತನ್ನ ದುಡಿಯಾಕೊಂದು ಆಳಂತೂ ಬೇಕಲ್ಲ ನಮಗೂ."

"ಚೆ ಚೆ ! ಈಶ್ವರಪ್ಪ ನಮ್ಮ ಸಂಘಕ್ಕೆ ಮೆಂಬ್ರು ಆಗೋದೇ ಬ್ಯಾಡ. ಆತ ಇದ್ದಾನೆ ಅಂದರೆ ರುದ್ರಪ್ಪಣ್ಣೋರು ನಿಮ್ಮ ಸಂಘಾನೇ ಬ್ಯಾಡ ನಂಗೆ, ಎದ್ದೋಗರಿ ಸೂಳೇಮಕ್ಳಾ ಅಮ್ತವ್ರೆ. ಆತನ ಹೆಸರಂದ್ರೆ ಇವರಿಗೆ ಆಗಾಕಿಲ್ಲ."

"ಹಂಗಾರೆ ಈ ಈಶ್ವರಪ್ಪನ ಮೆಂಬ್ರೂ ಮಾಡಬ್ಯಾಡ್ರಿ"

ಹಿಂಡುವ ಹಸುವಿಗೆ ದೂರೆಯುವ ಸ್ವಾಗತ ಬರಡು ದನಕ್ಕೆ ಹೇಗೆ ದೊರೇತೀತು ? ಬರಡು ಹಸು ಹಿಂದೊಮ್ಮೆ ಹಿಂಡಲಿಲ್ಲವೆ ? ಅದು ಹಳೆಯ ಕತೆ, ಯಾರಿಗೆ ಬೇಕೀಗ ಅದೆಲ್ಲ ? ಸಾಹುಕಾರ ರುದ್ರಪ್ಪಣ್ಣನ ನಾಣ್ಯ ಇಂದು ಚಲಾವಣೆಯಲ್ಲಿದೆ, ಆದುದರಿಂದ ಅದು ಸರ್ವ ಮಾನ್ಯ ಸಾಹುಕಾರರಿಗೆ ಬೇಡಾದ ಈಶ್ವರಪ್ಪನನ್ನು ಸಂಘದ ಸದಸ್ಯನನ್ನಾಗಿಯೂ ತೆಗೆದುಕೊಳ್ಳಕೂಡದು ಎಂಬ ಠರಾವು ಸರ್ವಾನುಮತದಿಂದ ಪಾಸು ಆಗಿಹೋಯಿತು ಈ ಕಿರಿಯರ ಸಭೆಯಲ್ಲಿ ಈ ಗೊತ್ತುವಳಿಯನ್ನು ಸಂಘದ ಪುಸ್ತಕದಲ್ಲಿ ಬರೆದಿಡಲಿಲ್ಲ, ಅಷ್ಟೆ.

ಈ ರುದ್ರಪ್ಪ ಯಾರು ? ಈತನ ಊರು, ಕುಲ, ಗೋತ್ರ, ಪೂರ್ವೋತ್ತರಗಳನ್ನು ಬಲ್ಲವರು ಯಾರೂ ಇಲ್ಲವೆ ? ಏಕಿಲ್ಲ, ಒಬ್ಬಿಬ್ಬರು ಇದ್ದಾರೆ ಮುದುಕರು. ಆದರೆ ಅವರು ಹೇಳುವ ಕತೆ ಇಂದಿನ ಯುವಕರಿಗೆ ಬೇಕಿಲ್ಲವಲ್ಲಾ ? ಯಾರಿಗೆ ಬೇಕಾಗಲಿ ಬಿಡಲಿ ಸತ್ಯವಂತೂ ಸದಾ ಸತ್ಯ ಅಲ್ಲವೆ ? ರುದ್ರಪ್ಪನ ಕತೆ ಇದು.

ಮಹಂತಪ್ಪನವರು ಆಗರ್ಭ ಶ್ರೀಮಂತರು. ಸ್ಥಿರ ಚರಾಸ್ತಿಗಳು ಅವರಿಗೆ ಅನುವಂಶಿಕವಾಗಿ ಬಂದುವು–ಇದ್ದಕ್ಕಿದ್ದಂತೆ ನೋಟುಗಳನ್ನು ಛಾಪಿಸಿ ಒಂದೇ ರಾತ್ರಿಯಲ್ಲಿ ಶ್ರೀಮಂತರಾದವರಲ್ಲ ಅವರು. ಮಹಂತಪ್ಪನವರು ಕೈಹಿಡಿದ ಸಿದ್ದಮ್ಮನೂ ಮಹಾಸಾಧ್ವಿ, ಹಣದ ದಾಹ ಇಬ್ಬರಿಗೂ ಇಲ್ಲ. ಮಗ ಈಶ್ವರ ಪ್ರಬುದ್ಧಕ್ಕೆ ಬಂದಮೇಲೆ ಆತನಿಗಾಗಿಯೇ ಕಡಲೆಕಾಯಿ ಫ್ಯಾಕ್ಟರಿಯನ್ನು ತೆಗೆದುಕೊಟ್ಟರು. ವಿದ್ಯಾವಂತ ಮಗ, ಅವನ ಎಣಿಕೆಗಳು ಏನೇನೋ. ನಾಲ್ಕು ಜನಕ್ಕೆ ನವುಕರಿ ಕೊಟ್ಟಂತೆಯೂ ಆಗುತ್ತದೆ. ಜೊತೆಯಲ್ಲಿ ತನಗೂ ಸಂಪಾದನೆ ಎಂಬ ದೃಷ್ಟಿಯಿಂದ ಸಿನೆಮಾ ತಿಯೇಟರನ್ನು ಕಟ್ಟಿಸಿದ ಈಶ್ವರಪ್ಪ.

ಮಹಂತಪ್ಪನವರಿಗೆ ಬಹು ವರ್ಷಗಳ ನಂತರ ಮಂಗಳ ಹುಟ್ಟಿದಳು. ಈಶ್ವರನಕಿಂತಲೂ ಹತ್ತು ವರ್ಷ ಕಿರಿಯಳು. ಅಪರೂಪಕ್ಕೊಂದು ಹೆಂಣು–ಮನೆಯಲ್ಲಿ ಎಲ್ಲರಿಗೂ ಕಣ್ಮಣಿ ಅದು.

ಶರಣಿ ನಮ್ಮೂರಿನವಳಲ್ಲ. ಇದವಳ ತವರೂರೂ ಅಲ್ಲ, ಗಂಡನ ಊರೂ ಅಲ್ಲ. ಅವಳೆಲ್ಲಿಯವಳು ಎಂಬುದು ಈ ಊರಲ್ಲಿ ಯಾರಿಗೂ ತಿಳಿಯದು. ಕೈಗೂಸೊಂದನ್ನು ಪಕ್ಕದಲ್ಲಿ ಮಲಗಿಸಿಕೊಂಡು ದಮ್ಮೂರಿನ ಗರಡಿ ಮನೆಯ ಮುಂದು ಮಲಗಿತ್ತು ಆ ಹೆಂಣು ಒಂದು ರಾತ್ರಿ. ಹಳ್ಳೂರಲ್ಲಿ ಹೊಟ್ಟೆ ತುಂಬಿ ಕೊಳ್ಳುವುದು ಕಷ್ಟವೆ ? ಪಟ್ಟಣಗಳಲ್ಲಂತೆ 'ಮುಂದು ಹೋಗು' ಎಂಬವರಿಲ್ಲ, ತುತ್ತನ್ನಕ್ಕಾಗಿ ಬೀದಿ ಬೀದಿ ತಿರುಗಬೇಕಿಲ್ಲ. ಯಾರೋ ಒಬ್ಬರು ಇಷ್ಟು ಹಾಕುತ್ತಿದ್ದರು, ಉಂಡು ಕೂಡುತ್ತಿತ್ತು ಶರಣಿ.

ಇನ್ನೂ ಪ್ರಾಯ ಕಳೆದಿಲ್ಲ ಶರಣಿಗೆ. ಚಿಕ್ಕ ವಯಸ್ಸಿನ ಹೆಂಣು. ಹಾಗೆಲ್ಲ ಅವರಿವರ ಮನೆ ಕಟ್ಟೆಯ ಮೇಲೆ, ಗರಡಿ ಮನೆಯ ಮುಂದು ಕಾಲ ಕಳೆವುದೇ? ಈ ವಿಷಯವನ್ನು ಅದಾರ ಬಾಯಿಂದಲೋ ಕೇಳಿದ ಸಿದ್ದಮ್ಮನಿಗೆ ಮನ ನೊಂದಿತು. ಎಲ್ಲ ಹೆಂಣುಗಳ ಮಾನವೂ ತಮ್ಮ ಮಾನ ಎಂದು ತಿಳಿದಾಕೆ ಆಕೆ. ಆಳನ್ನು ಕಳಿಸಿ ಶರಣಿಯನ್ನು ಮನೆಗೆ ಕರೆಯಿಸಿಕೊಂಡು ವಿಚಾರಿಸಿದಳು.

"ಯಾವ ಊರು ನಿಂದು ?"

"ನಿನ ಗಂಡ ಎಲ್ಲಿ ?"

"ಈ ಊರಿಗೆ ಯಾಕೆ ಬಂದಿ ?"

"ನಿನಗಾರೂ ಬಂಧು ಬಳಗ ಇಲ್ಲವೇ ?"

ಎಲ್ಲ ಪ್ರಶ್ನೆಗಳಿಗೂ ಶರಣಿಯದೊಂದೇ ಉತ್ತರ–ಕಂಣೀರು.

ಸಿದ್ದಮ್ಮನದು ತುಂಬು ಹೃದಯ, ಅಂತಃಕರುಣದ ತಾಯಿ ಆಕೆ. ಈ ಎಲ್ಲ ಇಬ್ಬಂದಿಯ ಪ್ರಶ್ನೆಗಳನ್ನು ಕೇಳಿದುದೇ ತನ್ನ ತಪ್ಪು ಎಂದು ತನ್ನಲ್ಲಿಯೇ ಪೇಚಾಡಿಕೊಂಡಳು. ಆ ತನ್ನ ತಪ್ಪಿಗೆ ಪ್ರಾಯಶ್ಚಿತ್ತವೇನೋ ಎಂಬಂತೆ ಕೊನೆಯಲ್ಲಿ ಹೇಳಿದಳು.

"ಅದೆಲ್ಲ ಏನಾರೆ ಇರಲಿಬುಡು ಶರಣಮ್ಮ. ನಾನು ನಿನ್ನ ಏನೂ ಕೇಳಾಕಿಲ್ಲ. ನೀನು ಇನ್ನು ಮ್ಯಾಗೆ ವರಾಕೆ ಓಗಬೇಡ, ನಮ್ಮನಿಯಾಗೇ ಕೆಲಸ ಮಾಡಿಕೊಂಡು ಇದ್ದುಬುಡು. ಇಲ್ಲೇ ಊಟಾ ಮಾಡು, ಮಗನ್ನ ಜೋಪಾನ ಮಾಡಿಕೋ. ತಿಳೀತೆ ?"

ಎಂದು ಕೇಳಿ ಮುಖ ನೋಡಿದಳು. ತಿಳಿಯಿತು ಎಂಬಂತೆ ತಲೆಹಾಕಿದಳು ಶರಣಿ. ಅವರ ಮನೆಯಲ್ಲಿಯೇ ಇದ್ದುಬಿಟ್ಟಳು. ಆದರೇನು ? ಕಟ್ಟಿ ಸಾಕಿದ ನಾಯಿಯೂ ನಾಯಿಯೇ? ಆಗೊಮ್ಮೆ ಈಗೊಮ್ಮೆ ರಾತ್ರಿ ಸಿದ್ದಮ್ಮನ ಕಂಣು ತಪ್ಪಿಸಿ ಗರಡಿ ಮನೆಯತ್ತ ಹೋಗಿ ಬರುತ್ತಿದ್ದಳು ಶರಣಿ. ಕಂಡೂ ಕಾಣ ದಂತಿರುವುದು ಸಿದ್ದಮ್ಮನ ದೊಡ್ಡಸ್ತಿಕೆ.

"ತುತ್ತು ಅನ್ನಕ್ಕಾಗಿಯೆ ಹೆಂಣು ಆ ಗತಿಗೆ ಬರಬಾರದು ಎಂಬುದಷ್ಟೇ ನನ್ನಾಶೆ. ಅವಳೂ ಮನುಷ್ಯಳು, ಸುಖಿಸಬೇಡ ಅನ್ನುವ ಅಧಿಕಾರ ನನಗೆಲ್ಲಿದೆ? ಪ್ರಮಾದ ಮಾತ್ರ ಆಗದಿರಲಿ; ಆದರೆ ದೇವರಿದ್ದಾನೆ"

ಎಂದು ತನಗೆ ತಾನೇ ಹೇಳಿಕೊಂಡು ಸುಮ್ಮನಾದಳು.

ವರ್ಷಗಳು ಉರುಳಿದುವು, ಶರಣಿ ಕ್ರಮೇಣ ಶರಣಮ್ಮ ಆದಳು, ಮಹಂತಪ್ಪನವರ ಮನೆ ಸೇರಿ ರುದ್ರ ಚಿಕ್ಕಪುಟ್ಟ ಕೆಲಸಗಳನ್ನು ಮಾಡುತ್ತ ತಾಯಿಗೂ ಅನುವಾದ. ಚಿಕ್ಕ ಹುಡುಗ, ಸಿನೆಮಾ ನೋಡುವ ತೆವಲು.

"ನಾನು ಮನೆ ಕೆಲಸ ಮಾಡಾಕಿಲ್ಲ, ಸಿನೇಮಾದ ಟೇಜಿನಾಗೆ ಕಸ ಗುಡಿಸ್ತಿವ್ನಿ"

ಎಂದಂದ ಒಂದು ದಿನ. ಆ ಮನೆಯಲ್ಲಿ ಯಾವುದಕ್ಕೂ ಯಾರೂ ಬೇಡ ಅನ್ನುವವರಿಲ್ಲ.

"ಕಸಾ ಯಾಕಲೋ ಗುಡಿಸ್ತಿ ? ಇಸ್ಕೂಲಿಗೆ ಒಗಲೋ, ಮಂಗಳಾನ ಜೊತೇಲಿ. ನಾಲ್ಕು ಆಕ್ಸರ ಕಲಿ"

ಮಹಂತಪ್ಪನವರು ಹೇಳಿದರು ಒಂದು ದಿನ, ಯಜಮಾನರ ಭಯಕ್ಕೆ ಸ್ಕೂಲಿಗೆ ಹೋದದ್ದು ಕೆಲವೇ ಕಾಲ. ಆನಂತರ ಕಳ್ಳಾಟ.

ಇದೆಲ್ಲವೂ ಯಾವ ಕಾಲದ ಕತೆ ? ಶರಣಮ್ಮ ಮುದುಕೆಯಾಗಿದ್ದಾಳೆ ರುದ್ರನಿಗೆ ಮುಖದಲ್ಲಿ ಮೀಸೆ ಮೂಡುತ್ತಿದೆ. ಅವನೀಗ ಗಜಾನನ ಸಿನೆಮಾ ತಿಯೇಟರಿನಲ್ಲಿ ಮೇನೇಜರು. ಈಶ್ವರಪ್ಪ ಇಲ್ಲದಿದ್ದರೆ ಬ್ಯಾಂಕಿಗೆ ಹೋಗಿ ಹಣ ತುಂಬುವುದೂ ರುದ್ರಣ್ಣನದೇ ಕೆಲಸ.

ಮಹಂತಪ್ಪನಿಗೆ ಕೆಮ್ಮು, ದಮ್ಮು. ಹಾಸಿಗೆ ಹಿಡಿದರು. ಗಂಡ, ಹೆಂಡತಿ ಇಬ್ಬರಿಗೂ ಮಗಳ ಮದುವೆ ಯೋಚನೆ.

"ತಂಗೀ ಲಗ್ನದ ಯೋಚಿನಿ ಮಾಡೋದಿಲ್ಲೇನು ಈಶ್ವರ ?"

ಸಿದ್ದಮ್ಮ ಮಗನಿಗೆ ಮೇಲಿಂದ ಮೇಲೆ ಕೇಳುತ್ತಲೇ ಇದ್ದಳು.

"ಈ ಕಡಲೇಕಾಯಿ ಸೀಜನ್ನು ಮುಗಿದು ಬಿಡಲಿ ತಡಿಯವ್ವಾ ! ಫ್ಯಾಕ್ಟರಿ ಬಿಟ್ಟು ಈಗ ನಾನೆಲ್ಲಿ ಓಗಲಿ ?"

"ರುದ್ರಣ್ಣನ್ನ ಕೂಡುಸು ಎರಡು ದಿನ, ಪ್ಯಾಕ್ಟರಿನಾಗೆ"

"ಅವನೆಷ್ಟು ಕಡೆ ನೋಡ್ತಾನೆ ಪಾಪ ! ಸಿನೇಮಾದ ಕೆಲಸೇನು ತುಸ ಅದೇನು ಅವನಿಗೆ ? ಈ ಮೂರು ನಾಲ್ಕು ತಿಂಗಳು ಆಗಲಿ."

ಮೂರು, ನಾಲ್ಕು ತಿಂಗಳುಗಳಲ್ಲಿ ಏನಾಗಲಾರದು ? ಮಂಗಳಾಗೇ ಮೂರು ತಿಂಗಳು !

ಸಿದ್ದಮ್ಮನ ಎದೆ ಸಹಸ್ರ ಹೋಳಾಯಿತು, ವಿಷಯ ತಿಳಿದೊಡನೆ. ಯಾರಂತೆ? ಅಂತೆ ಏಕೆ ? ಒಂದು ಬಾರಿ ಆಕೆಯೇ ನೋಡಿದಳು, ಮಂಗಳಾ ರುದ್ರನ ಕೋಣೆಯಿಂದ ಹೊರಬಂದದ್ದನ್ನು. ಸಿದ್ದಮ್ಮನಿಗೆ ಎಲ್ಲವೂ ಅರ್ಥವಾಗಿ ಹೋಯಿತು. ಶರಣಮ್ಮ ಕುಂಟಲಗಿತ್ತಿಯ ಕೆಲಸವನ್ನು ಮಾಡಿದ್ದಾಳೆಂಬುದೂ ತಿಳಿಯಿತು.

ಮಹಂತಪ್ಪ ಮಲಗಿದಲ್ಲಿಯೇ ಕಿಡಿಕಿಡಿಯಾಗಿ ಹೋದ. ಹೆಂಡತಿಯನ್ನು ಕತ್ತೆ ಸೂಳೆ ಎಂದ. ಎಂದೂ ಆ ನಾಲಿಗೆ ಅವಾಚ್ಯವಾಗಿ ನುಡಿದುದಲ್ಲ. ಮಗ ನನ್ನೂ ಕರೆದು ಹೇಳಿದ.

"ಆ ಬೇವಾರ್ಸಿಣೀನ, ಅವನ ತಾಯೀನ ಇಬ್ರೋರ್ರೂ ಮದಲು ಹೊರಾಕೆ ದೂಡು."

"ದೂಡಿ ?"

ಎಂದು ಕೇಳಿ ತಂದೆಯ ಮುಖ ನೋಡಿದ ಈಶ್ವರಪ್ಪ.

ಈಶ್ವರಪ್ಪ ತಂದೆಯಂತೆ ಕೋಪಿಸಿಕೊಳ್ಳಲಿಲ್ಲ. ಅವನು ದುಡಿಕಿನ ಮನುಷ್ಯನಲ್ಲ. ಎಲ್ಲವನ್ನೂ ಸಾವಧಾನ ಚಿತ್ತದಿಂದ ಯೋಚಿಸಿ ನಿರ್ಧಾರಕ್ಕೆ ಬರುವ ಸ್ವಭಾವ ಆತನದು.

"ನಾಳೆ ಮಾತಾಡ್ತೀನಿ"

ಎಂದಷ್ಟೆ ತಂದೆಗೆ ಹೇಳಿ ಫ್ಯಾಕ್ಟರಿಗೆ ನಡೆದ, ಬೀಗದ ಕೈ ಕುಚ್ಚನ್ನು ಕೈಲಿ ಹಿಡಿದು.

"ರಾತ್ರಿ ಬಹು ತಡವಾಗಿ ಮನೆಗೆ ಬಂದ. ಈಶ್ವರಪ್ಪ ನೇರವಾಗಿ ತಂದೆಯ ಕೋಣೆಗೆ ಹೋದ. ಕಾಲ ಬದಿ ಇದ್ದ ಸ್ಟೂಲಿನ ಮೇಲೆ ಕುಳಿತ. ತಂದೆ ಒಂದು ಬಾರಿ ಮಗನ ಮುಖ ನೋಡಿದ. ಈಶ್ವರಪ್ಪನ ಹಣೆ ಬೆವರೊಡೆದಿದ್ದಿತು.

"ಏನು ?"

ಎಂದು ಗುಡುಗಿದ ಮಹಂತಪ್ಪ

"ರುದ್ರಪ್ಪನ್ನ ಹೊರಾಕೆ ದೂಡಿದರೆ ಮಂಗಳಾ ಕೆಟ್ಟದ್ದು ಸುಳ್ಳಾಗ್ರದೇನು?"

ಮಲಗಿದಲ್ಲಿಯೇ ಎದ್ದು ಕುಳಿತ ಸಿಟ್ಟಿನ ಮುದುಕ. ಬಾಯಿಪಾಠ ಮಾಡಿ ಕೊಂಡು ಬಂದುದನ್ನು ಒಪ್ಪಿಸುವ ದನಿಯಲ್ಲಿ ಹೇಳಿದ ಈಶ್ವರಪ್ಪ.

"ಮದ್ದು ಕೊಡಿಸಿ ಹೊಟ್ಟೆ ಇಳಿಸಬೇಕು, ಆಮ್ಯಾಲೆ ಇನ್ನೊಬ್ಬನಿಗೆ ಮದಿವಿ ಮಾಡಬೇಕು. ಹೆಸರು ಕೆಟ್ಟ ಹೆಂಣಿನ್ನ ನಂಗೆ ಮಾಡ್ತೀ ಏನು ನೀನು ? ಯಾರು ಮದಿವಿ ಆಗ್ತಾರೆ ಮಂಗಳಾನ್ನ ?"

"ಆಸ್ತಿ ಕೊಟ್ಟರೆ ಯಾವ ಬಡವನಾದರೂ ಮಾಡಿಕೊಳ್ತವ್ನೆ"

"ನಾನು ಹೇಳಿದ್ದೂ ಅದೇ. ರುದ್ರಪ್ಪನೂ ಬಡವ. ಅವನಿಗೇ ಕೊಡು ಆಸ್ತಿನ್ನ, ಸೌಕಾರ್‍ಗಿರಿ ಸಿಕ್ಕರೆ ಎಲ್ಲಾ ಭಿಕಾರಿಗಳೂ ದಣೇರೇ...."

ಮುದುಕನ ಬಾಯಿಂದ ಮಾತು ಹೊರಡಲಿಲ್ಲ, ಕಣ್ಣಿಂದ ಕಂಬನಿ ಸುರಿಯಿತು.

"ಮದಿವಿ ಮೂರ್ತ ಇಡಿಸಿ ಬಿಡ್ತೀನಿ, ಜಂಗಮರನ್ನ ಕರೆಸಿ"

ರುದ್ರಪ್ಪ ಮದುವೆಗೆ ಒಪ್ಪಬಹುದು, ಶರಣಮ್ಮ ಒಪ್ಪುತ್ತಾಳೆಯೆ ? ಮಗನ ಕಿವಿಯಲ್ಲಿ ಊದಿದಳು ತಿಯೇಟರು, ಫ್ಯಾಕ್ಟರಿ, ಜಮೀನು ಎಲ್ಲವೂ ರುದ್ರನ ಹೆಸರಿನಲ್ಲಿ ಮೊದಲು ರಿಜಿಸ್ಟರು ಆಗಬೇಕು, ಅನಂತರವೇ ತಾಳಿ ಕಟ್ಟುವುದು.

ಸಬ್‌ರಿಜಿಸ್ಟ್ರಾರ್‌ರನ್ನು ಮನೆಗೇ ಕರೆಯಿಸಿ ಅವರ ಸಮ್ಮುಖದಲ್ಲಿ ತಂದೆ ಮಗ ಇಬ್ಬರೂ ಪತ್ರಕ್ಕೆ ಸಹಿ ಹಾಕಿದರು. ಸಬ್‌ರಿಜಿಸ್ಟ್ರಾರರು ಹೊಸಲು ದಾಟಿದರು, ಮಹಂತಪ್ಪನ ಪ್ರಾಣವೂ ಹಾರಿತು.

ತಂಗಿಯ ಮದುವೆಯನ್ನು ಅದ್ದೂರಿಯಿಂದ ಮಾಡಿದ ಈಶ್ವರಪ್ಪ. ಮರುದಿನವೇ ಆ ಮನೆಯಿಂದ ಹೊರಬಿದ್ದ ತಾಯಿಯೊಂದಿಗೆ. ಸಿದ್ದಮ್ಮ ಮಾತ್ರ ಚಿರಂಜೀವಿಯೇ ? ಮಂಗಳಾನ ಕೂಸನ್ನೂ ನೋಡಲಿಲ್ಲ, ಸತ್ತು ನರಕದಿಂದ ಪಾರಾದಳು. ಕೆಲ ದಿನಗಳಲ್ಲಿಯೇ ಶರಣಮ್ಮನೂ ಸತ್ತಳು.

ಈಶ್ವರಪ್ಪ ಚಹಾ ಪುಡಿಯ ಏಜೆಂಟ್ ಈಗ. ಎಷ್ಟಿದೆ ಅವನ ಸಂಪಾದನೆ? ಪ್ರೆಸಿಡೆಂಟು ರುದ್ರಪ್ಪಣ್ಣೋರ ಮುಂದು ಈ ಬಡ ಈಶ್ವರಪ್ಪ ಯಾವ ಗಿಡದ ತಪ್ಪಲು ?

ದುಂಡು ಜಗತ್ತಿಗೆ ರುಂಡವಿಲ್ಲ. ಮೌಲ್ಯ ! ಹಾಗಂದರೇನು ಎಂದು ಕೇಳುತ್ತದದು.

ಹರಳು

ಒಂದು ಬೆಳಿಗ್ಗೆ ರಸ್ತೆಯಲ್ಲಿ ಹೋಗುತ್ತಿದ್ದಂತೆಯೆ ಹೊಟ್ಟೆ ಕರ ಕರ, ಹಸಿವು ! ತಲೆಗೆ ಮೂರಕ್ಷರದ ಟೆಲಿಗ್ರಾಂ ಬಂತು. ಹೌದು, ಹೊಟ್ಟೆಗೆ ಏನಾದರೂ ಹಾಕಲೇಬೇಕು. ಆಮೇಲೆ ಬಾ, ನಾಳೆ ಬಾ ಎಂದರೆ ಅದು ಕೇಳುವುದಿಲ್ಲ. ಚಂದಾ ಕೇಳಲು ಬಂದಿಲ್ಲ ಅದು. ಮುಂದಿನ ಮನೆಗೆ ಹೋಗು ಅಂದರೆ ಬೈದು ಹೋಗುವ ಬಿಕ್ಷುಕನಲ್ಲ. ಮಹಾ ಹಟಮಾರಿ ಕೂಸು. ಅದರಲ್ಲೂ ಗ್ಯಾಸ್ ಹೊಟ್ಟೆ, ತಾಳ್ಮೆ ಎಂಬುದನ್ನರಿಯದು. ಅದಕ್ಕೆಲ್ಲವೂ ಅರ್ಜೆಂಟ್!

ಬೆಂಗಳೂರಲ್ಲಿ ಯಾವ ಕಷ್ಟವಿದೆ ? ಜೇಬಿನಲ್ಲಿ ಕಾಸು ಇದ್ದರೆ ಹೊಟ್ಟೆ ಬರಿದಾಗಿರ

ಬೇಕಿಲ್ಲ. ಇದಿರಿನಲ್ಲಿಯೇ ಹೋಟೆಲ್. ಕಾಚಿ, ಪೂಚಿ ಹೋಟೆಲಲ್ಲ. ಸ್ಕೂಟರ್, ಕಾರು ಬರುವಂತಹ ದೊಡ್ಡ ಹೋಟೆಲ್. ಒಳ ಕೋಣೆಗಳಿವೆ, ಪ್ರತ್ಯೇಕ ಒಳ ಕೋಣೆಗಳೂ ಇವೆ. ಮರ್ಯಾದಸ್ತರು (ಶ್ರೀಮಂತರು ?) ಬಂದು ಹೋಗುವಂತಹ ಹೋಟೆಲ್ ಅದು ಜೇಬಿನಲ್ಲಿ ಹಣ ಇದೆ, ಈ ಏಕ ಮೇವ ಕಾರಣದಿಂದ ನಾನೂ ಮರ್ಯಾದಸ್ತ. ನುಗ್ಗಿದೆ, ಒಳನಡೆದೆ. ಸುಖಾಸನ ರೂಢನಾಗಿ ಕುಳಿತೆ.

ಸಮವಸ್ತ್ರದ ಸುಂದರ ಮಾಣಿ ಬಂದು ಮುಂದುನಿಂತ. ವರಕೊಡುವ ದೇವರಂತೆ ಅವನ ಮಾತು.

"ಏನಿದೆ ?"

ಅವನು ಹೇಳಿದದೇನು, ಅಥವಾ ಏನೇನು ಎಂಬುದನ್ನು ಇಲ್ಲಿ ಬರೆದರೆ ಈ ಪುಟದ ತುಂಬ ಅದೊಂದೇ ಆದೀತು. ಶಾಂತವಾಗಿ ಕೇಳಿದವನಂತೆ ನಟಿಸಿ ಆನಂತರ ಪ್ರಶ್ನಿಸಿದೆ.

"ಉಪ್ಪಿಟ್ಟು ಇದೆಯೇ ?"

"ಆಗಲೆ ಹೇಳಿದೆನಲ್ಲ ? ಇದೆ ಸಾರ್ !"

ಎಂದಂದ. ಕೂಡಲೆ ತಂದಿಟ್ಟ.

ಹಸಿವಿಗೆ ನಾಚಿಕೆ ಇಲ್ಲ. ಗಬಗಬ ನಾಲ್ಕು ಚಮಚೆ ಉಪ್ಪಿಟ್ಟು ಬಾಯಿಗೆ ಬಿತ್ತು. ಆನಂತರ ಸಾವಕಾಶವಾಗಿ ಬಾಯಾಡಿದೆ. ತೃಪ್ತಿ ಇತ್ತು ಅದರಲ್ಲಿ. ತಿಂದುದಿನ್ನೂ ಹೊಟ್ಟೆಗೆ ತಲುಪಿಲ್ಲ, ಆದರೂ ಹೊಟ್ಟೆ ಸುಮ್ಮನಾಯಿತು ಅದಕ್ಕೆ ಗೊತ್ತು – ಊರಿಗೆ ಬಂದವಳು ನೀರಿಗೆ ಬಾರಳೆ ? ಬಾಯಿಗೆ ಬಿದ್ದುದು ಹೊಟ್ಟೆಗೆ ಬಾರದೆ ?

ಇದ್ದಕಿದ್ದಂತೆ ಅದೇನೋ ತಾಗಿತು ಹಲ್ಲಿಗೆ. ಖಟ್ ಅಂದಿತು ! ಹರಳು?

"ಥೂ ! ಇವನ ಮನೆ ಹಾಳಾಗ"

ಇವನ ಅಂದರೆ ಯಾರ ? ಮಾಣಿಯದೇ ? ಅವನಿಗೆ ಮನೆಯೇ ಇಲ್ಲ. ಅಲ್ಲದೆ ಅವನ ತಪ್ಪೇನಿದೆ ? ಅದಾರೋ ಮಾಡಿಟ್ಟುದುದನ್ನು ಅವನು ಪ್ಲೇಟಿನಲ್ಲಿ ತಂದಿಟ್ಟ. ಹಾಗಾದರೆ ಉಪ್ಪಿಟ್ಟನ್ನು ಮಾಡಿದವನ ಮನೆ..... ಛೆ ಛೆ ! ಪಾಪ ! ಅವನದೇನು ತಪ್ಪಿದೆ ? ರವೆ ತಂದುಕೊಟ್ಟರು, ಅವನು ಉಪ್ಪಿಟ್ಟು ಮಾಡಿದ. ಹಾಗಾದರೆ ಮಾಲೀಕರದು ತಪ್ಪೆ ? ರವೆಯನ್ನು ಅವರು ಮಾಡಿಲ್ಲವಲ್ಲಾ? ಅಂಗಡಿಯಿಂದ ತರಿಸಿದರು, ಕೊಟ್ಟರು. ಸರೆ, ಇದು ಮುಗಿಯದ ಸರಪಣಿ.

ಆದರೂ ನನಗೆ ಕೋಪ ಬಂದುದು ಮಾಣಿಯ ಮೇಲೆಯೇ. ಇದನ್ನೇ ಶುನಕ ಮನೋವೃತ್ತಿ ಅನ್ನುತ್ತಾರೆ. ಕಟ್ಟಿಗೆಯಿಂದ ನೀವು ಒಂದು ನಾಯಿಯನ್ನು ಹೊಡೆದರೆ

ನಾಯಿ ಆ ಕಟ್ಟಿಗೆಯನ್ನು ಕಚ್ಚುತ್ತದೆ. ಕಟ್ಟಿಗೆಯ ಹಿಂದಿರುವ ಕೈ ತನ್ನನ್ನು ಹೊಡೆಯಿತು ಎಂಬುದದಕ್ಕೆ ತಿಳಿಯದು.

"ಇಲ್ಲಿ ಬಾರಯ್ಯಾ !"

ಮುಖ ಸಿಂಡರಿಸುತ್ತ ಆ ಹುಡುಗನನ್ನು ಕರೆದೆ.

"ಬಂದೆ ಸಾರ್ !"

ಅಂದ. ಆದರೆ ಬರಲಿಲ್ಲ. ಬೇರೊಂದು ಮೇಜಿನ ಮುಂದು ಆ ಶ್ರಾದ್ಧ ಮಂತ್ರೋಚ್ಚಾರ ಮಾಡುತ್ತ ನಿಂತ.

ಬಾಯಲ್ಲಿ ಬೆರಳಿಟ್ಟೆ, ಹಲ್ಲಿನಿಂದ ಹಿಡಿದಿದ್ದ ಆ ಹರಳನ್ನು ಹೊರತೆಗೆದೆ. ಒಂದು ಬಾರಿ ನೋಡಿದೆ. ಎಷ್ಟು ದೊಡ್ಡದಿದೆ ಹರಳು ? ಇಷ್ಟು ದೊಡ್ಡ ಹರಳುಗಳನ್ನು ರವೆಯಲ್ಲಿ ಸೇರಿಸುತ್ತಾನೆ ಅಂಗಡಿ ಸೆಟ್ಟಿ ?

ವ್ಯಾಪಾರ ಅಂದರೆ ದ್ರೋಹ – ಇದು ನಮ್ಮ ವ್ಯಾಪಾರಿಗಳ ಮನೋ ಧರ್ಮ.

ನಮ್ಮ ಜನ, ನಾಡು, ನಮ್ಮ ದೇಶ – ಎಲ್ಲವೂ ಹಾಳು, ಕಲುಷಿತವಾಗಿದೆ ಬಾಳು. ಪ್ರಾಮಾಣಿಕತೆ ಎಂಬುದು ಎಲ್ಲಿಯೂ ಇಲ್ಲ. ನೀಚರು, ಅಯೋಗ್ಯರು, ಭ್ರಷ್ಟರು.

ಮಾಣಿ ಇನ್ನೂ ಬರಲಿಲ್ಲ. ಬಂದರೇನು ಮಾಡುತ್ತಿ ?

ಆ ಹರಳನ್ನು ಅವನ ಕೈಗಿತ್ತು

"ಇದನ್ನು ನಿನ್ನ ಮಾಲೀಕನಿಗೆ ಕೊಡು"

ಎಂದು ಹೇಳಬೇಕೆನಿಸಿತು.

ಕೈಲಿದ್ಧ ಹರಳನ್ನು ತಟ್ಟೆಯಲ್ಲಿ ಹಾಕಿದೆ-ಟಕ್ ಎಂದಿತು. ಹೌದು, ಹರಳು. ಅದು ಹರಳು ಎಂಬುದನ್ನು ಖಾತ್ರಿ ಮಾಡಿಕೊಂಡಲ್ಲವೆ ನಾನವರನ್ನು ದಂಡಿಸಬೇಕು ? ಮುಟ್ಟಿಯೂ ನೋಡಿದೆ–ಹೌದು, ಹರಳು. ಅನು ಮಾನವೇ ಇಲ್ಲ.

ಮಾಣಿಗಾಗಿ ಎಷ್ಟು ಕಾಯುವುದು ? ಸಿಟ್ಟು ಒಂದು ಡಿಗ್ರಿ ಚರ್ ಎಂದು ಏರಿತು ನಿಜ. ಇದು ನನ್ನ ಮನೆಯಲ್ಲವಲ್ಲಾ ? ಹೊರಗಡೆ ಕೋಪ ನಡೆಯುವುದಿಲ್ಲ ಎಂದು ನನಗೆ ನಾನೇ ವಿವೇಕವನ್ನು ಹೇಳಿಕೊಂಡೆ.

ಮನೆಯಲ್ಲೂ ಹೀಗೆಯೆ. ಕೋಪ ಬರುತ್ತದೆ, ಹಿಂದೆಯೆ ವಿವೇಕ. ಇದು ಹೋಟಲಲ್ಲಯ್ಯಾ, ಮನೆ. ಇಲ್ಲಿ ನಿನ್ನ ಕೋಪ ನಡೆಯುವುದಿಲ್ಲ ಎನ್ನುತ್ತದೆ ವಿವೇಕ.

ವಿವೇಕ ಅಂದರೇನು ಎಂಬುದು ಈಗ ಗೊತ್ತಾಯಿತು ತಾನೇ ? ವಿವೇಕ = ಹೇಡಿತನ ? ಬಾಯಿಗೆ ಬಿದ್ದಿದ್ದ ಉಪ್ಪಿಟ್ಟು ಹೊಟ್ಟೆಗೆ ಜಾರಿತು. ಒಂದು ಗುಟುಕು ನೀರೂ ಹೋಯಿತು. ಇನ್ನಿಷ್ಟು ತಿನ್ನುವ ಪ್ರಯತ್ನ. ಅದೇಕೋ ಎಡಪಕ್ಕ ನೋಡಿದೆ. ನಿಲುಗನ್ನಡಿ ಇದೆ ಗೋಡೆಗೆ. ಅದು ಸರೇ, ಕನ್ನಡಿಯಲ್ಲಿ ನನ್ನನ್ನು ನೋಡುತ್ತಿರುವವರಾರು ? ಆ ನಾನು ನಾನೇ !

ನಾನು ಹೀಗಿದ್ದೇನೆಯೆ ! ಯಾವಾಗ ಹೀಗಾದೆ ? ಏನಾಗಿದ್ದೇನೆ ?

ಒಂದು ಹಲ್ಲು ! ಏನು ಹಲ್ಲು ? ಹೋಗಿಲ್ಲ, ಮುಕ್ಕಾಗಿದೆ. ಆ ತುಂಡೇ ನಾಯಿತು? ಇಲ್ಲಿದ್ದೇನೆ ಎಂದಿತು ತಟ್ಟೆಯಿಂದ ಆ ಹರಳು.

"ಏನು ಸಾರ್ ಕರೆದಿರಿ ?"

ಮಾಣಿಯ ಪ್ರಶ್ನೆ.

"ಕಾಫಿ ಕೊಟ್ಟುಬಿಡಪ್ಪ"

ದಾರಿಯುದ್ದಕ್ಕೂ ತಲೆ ಮಾತನಾಡಲಾರಂಭಿಸಿತು. ಇದನ್ನೇ ಸಾವು ಅನ್ನೋದು ಕಣಯ್ಯಾ ? ಸಾವು ಯಾವಾಗಲೂ ಕಂತಿನ ಮೇಲೆ ಬರುತ್ತದೆ. ಒಂದೇ ಬಾರಿಗೆ ಯಾರೂ ಸಾಯುವುದಿಲ್ಲ. ನೀನು ಹುಟ್ಟಿದ ತಕ್ಷಣ ನಿನ್ನ ಜೀವ ಸೋರಲು ಆರಂಭವಾಯಿತು. ನಿನಗದರ ಅರಿವೇ ಇಲ್ಲ. ಮಗ ಬೆಳೆಯುತ್ತಾನೆ ಎಂದು ತಾಯಿ ಸಂತೋಷಪಡುತ್ತಾಳೆ, ಅವನು ಗೋರಿಗೆ ಪ್ರಯಾಣ ನಡೆಸಿದ್ದಾನೆ ಎಂಬರಿವು ತಾಯಿಗೂ ಇಲ್ಲ, ಮಗನಿಗೂ ಇಲ್ಲ. ಕಡೆಗೊಂದು ದಿನ ಪೂರ್ತಿ ಸೋರಿ ಖಾಲಿಯಾಗುತ್ತದೆ. ಆಗಲಿಬಿಡು, ಆಗುವವರೆಗೂ ನಾನು ಮಾಡಬೇಕಾದುದೇನು ? ಕರ್ತವ್ಯ ಹೂಂ, ನಡೆ ಮತ್ತೆ.

ಇದರ ನೀತಿ ಏನೆಂದರೆ....

ಭಾಷಣಕಾರನಿಗೆ ಏಳು ವರ್ಷಗಳು ಬಂದೀಖಾನೆ ಶಿಕ್ಷೆ ವಿಧಿಸಿದರೆ ಅವನು ಸ್ವಸಂತೋಷದಿಂದ ಜೇಲಿಗೆ ಹೋಗುತ್ತಾನೆ–ಹೊಸ ಸಭಿಕರು ಸಿಕ್ಕರಲ್ಲಾ? ಆ ಏಳು ವರ್ಷಗಳಲ್ಲಿ ಅನೇಕ ಹೊಸಬರು ಒಳಬರುತ್ತಾರೆ, ಹಳಬರನೇಕರು ಹೊರ ಹೋಗುತ್ತಾರೆ. ತನ್ನ ಹಳತಾದ ಭಾಷಣವನ್ನೇ ಹೊಸತಾಗಿ ಕುಟ್ಟಬಹುದು ಎಂಬದೇ ಅವನ ಸಂತೋಷಕ್ಕೆ ಕಾರಣ. ಇದು ಅವನಿಗೆ ಶಿಕ್ಷೆಯೇ ? ಊಟ, ಬಟ್ಟೆ, ವಾಸಕ್ಕೆ ಕೋಣೆ ಕೊಟ್ಟು ಮೇಲೆ ಭಾಷಣ ಕೇಳುವ ಸಭಿಕರನ್ನು ಕೊಡುವ ಸರ್ಕಾರ ಅವನ ಕಾಮಧೇನು, ಜೇಲಿಗೆ ಕಳಿಸುವ ಕೋರ್ಟು ಅವನ ಕಲ್ಪವೃಕ್ಷ.

ಹಾಗಾದರೆ ಭಾಷಣಕಾರನಿಗೆ ಶಿಕ್ಷೆ ಯಾವದು ? ಇದೆ, ಅವನಿಗೂ ಒಂದಿದೆ. ನನಗಾ ಕಠಿಣ ಶಿಕ್ಷೆ ಆಗಿತ್ತು ಒಂದು ಬಾರಿ.

ಟವನ್‌ಹಾಲ್‌ನಲ್ಲಿಯೋ, ಕಲಾಕ್ಷೇತ್ರದಲ್ಲಿಯೋ ಸರಿಯಾಗಿ ನೆನಪಿಲ್ಲ. ಅದಾರೋ ಅಧ್ಯಕ್ಷರು – ಯಾರು ಎಂಬದೂ ನೆನಪಿನಲ್ಲಿಲ್ಲ. ಹೋಗಲಿ ಬಿಡಿ, ಇವಾವೂ ಮುಖ್ಯವಲ್ಲವಲ್ಲಾ? ಒಂದು ಮಾತ್ರ ಸ್ಪಷ್ಟವಾಗಿ ನೆನಪಿದೆ. ಮಹಿಳಾ ದಿನಾಚರಣೆಯ ಸಭೆ. ಯಾಕೆಂದರೆ ಭಾಷಣ ಮಾಡಿದವರೆಲ್ಲರೂ ಪುರುಷರೇ !

ಬೆಳಿಗ್ಗೆ ಒಂಭತ್ತಕ್ಕೇ ಬಂದು ಕುಳಿತೆ, ಘಂಟೆ ಹನ್ನೆರಡಾಯಿತು. ಈ ಮೂರೂ ತಾಸುಗಳೂ ಜಡಿಮಳೆ ಹೊಡೆದಂತೆ ಭಾಷಣಗಳ ಸುರಿಮಳೆ. ಇವನ್ನು ಕೇಳುವುದೇನು ಸಾಮಾನ್ಯ ಶಿಕ್ಷೆಯೇ ? ನಾನು ಬಾಯಿ ತೆರೆಯು ವಂತಿಲ್ಲ. ಇದಲ್ಲದೆ ಮತ್ತಾವುದು ಸಶ್ರಮ ಶಿಕ್ಷೆ ಹುಟ್ಟಾ ಭಾಷಣಕಾರನಿಗೆ ? ಎರಡು ದಶಕಗಳು ಭಾಷಣ ಮಾಡಿ ಜನತೆಗೆ ಹಿಂಸೆ ಕೊಟ್ಟುದಕ್ಕೆ ಇದೇ ಪ್ರಾಯಶ್ಚಿತ್ತ.

ನಾಲಗೆ ಒಂದೇ ಆದರೂ ಕಿವಿ ಎರಡಿವೆ ನಿಜ. ಆದರೆ ಭಾಷಣ ಮಾಡುವ ಗೀಳು ಹಿಡಿದವನಿಗೆ ಕಿವಿಯನ್ನು ಉಪಯೋಗಿಸುವ ಅವಕಾಶವೇ ಇಲ್ಲವಲ್ಲಾ ? ನನ್ನ ಕಿವಿ ಕೇಳಿದುದು ನನ್ನ ಭಾಷಣವನ್ನಷ್ಟೇ. ಉಸಿರು ಕಟ್ಟಿದಂತಾಗಿತ್ತು.

ದೇವರು ಯಾವ ರೂಪದಲ್ಲಿ ಮತ್ತು ಯಾವ ದಿಕ್ಕಿನಿಂದ ಬರುತ್ತಾನೆಂದು ಹೇಳುವುದು ಈ ಹುಲು ಮಾನವನಿಗೆ ಸಾಧ್ಯವೇ ? ಹುಲು ಮಾನವನ ದೇವರೂ ಹುಲು ದೇವರೇ! ಹಿಂದಿನ ಸಾಲಿನಿಂದ ಒಂದು ಮೆತ್ತನ ಧ್ವನಿಯಾಗಿ ನನಗೆ ದೇವರು ಪ್ರತ್ಯಕ್ಷವಾದ.

"ಏಳಿ ಸಾರ್ ! ಸಿಗರೇಟು ಎಳೆದಾದರೂ ಬರೋಣ."

ಆ ಸಂಕಷ್ಟದಲ್ಲಿ ಸಿಕ್ಕುಬಿದ್ದು ತಳಮಳಗೊಳ್ಳುತ್ತಿದ್ದ ನನಗೆ ಇದು ದೈವ ವಾಣಿ ಅಲ್ಲವೇ ?

ಯಾರಾ ದೇವರು ಎಂದು ಹಿಂತಿರುಗಿ ನೋಡಿದೆ. ನನ್ನ ಕಿರಿಯ ಮಿತ್ರ–ನನ್ನ ಮಿತ್ರರೆಲ್ಲರೂ ಕಿರಿಯರೇ, ಹಿರಿಯ ಮಿತ್ರರು ಸತ್ತಿದ್ದಾರೆ – ಸಿಂಗ್ ಹಲ್ಲು ಕಿರಿದ. ಬೇಡ ಅಂದೇನೇ ? ದ್ವಿಕರ್ಮಕ ಪ್ರಯೋಗ–ಭಾಷಣ ತಪ್ಪಿತು, ಸಿಗರೇಟ್ ಸಿಕ್ಕಿತು.

ಥಟ್ಟನೆ ಎದ್ದೆ, ದುಡುದುಡು ಹೊರಬಂದೆ.

ಭಾಷಣಕಾರರು ನಾನು ಎದ್ದು ಬಂದುದನ್ನು ನೋಡಿದರೇ ? ನೋಡಲಿ ಬಿಡಿ. ಇಷ್ಟಕ್ಕೇ ನಿರುತ್ಸಾಹಗೊಳ್ಳುವವನು ಅವನೆಂತಹ ಭಾಷಣಕಾರ ? ಬರೀ ಸಭೆಗೆ ನಾನು ಭಾಷಣ ಮಾಡಿದ್ದೇನೆ –ರೇಡಿಯೋ ಭಾಷಣ ಮತ್ತೇನು ?

ಸಿಂಗ್ ಸಿಗರೇಟು ಹೊರ ತೆಗೆಯುತ್ತ ಟೀಕೆ ಆರಂಭಿಸಿದ.

"ಏನು ಮಹಾ ಭೈರಗಿಗಳು ಸಾರ್ ಈ ಭಾಷಣಕಾರರು ? ಈ ಜಾತೀನೇ ಹೀಗೆ."

"ಇಡೀ ಜಾತಿನ್ನೇ ಹಾಗೆ ಬೈಯಬೇಡಯ್ಯಾ"

ಆತ್ಮಸಂರಕ್ಷಣಾ ವಾದವನ್ನು ಹೂಡಿದೆ. ಮೀಸೆಯಲ್ಲಿಯೆ ನಗುತ್ತ ಕೇಳಿದ.

"ನೀವು ಹೇಳಿ ಸಾರ್ ! ಇದುವರೆವಿಗೂ ನಾವು ಕೇಳಿದ ಐದು ಭಾಷಣಗಳೂ ಬೋರೇ ಬೋರು. ಇದನ್ನಾದರೂ ಒಪ್ಪುತ್ತೀರಾ ?"

ಹೌದು ಎಂದು ಕೂಡಲೆ ಒಪ್ಪಿಕೊಂಡೆ. ಏಕೆ ? ಆ ಪಂಚ ಮಹಾಪಾತಕರಲ್ಲಿ ನಾನಂತೂ ಒಬ್ಬನಲ್ಲ.

ವಿಷಯಾಂತರ ಮಾಡಿ ಮಾತಿನ ಝುರಿಯನ್ನು ಬೇರತ್ತ ತಿರುವಿದೆ. ಆ ಈ ಮಾತನಾಡುತ್ತ ಸಿಂಗ್ ಸೂಚಿಸಿದ.

"ಒಂದಿಷ್ಟು ಕಾಫಿನಾದರೂ ಹಾಕಿಕೊಂಡು ಬರೋಣ ಬನ್ನಿ ಸಾರ್ !"

"ಎಲ್ಲಿದೆ ಕಾಫಿ ಇಲ್ಲಿ ?"

ನಿಂತಲ್ಲಿಯೇ ಕಣ್ಣೋಡಿಸಿದೆ ಸುತ್ತಲೂ.

"ಹೋಗೋಣ ಬನ್ನಿ, ಕಂಟೋನ್‌ಮೆಂಟ್‌ಗೆ. ಕಾರಿದೆ"

ಓಡಿತು ಕಾರು. ದಾರಿಯುದ್ದಕ್ಕೂ ಸಿಂಗನ ಭಾಷಣ.

"ಏನ್ಸಾರ್ ಆಗಿದೆ. ಈಗ ನಮ್ಮ ಹೆಂಗಸರಿಗೆ ? ಸ್ತ್ರೀ ಸ್ವಾತಂತ್ರ್ಯ, ಸಮಾನತೆ ಬೇಕು ಎಂದು ಮೇಜು ಕುಟ್ಟಿ ಕುಟ್ಟಿ ಹೇಳಿದರಲ್ಲಾ ಇವರು, ನಮ್ಮ ಹೆಂಣುಗಳನ್ನು ನಾವೇನು ಜೇಲಿನಲ್ಲಿಟ್ಟಿದ್ದೇವೆಯೆ ? ನಮ್ಮಕಿಂತಲೂ ಅವರೇ ಹೆಚ್ಚು ಸುಖವಾಗಿದ್ದಾರೆ....."

ನನ್ನ ವಾದ ಇದಲ್ಲ. ಸ್ತ್ರೀಗೆ ಬರೀ ಸ್ವಾತಂತ್ರ್ಯ, ಸಮಾನತೆ ಸಿಕ್ಕರೆ ಸಾಲದು. ಅವರಿಗೆ ಇನ್ನೂ ಹೆಚ್ಚಿನ ಸವುಲತ್ತುಗಳೂ ಬೇಕು. ಸ್ತ್ರೀ ಪೊಲೀಸ್, ಸ್ತ್ರೀ ಜಜ್ಜಿಗಳು ಇವೆಲ್ಲ ನನ್ನ ಕನಸುಗಳು.

"ನೀವು ಬಿಡಿ ಸಾರ್ ! ಇನ್ನು ಮೇಲೆ ಹೆರಿಗೆ ಆಸ್ಪತ್ರೆಯಲ್ಲಿ ಗಂಡುಗಳೇ ಮಲಗಬೇಕು ಅಂತೀರಿ"

ನಕ್ಕುಬಿಟ್ಟ ಸಿಂಗ್.

"ಹಾಗಲ್ಲಯ್ಯಾ, ಹೆಂಣಿನ ಬಗ್ಗೆ ಒಂದಿಷ್ಟು ಸಹಾನುಭೂತಿ ಬೇಡವೆ ?"

ಕಾರು ಹೋಟೆಲ್ ಗೇಟಿನಲ್ಲಿ ಹೊಕ್ಕಿತು. ಚರ್ಚೆ ಖತಂ.

ಎರಡು ಬಿಸಿ ಬಿಸಿ ಕಾಫಿ ಬಂದುದೇ ತಡ, ಗುಟುಕರಿಸುತ್ತ ಕುಳಿತೆವು.

"ಈಗ ಮತ್ತೆ ಮೀಟಿಂಗ್‌ಗೆ ಹೋಗುತ್ತೀರೋ, ಮನೆಗೇ ಡ್ರಾಪ್ ಕೊಟ್ಟುಬಿಡಲೋ?"

ಸಿಂಗ್ ಪ್ರಶ್ನೆ ಕೇಳಿ ಮುಖ ನೋಡಿದ.

"ನಾಳೆ ಪೇಪರ್‌ನಲ್ಲಿ ಹೇಗೂ ಬರುತ್ತೆ, ಓದಿದರಾಯಿತು. ಮನೆಗೇ ಬಿಟ್ಟುಬಿಡು."

ನಮ್ಮ ಕಾರು ಬೇರೆ ರಸ್ತೆ ಹಿಡಿಯಿತು, ಗಲ್ಲಿ ಸಂದುಗಳಲ್ಲಿ ತೂರಿ ಆನಂತರ ಒಂದು ತಾರು ರಸ್ತೆಯಲ್ಲಿ ಓಟ.

ಅದಾದ ಹುಳು ಸಿಂಗ್‌ನ ತಲೆಯಲ್ಲಿ ಮಿಸುಕಾಡಿತೋ ? ಇದ್ದಕ್ಕಿದ್ದಂತೆ ನುಡಿದ.

"ನೀವು ಹೇಳುವುದು ಸರಿ ಸಾರ್ ! ಬರೀ ಸರಿಸಮಾನ ಹಕ್ಕುಗಳಷ್ಟೇ ಹೆಂಣಿಗೆ ದೊರೆತರೆ ಸಾಲದು. ಅವರ ಬಗ್ಗೆ ಸಹಾನುಭೂತಿಯೂ ಬೇಕು."

"ಹೌದಯ್ಯಾ, ಪ್ರಕೃತಿಯೇ ಅವರಿಗೆ ಸಾಕಷ್ಟು ಅನ್ಯಾಯವೆಸಗಿದೆ. ಅದರೊಟ್ಟಿಗೆ ಪುರುಷನೂ ಮಾಡಿದರೆ ಹೇಗೆ ?"

ಮಾತೂ ಸಾಗಿತ್ತು, ಕಾರೂ ಓಡುತ್ತಿತ್ತು.

ನಿರ್ಜನವಾದ ರಸ್ತೆ, ಒಂದು ಹೆಂಣು ಏಕಾಂಗಿಯಾಗಿ ಹೋಗುತ್ತಿದೆ ಅಷ್ಟು ದೂರದಲ್ಲಿ. ಬಿಳಿ ಸೀರೆಯಲ್ಲವೇ ? ಬಹುದೂರದಿಂದ ಕಂಣಿಗೆ ಬಿತ್ತು.

ಐ ! ಹಾಗೇಕೆ ಹೊಯ್ದಾಡುತ್ತಿದೆ ಹೆಂಡ ಕುಡಿದವರಂತೆ ! ಏನೋ ಕಾಹಿಲೆ. ಕಾರು ಸನಿಯ ಬಂತು. ಇನ್ನೂ ಸಮೀಪ. ಐ ! ದುಪ್ಪೆಂದು ಬಿದ್ದೇ ಬಿಟ್ಟಿತು, ರಸ್ತೆಯ ಅಂಚಿನಲ್ಲಿ ಪಾಪ !

"ಸಿಂಗ್ ! ಸಿಂಗ್ ! ನಿಲ್ಲಿಸಯ್ಯಾ !"

ನಾನು ಪಕ್ಕದಲ್ಲಿಯೇ ಕುಳಿತು ಕೂಗಿದರೂ ಕೇಳಿಸುವುದೇ ಇಲ್ಲವೇ ? ಕಿವುಡನೇ ಈ ಸಿಂಗ್ ? ಗಾಡಿಯ ಸ್ಪೀಡ್ ಇನ್ನೂ ಹೆಚ್ಚಿತು ; ಒಂದೇ ಓಟ.

ಬಹುದೂರ ಬಂದ ನಂತರ ಮುಸಿ ಮುಸಿ ನಗುತ್ತ ಸಿಂಗು ಕೇಳಿದ. ದನಿಯಲ್ಲಿ ಏನೋ ವ್ಯಂಗ್ಯ !

"ತಾವು ಬೆಂಗಳೂರಿಗೆ ಬಂದು ಎಷ್ಟು ಕಾಲವಾಯಿತು ಸ್ವಾಮೀ ?"

"ಯಾಕೆ ? ಎರಡು ವರ್ಷ ಆಗಿರಬೇಕು"

"ನಾನು ಇಲ್ಲಿಯೇ ಹುಟ್ಟಿ ಬೆಳೆದವನು. ಸುಮಾರು ಐದಾರು ವರ್ಷಗಳಿಂದ ಅವಳನ್ನು ನೋಡುತ್ತಲಿದ್ದೇನೆ....."

"ಅದಕ್ಕಾಗಿ ಕಾರು ನಿಲ್ಲಿಸಲಿಲ್ಲವೇ ?"

ತಪ್ಪಿತಸ್ಥರನ್ನು ದಂಡಿಸುವ ದನಿ ನನ್ನದು.

"ನಾವು ಕಾರ್ ನಿಲ್ಲಿಸಿ ಅವಳ ಸಹಾಯಕ್ಕೆ ಹೋಗಿದ್ದರೆ ಏನಾಗುತ್ತಿತ್ತು ಗೊತ್ತೇ ?"

"ಏನಾಗುತ್ತಿತ್ತು ? ಬಹಳ ಆದರೆ ಅವಳನ್ನು ಕಾರಿನಲ್ಲಿ ಹಾಕಿಕೊಂಡು ಆಸ್ಪತ್ರೆಗೆ ಹೋಗಬೇಕಾಗುತ್ತಿತ್ತು...."

ನಡುವೇ ಬಾಯಿ ಹಾಕಿದರು ಸಿಂಗ್.

"ಆಸ್ಪತ್ರೆಗಲ್ಲ ಸ್ವಾಮೀ ! ನಮ್ಮನ್ನು ಹೊತ್ತು ಪೋಲೀಸ್ ಸ್ಟೇಷನ್ನಿಗೆ ಒಯ್ಯುತ್ತಿದ್ದರು. ಆ ಮುಂ..... ಟ್ರಿಕ್ ಸಾರ್ ಅದು, ಅವಳು ಯಾವಾಗಲೂ ಹಾಗೇ. ಸನಿಯ ಹೋದೊಡನೆ

"ಅಯ್ಯಯೋ ! ನನ್ನನ್ನು ಕೆಡಿಸಲು ಬಂದಿದ್ದಾರೆ"

ಎಂದು ಕೂಗಿಕೊಳ್ಳುತ್ತಾಳೆ. ಅವಳ ಗ್ಯಾಂಗ್‌ನವರು ಅಲ್ಲಿಯೇ ಮರೆಯಲ್ಲಿರುತ್ತಾರೆ. ಓಡಿ ಬಂದು ನಮ್ಮ ಮೇಲೆ ಬೀಳುತ್ತಾರೆ. ಪರ್ಸ್, ವಾಚ್ ಎಲ್ಲಾನೂ ಔಟ್ ! ಆನಂತರ ಪೊಲೀಸು ಬರುತ್ತಾನೆ, ಬನ್ನಿ ಮಹಾಸ್ವಾಮೀ ಸ್ಟೇಶನಿಗೆ ಅಂತ."

ಈ ಕತೆ ಕೇಳಿ ತಬ್ಬಿಬ್ಬಾದೆ. ಗೆದ್ದವನಂತೆ ನಗುತ್ತ ಸಿಂಗ್ ನನಗೇ ಉಪದೇಶ ಮಾಡಲಾರಂಭಿಸಿದ.

"ಇದು ನಿಮ್ಮ ಬಳ್ಳಾರಿಯಲ್ಲಾ ಸಾರ್ ! ಇದು ಬೆಂಗಳೂರು. ಸ್ತ್ರೀಯರಿಗೆ ಸರಿಸಮಾನ ಹಕ್ಕು, ಸಹಾನುಭೂತಿ ಅವೆಲ್ಲಾ ಭಾಷಣಕ್ಕೇ ಮೀಸಲು ಮಾಡಿ"

ಇದರ ನೀತಿ ಏನೆಂದರೆ.....

ಎಂದು ಮುಂದುವರಿಸಿದರೆ ಮಹಾಪರಾಧವಾಗುತ್ತದಲ್ಲವೇ ?

ಹೇಳುವವರು ಮೂರ್ಖರಾದರೆ ?

"ನಮ್ಮೂರಲ್ಲಿ ಒಂದು ಏಳು ಹೆಡೆ ಸರ್ಪ ಇತ್ತಂತೆ."

"ಹೌದೇ"

ಎಂದಂದು ಬೆಚ್ಚಿಬಿದ್ದ ತಿಂಮ.

"ಏಳು ಹೆಡೆ ಸರ್ಪ ಕೂಡಾ ಇದೆಯೇ ?"

"ಇದೆಯೇ ಏನು ಬಂತು ? ನಾನೇ ನೋಡಿದ್ದೇನೆ"

ಎಂದಂದರು, ಮೊದಲು ಇತ್ತಂತೆ ಎಂದು ಪ್ರಾರಂಭಮಾಡಿದ ಆ ಮನುಷ್ಯರು. ಇಷ್ಟು ಉತ್ತೇಜನ ಸಿಕ್ಕರೆ. ಬಿಡುತ್ತಾರೆಯೆ ? ಬಾಲಾಗಸಿ ಇಲ್ಲದ ಗಾಳಿಪಟದಂತೆ ದಿಕ್ಕೆಟ್ಟು ಹಾರಿತು ಅವರ ಭೀಕರ ಭೀಷಣ.

"ಆ ಹಾವಿನ ಕೈ ಕಾಲುಗಳ ಮೇಲೆಲ್ಲಾ ಇಷ್ಟಿಷ್ಟುದ್ದ ಕೂದಲು."

"ಕೈ, ಕಾಲುಗಳು ? ಹಾವಿಗೆ ಕೈಯಿ ಕಾಲು ಇರುತ್ತವೆಯೇ ?"

ತಿಂಮನ ಅಧಿಕ ಪ್ರಸಂಗ.

"ಹೇಳುವುದನ್ನು ಸುಮ್ಮನೆ ಕೇಳು ನೀನು. ಮಧ್ಯೆ ಮಧ್ಯೆ ಮಾತನಾಡಿ ರಸಭಂಗ ಮಾಡಬೇಡ. ಕಾಲು ಅಂದರೆ ಕಾಲೇ ಏನು ? ತಲೆ ಅನ್ನು. ತಲೆಗೂ ಕಾಲಿಗೂ ಏನು ಮಹಾ ಭೇದ ಇದೆ ? ಎಂತಹ ಅದ್ಭುತ ಸರ್ಪ ಅದು ಗೊತ್ತೇ ?"

ಎಂದಾರಂಭಿಸಿತು ಆ ಪ್ರಾಣಿ. ತಾನು ಕಂಡಿದ್ದ (ಕನಸಿನಲ್ಲಿ ?) ಏಳು ಹೆಡೆ ಸರ್ಪದ ವರ್ಣನೆ ಸುರುವಾಯಿತು–ಅಲ್ಲ. ಮುಂದುವರಿಯಿತು.

"ಧಾರವಾಡದ ಸಾಧನಕೇರಿಯಲ್ಲಿ ನಾನದರ ಹೆಡೆಗಳನ್ನು ನೋಡಿದ್ದು ನನ್ನ ಗುರುಗಳ ಮನೆಯ ಬಳಿಯೇ ನೋಡಿದೆ. ಹಾಯಾಗಿ ಏಳೂ ಹೆಡೆಗಳನ್ನು ಬಿಚ್ಚಿ ತಾನೇತಾನಾಗಿ ನವಿಲಿನಂತೆ ಆಡುತ್ತಿತ್ತು ಆ ಘಟಸರ್ಪ. ಆ ಕಾಳಿಂಗನಿಗೆ ಕೈ ಮುಗಿದೆ–ಹಾವು ದೇವರಲ್ಲವೆ?"

"ಹಾವು ದೇವರೇ ?"

ತಿಂಮನ ಈ ಪ್ರಶ್ನೆ ಕತೆ ಹೇಳುವವರು ಕೋಪವನ್ನು ಕೆಣಕಿತು. ಕತೆ ಕೇಳುವವರ ಕೆಲಸ ಹೂಂ ಅನ್ನುವದೊಂದೇ. ಪ್ರಶ್ನೆಗಳನ್ನು ಕೇಳುತ್ತ ಹೋದರೆ ಕತೆ ಮುಂದುವರಿಯುವದಾದರೂ ಹೇಗೆ ?

"ನಾನು ಬೊಗಳಿದ್ದಕ್ಕೆ ಹೂಂ ಅನ್ನಯ್ಯಾ ನೀನು"

ಎಂದು ಗದರಿಕೊಂಡು ತಮ್ಮ ಸರ್ಪೋಪನ್ಯಾಸವನ್ನು ಬೆಳೆಸಿದರವರು.

"ದೇವರು ಹಾವಿನ ಮೇಲೆ ಮಲಗಿರುವುದಿಲ್ಲವೇ ? ದೇವರು ಬೇರೆ, ಆತನ ಹಾಸಿಗೆ ಬೇರೆ ಎಂದಿದೆಯೇ ? ದೇವರು ಅಂದಮೇಲಾಯಿತು, ಎಲ್ಲಾ ಒಂದೇ."

"ಹೌದು ಹೌದು"

ಎಂದು ತಿಂಮ ತಲೆಯಾಡಿದ, ಹೀಗೆ ಮಾಡುವುದೇ ಸರಿಯೆಂದು.

"ಹಾಂ ! ಹಾಗೆ ದಾರಿಗೆ ಬಾ"

ಎಂದನ್ನುತ್ತ ಮುಸಿಮುಸಿ ಮೀಸೆಯಲ್ಲಿಯೇ ನಕ್ಕರಾ ಕತೆಗಾರರು. ಹೊಸ ಹುರುಪಿನಿಂದ ಹೊರಟಿತು ಹಾವಿನ ಕಥೆ.

"ಆಗೊಬ್ಬರು ನನಗೆ ಭೇಟಿಯಾಗಿ ಕೈ ಮುಗಿದರು. ಕೈ ಮುಗಿದರೆ ನನಗೆ ಗೊತ್ತಾಗುವುದಿಲ್ಲವೆ ? ಯಾರೋ ನನ್ನನ್ನು ಭಾಷಣಕ್ಕೆ ಕರೆಯಲಿಕ್ಕೇ ಬಂದಿರ ಬೇಕೆಂದು ತಕ್ಷಣ ಊಹಿಸಿದೆ.

"ಏನು ಅಂದೆ"

"ಆ ವ್ಯಕ್ತಿ ಹಲ್ಲು ಕಿರಿದು ಇನ್ನೂ ಸನಿಯ ಬಂತು ದೇಶಾವರೀ ನಗೆ ನಗುತ್ತ ಎರಡೂ ಅಂಗೈ ತಿಕ್ಕುತ್ತ ಮಾತನಾಡಲು ಆರಂಭಿಸಿದ."

"ತಮ್ಮ ಮನೆಗೆ ಹೋಗಿದ್ದೆ. ಮನೆಯಲ್ಲಿಲ್ಲ ಎಂದು ಹೇಳಿದರು."

"ಹೌದು, ನಾನು ಮನೆಯಲ್ಲಿರಲಿಲ್ಲ"

"ಸಾಧನ ಕೇರಿಗೆ ಹೋಗ್ಯಾರೆ ಅಂದರು ; ಅದಕ್ಕೇ ಇತ್ತ ಬಂದೆ. ಇಲ್ಲಿಯೇ ಸಾಧನಕೇರಿಯ ಹೆಬ್ಬಾಗಿಲಲ್ಲಿಯೇ ತಾವು ಕಂಡಿರಿ, ಸಂತೋಷ"

"ಇಲ್ಲಿ ಕೇಳೋ ತಿಂಮಾ !"

"ಕೇಳುತ್ತಿದ್ದೇನೆ ಸ್ವಾಮೀ !"

ಎಂದು ಆ ಕೂಡಲೇ ತಿಂಮ ನುಡಿದು ಮುಖ ನೋಡಿದ.

"ನಾನು ದೊಡ್ಡ ನವುಕರಿಯಲ್ಲಿದ್ದೆ. ಆಗ ಯಾರಾದರೂ ನನ್ನನ್ನು ಅವರಿವರು ಕಾಣಲು ಬರುತ್ತಿದ್ದರು. ಈಗ ನಾನು ಪಿಂಚನಿ ಮುದುಕ, ನಾನೇ ಅವರಿವರನ್ನು ಕಾಣಲು ಓಡಾಡಬೇಕು. ಇಂತಹ ಸಮಯದಲ್ಲೂ ನನ್ನನ್ನು ಹುಡುಕುತ್ತ ಬಂದಿದ್ದಾರೆ. ಬರೀ ಇಷ್ಟೇ ಅಲ್ಲ. ನನ್ನನ್ನು ಕಂಡುದಕ್ಕೆ ಸಂತೋಷ ಆಯಿತು ಎಂದೂ ಅನ್ನುತ್ತಾರೆ. ಇದಕ್ಕೆ ನೀನೇನು ಅನ್ನುತ್ತಿ ?"

"ಏನನ್ನಲಿ ಸ್ವಾಮೀ ?"

ಎಂದು ಕೇಳಿದ ತಿಂಮ, ಏನನ್ನಬೇಕೆಂಬುದನ್ನರಿಯದೆ.

"ಅಲ್ಲೋ, ಇದೆಲ್ಲ ಆ ದೇವರ ಕೃಪೆ ಅಲ್ಲದೆ ಮತ್ತೇನು ?"

ತಿಂಮ ಬಾಯಿ ತೆರೆಯಲಿಲ್ಲ, ಬಾಯಿ ತೆರೆಯುವುದು ಒಳ್ಳೆಯದಲ್ಲ ಎಂದು ತಿಳಿದು ತಿಂಮ ಸುಮ್ಮನಾದರೆ ಅವರು ಸುಮ್ಮನಾಗುವರೇ ? ಇವನ ಮೌನದಿಂದ ಅವರ ಉತ್ಸಾಹ ಕಡಿಮೆ ಆದೀತೆ ? ಒಬ್ಬರೂ ಇಲ್ಲದ ಸಹಸ್ರಾರು ಸಭೆಗಳಲ್ಲಿ–ಅಂದರೆ ರೇಡಿಯೋದಲ್ಲಿ ಭಾಷಣಗಳನ್ನು ಮಾಡಿದ ಘಟ ಅದು.

"ಆನಂತರ ಅವರು ತಮ್ಮ ದುಃಖವನ್ನು ನನ್ನ ಮುಂದು ತೋಡಿ ಕೊಂಡರು. ವಿಷಯ ಇಷ್ಟೆ–ಬೆಳಗಾಂವಿಯಲ್ಲಿ ನಾಡಹಬ್ಬದ ಕಾರ್ಯಕ್ರಮದ ಏರ್ಪಾಟು ಮಾಡಿಕೊಂಡಿದ್ದಾರೆ. ಗೋಕಾಕಿನಿಂದ ಭಾಷಣಕಾರರು ಬರ ಬೇಕಿತ್ತು. ಆಯ್ತು ಹೊತ್ತಿನಾಗೇ ಅವರದೇನೋ ಊರಿಗೆ ಹೋಗೋ ಕೆಲಸ ಬಿತ್ರೀ. ಅದಕ್ಕೇ ಧಾರವಾಡಕ್ಕೆ ಹೋಗಿ ಅವರ ಬದಲಿ ಯಾರನ್ನಾದರೂ ಕರಕೊಂಡು ಬಾ ಅಂದ್ರು ನಮ್ಮ ಸೆಕೆಟ್ರಿ. ಅದಕ್ಕೇ ಇಲ್ಲೆ ಅವರಿವರನ್ನ ಕಂಡು ಕೇಳಿದೇರಿ, 'ಅವರು ಇಲ್ಲ ಅಂತ ನನ್ನ ಕರಿತೇನು ? ಹೋಗ್ಹೋಗು' ಎಂದು ಜಬರಿಸಿಬಿಟ್ಟರು. ಅದಕ್ಕಾಗಿ ಇವರು ನನ್ನ ಬಳಿ ಬಂದರು, ಇಲ್ಲದಿದ್ದಲ್ಲಿ ಬರುತ್ತಿರಲಿಲ್ಲ. ಇಂತಹ ಧರ್ಮಸಂಕಟದಲ್ಲಿ ನಾನೇನು ಮಾಡಬೇಕಿತ್ತೋ ತಿಂಮಾ, ನೀನೇ ಹೇಳು."

ತಿಂಮ ಹೇಳಿದ, ತನ್ನ ಅಲ್ಪ ಬುದ್ಧಿಗೆ ತೋಚಿದುದನ್ನು.

"ಆತ್ಮಗೌರವ ಉಳ್ಳ ನೀವು ಬರೋದಿಲ್ಲ ಅನ್ನಬೇಕಿತ್ತು."

"ನಿನ್ನ ತಲೆ. ಏನು ಸುಡುಗಾಡು ಆತ್ಮಗೌರವ ಅಂದ್ರೆ ? ಆ ಆತ್ಮ ಗೌರವದ ಬೆನ್ನು ಹತ್ತಿದರೆ ಏನು ಮಂಣು ಬರುತ್ತದೆ ? ಬೆಂಗಳೂರಿನಾಗೆ ಒಬ್ಬರು ಇದ್ದಾರೆ, ನಮ್ಮ ಮತದವರು. ಅವರನ್ನ ಭಾಷಣಕ್ಕೆ ಬರ್ರಿ ಅಂದ್ರೆ ಎಷ್ಟು ಕೊಡತೀರಿ ಅಂತಾರೆ. ಇಲ್ಲಿ ನಮ್ಮ ಹಣೇಬಾರ ಏನಾಗ್ಯದೆ ಗೊತ್ತೇನು? ನಾವೇ ಹೋಗಿ ಭಾಷಣ ಮಾಡ್ತೇವಿ ಅಂದ್ರೆ, ಏನು ಕೊಡತೀರಿ ಅಂತ ಕೇಳ್ತಾರೆ...."

"ಹೌದೇ ? ಇಲ್ಲೀ ಜನ ಅಷ್ಟು ಜಾಣರಿದ್ದಾರೆ ? ಭೇಷ್, ಭೇಷ್ !"

ಕಿಡಿಕಿಡಿಯಾಗಿ ಹೋದರು ಆ ಮಾಜಿ ಸಾಹಿತಿಗಳು. ಅವರು ಹೇಳಿದುದನ್ನು ಅರ್ಥಮಾಡಿಕೊಂಡನೋ ಇಲ್ಲವೋ ತಿಂಮ ? ಏನಾದರೂ ಅನ್ನ ಬೇಕಲ್ಲಾ, ಹಾಗಂದ. ಅದರ ಪರಿಣಾಮವನ್ನು ಅವನೇ ಅನುಭೋಗಿಸಬೇಕಾಯಿತು. ಆನಂತರ ತಿದ್ದಿಕೊಂಡು

"ತಪ್ಪಾತುರೀ ! ಭೇಷ್ ಅಲ್ರೀ"

ಎಂದಂದ.

"ಹೂಂ, ಹಾಗನ್ನು. ಕೈಗೆ ಬಂದ ತುತ್ತು ಬಾಯಿಗೆ ಬರದೇ ಹೋದೀತೆಂದು

ಥಟ್ಟನೆ ಒಂದೇ ಮಾತಿಗೆ ಒಪ್ಪಿಕೊಂಡೇ ಬಿಟ್ಟೆ. ಮುರುದಿನವೇ ಬಸ್‌ನಲ್ಲಿ ತರ್ಡ್‌ಕ್ಲಾಸ್‌ನಲ್ಲಿ ಕುಳಿತು ಹೊರಟೇಬಿಟ್ಟೆ ಬೆಳಗಾಂವಿಗೆ."

"ಒಳ್ಳೇ ಕೆಲಸ ಮಾಡಿದಿರ್ರಿ"

ಎಚ್ಚೆತ್ತಿದ್ದ ತಿಂಮ ಸಂದರ್ಭೋಚಿತವಾಗಿಯೇ ನುಡಿದ ಈ ಬಾರಿ. ಕತೆಗಾರರು ತಿಂಮನನ್ನು ಬೆನ್ನು ಚಪ್ಪರಿಸಿ ಚಹಾ ಕುಡಿಯಲು ಕರೆದರು.

ಚಹಾ ಕುಡಿಯುತ್ತ ಕುಳಿತಾಗ ತಿಂಮನಿಗೆ ಥಟ್ಟನೆ ನೆನಪಾಯಿತು.

"ಅದೇನೋ ಹಾವಿನ ವಿಷಯ ಹೇಳ್ತೀದ್ರೀ....."

"ಅದನ್ನ ಕೇಳು ಅಂತಾನೇ ನಿನಗೆ ಚಹಾ ಕುಡಿಸೋದು. ಲಂಚ ಇದು. ಬೆಳಗಾಂವಿವಳಗೆ ಭಾಷಣಮಾಡಿ ನನ್ನ ಖೋಲಿಗೆ ಬರ್‍ತೀನಿ, ಅಲ್ಲಿ ಏನಿತ್ತು ಗೊತ್ತೇನು ?"

"ನಿಮ್ಮ ಕೈ ಚೀಲ"

"ಥೂ, ನಿನ್ನ. ನಿನ್ನ ಬುದ್ದೀನೆ ಇಷ್ಟು. ನನ್ನ ಖೋಲೀವಳಗೆ ಬಾಲ ಇತ್ತೋ, ಬಾಲ."

"ಬಾಲ ? ಎನು ಬಾಲರೀ, ಯಾರ ಬಾಲ ?"

"ಯಾರ ಬಾಲ ? ಅದೇ ಏಳು ಹೆಡೆ ಘಟಸರ್ಪ–ಧಾರವಾಡದಾಗೆ ಸಾಧನಕೇರೀವಳಗೆ ನೋಡಿದೆನಲ್ಲಾ, ಅದರದೇ ಬಾಲ ಬೆಳಗಾಂವಿವಳಗಿತ್ತು."

"ಅಷ್ಟು ದೊಡ್ಡ ಹಾವು !"

ಬೆಚ್ಚಿ ಬೆರಗಾದ ತಿಂಮ.

ಈ ಕತೆ ನಡೆದದ್ದೇ, ನಿಜವೇ ? ಎಂದು ಯಾರಾದರೂ ಕೇಳಬಹುದು. ಇದಕ್ಕೆ ತಿಂಮನ ಉತ್ತರ ಇಷ್ಟೇ–ಮುಂದಿನ ಕತೆ ಕೇಳಿ, ಇದು ನಿಜವಾದರೆ ಅದೂ ನಿಜ.

ಶ್ರೀ ಸತ್ಯಸಾಯಿಬಾಬನ ಶಿಷ್ಯರೊಬ್ಬರ ಶಿಷ್ಯರು ಹೇಳಿದುದು ಹೀಗೆ–

"ಕೆಲವೆಡೆ ಬಾಬಾ ಅವರ ಫೋಟೋ ಸಂದಿನಿಂದ ಅಮೃತ ಒಸರುತ್ತದೆ. ಹೀಗೆ ಹನಿಯುವ ಅಮೃತವನ್ನು ಬಟ್ಟಲಲ್ಲಿ ಕೂಡಿಟ್ಟುದನ್ನು ನಾನು ಸೇವಿಸಿದ್ದೇನೆ. ಶ್ರೀರಂಗಪಟ್ಟಣದಲ್ಲಿ ಒಬ್ಬ ಶ್ರೀಸಾಮಾನ್ಯ ಭಕ್ತರ ಮನೆಯಲ್ಲಿ ಈ ಅಮೃತ ನಿರಂತರವಾಗಿ ಒರತೆಯಂತೆ ಪದಕ ಒಂದರ ಮುಖಾಂತರ ಬರುತ್ತಿದೆ. ಅದರ ಸವಿಯನ್ನು ಸವಿದಿದ್ದೇನೆ."

ಹೌದು, ಅಮೃತ ಆಂದರೇನು ಎಂಬುದು ಈ ಮಾಜಿ ಸಾಹಿತಿಗಳಿಗೆ ಗೊತ್ತೆ ? ಹಿಂದೆ ಎಂದಾದರೂ ಇವರು ಅಮೃತವನ್ನು ಸೇವಿಸಿದ್ದರೋ ? ಶ್ರೀರಂಗಪಟ್ಟಣದಲ್ಲಿ ಇವರೇನು ತಿಂದರೊ, ಪಾಪ ! ಎಂದು ತಿಂಮನ ಪೇಚಾಟ.

ಅವರೇನೇ ತಿನ್ನಲಿ, ಅಮೃತ ಅಂದರೇನು ? ಅಮೃತಾಂಜನ ತಿಂದು ಅದನ್ನೇ ಅಮೃತ ಎಂದು ಭಾವಿಸಿದರೋ ? ಅಮೃತ್ ಬ್ರಾಂದಿಯೇ ? ಛೀ! ಪಾಪ ! ಅವರು ಬ್ರಾಂದಿಯನ್ನು ನೋಡಿದವರೂ ಅಲ್ಲ. ಬ್ರಾಂದಿಯನ್ನ ತಿನ್ನಬೇಕೋ ಕುಡಿಯಬೇಕೋ ಎಂಬುದನ್ನೂ ಅರಿಯರು. ಸುರ ಅಸುರರು ಸೇರಿ ಸಾಗರವನ್ನು ಮಥಿಸಿದಾಗ ದೊರೆತ ಆ ಅಮೂಲ್ಯ ವಸ್ತುವೇ ಅಮೃತ. ಅದನ್ನು ಕುಡಿದೇ ಸುರರು ಸಾವಿಲ್ಲವಾದರು ಎಂದು ಅರ್ಥಕೋಶ ಹೇಳುತ್ತದೆ.

ಹಾಗಾದರೆ ಈ ಅಮೆಚೂರ್ ಭಕ್ತರಿಗೆ ಸಾವೇ ಇಲ್ಲ ? ಜೀವವಿಮಾ ಮಾಡಿಸಿದುದು ವ್ಯರ್ಥ. ಸಾಯದೇ ಇರುವುದು ಒಳ್ಳೆಯದೇ. ಆದರೆ ಈ ದಡ್ಡತನದಿಂದ ಅನುಗಾಲವೂ ಬದುಕಿ ಮಾಡುವುದೇನು ? ಎಂದು ಕೇಳುತ್ತಾನೆ ಅಧಿಕ ಪ್ರಸಂಗಿ ತಿಂಮ. ಹೇಳುವವರು ಮೂರ್ಖರಾದರೆ ಕೇಳುವವರೂ ಆದಾರೆ ? ಆದರೂ–

ನೆಲವನ್ನು ಮುಗಿಲ ! ಹೊಲಿವರುಂಟೆಂದವರ
ಹೊಲಿದರೂ ಹೊಲೆವರೆನಬೇಕು ಮೂರ್ಖನಲಿ
ಕಲಹವೇ ಬೇಡ ಸರ್ವಜ್ಞ ॥

ಗಾಂಧಿ ಮಹಾತ್ಮಾಕೀ ಜೈ !

"ಅಜ್ಜಾ ! ಒಂದು ಕಥೆ ಹೇಳಜ್ಜಾ"

ಮೊಮ್ಮಕ್ಕಳು ಎಲ್ಲರೂ ಒಂದೇ ಬಾರಿಗೆ ಬಂದು ಗಂಟು ಬಿದ್ದಾಗ ಭೀಮಜ್ಜನಿಗೆ ನಿದ್ರೆಯ ಮಬ್ಬು, ಪಾಪ ! ವಯಸ್ಸಾದ ಮೇಲೆ ಮತ್ತೇನಿದೆ ? ದೀಪ ಮುಟ್ಟಿಸುವ ಹೊತ್ತಿಗೇ ಆಕಳಿಕೆ, ನಡುರಾತ್ರಿಯ ಮುಂಚೆಯೇ ಎಚ್ಚರ. ಆನಂತರ ಬೆಳ್ಳಂಬೆಳಗೂ ಜಾಗರಣೆ. ಇದೊಂದು ವೃದ್ಧಾಪ್ಯದ ಶಾಪ.

"ಈಗ ಎಲ್ಲಾ ಕಥೆಗಳೂ ಮಲಗಿವೆ ಪಾಪಾ ! ನಾಳೆ ಬೆಳಿಗ್ಗೆ ಬನ್ನಿ, ಹೇಳ್ತೀನೆ."

ಎಂದು ನುಡಿದು ತಪ್ಪಿಸಿಕೊಳ್ಳಲು ನೋಡಿದ ಭೀಮಜ್ಜ. ಅವೆಂಥ ಮೊಮ್ಮಕ್ಕಳು ? ಅಷ್ಟು ದಡ್ಡವೇ, ತಾತ ಹೇಳುವ ಸುಳ್ಳುಗಳನ್ನೆಲ್ಲ ನುಂಗಿ ಸಪ್ಪಗೆ ಮಲಗಲು ? ಅವು ಭೀಮಜ್ಜನ ಮೊಮ್ಮಕ್ಕಳಲ್ಲವೆ ?

"ಮಲಗಿಲ್ಲಾ, ಏನೂ ಇಲ್ಲಾ. ಕಥೆ ಎಲ್ಲಿ ಮಲಗತಾವೆ ? ಎಲ್ಲಾ ಸುಳ್ಳೇ. ಹೇಳಜ್ಜಾ ಒಂದು ಒಳ್ಳೇ ಕಥೇನಾ."

ದುಂಬಾಲು ಬಿದ್ದು ಒಂದೇ ಸಮನೆ ಕಾಡಹತ್ತಿದುವು. ಚಿಕ್ಕ ಮೊಮ್ಮಗಳಂತೂ ಅಳುವ ಮುಖವನ್ನೇ ಮಾಡಿತು. ಕೂಡಲೆ ಅಜ್ಜನ ಹೃದಯ ಮಂಜಿನಂತೆ ಕರಗಿತು. ಮಕ್ಕಳು ಅಂದರೆ ದೇವನ ತೋಟದಲ್ಲಿಯ ಹೂಗಳಲ್ಲವೆ ? ಆ ಮುದ್ದು ಮುಖಗಳು ಬಾಡಬಾರದು. ಆ ಪವಿತ್ರ ಹೃದಯಗಳಿಗೆ ನೋವಾಗಬಾರದು. ಇದು ಭೀಮಜ್ಜನ ಜೀವನ ಸಿದ್ಧಾಂತ. ಬಾಳುದ್ದಕ್ಕೂ ಅದನ್ನು ಸಾಧಿಸಿಕೊಂಡು ಬಂದಿದ್ದ.

"ಹೇಳುತ್ತೇನೆ ಕೇಳಿ"

ಎಂದಂದು ಮಲಗಿದಲ್ಲಿಯೇ ಎದ್ದು ಮುದುಡಿಕೊಂಡು ಕುಳಿತ ಭೀಮಜ್ಜ. ಖುಸಿಯಿಂದ ಕಿಲಕಿಲನೆ ನಗುತ್ತ ಸುತ್ತಲೂ ಕುಳಿತವು ಆ ಪುಟ್ಟ ಹಾಲುಗಲ್ಲದ ಮಕ್ಕಳು.

ಭೀಮಜ್ಜನಿಗೆ ಒಂದೆಡೆ ನಿದ್ರೆಯ ವಜೆ, ಇನ್ನೊಂದೆಡೆ ಮೊಮ್ಮಕ್ಕಳ ಮುಲಾಜೆ. ಬೇಗ ಬೇಸರವಾಗಿ ಮೊಮ್ಮಕ್ಕಳು ತನ್ನನ್ನು ಕೈ ಬಿಡಲಿ ಎಂದೊಂದು ಹೊಸ ಉಪಾಯವನ್ನು ಹೂಡಿದ. ಪುರಾಣದ ಧಾಟಿಯಲ್ಲಿ ಕತೆಯನ್ನಾರಂಭಿಸಿದ.

"ಧರ್ಮಾತ್ಮನಾದ ಧರ್ಮರಾಯನು ಮಾರ್ಕಾಂಡೇಯ ಮಹರ್ಷಿಯಂ ಕುರಿತು, ಸ್ವಾಮಿಯೇ ! ಮಹಾವಿಷ್ಣುವು ಅನೇಕ ಕೋಟಿ ಬ್ರಹ್ಮಾಂಡಗಳನ್ನು ತನ್ನ ಕುಕ್ಷಿಯಲ್ಲಿಟ್ಟುಕೊಂಡಿರುವವನೂ, ಸರ್ವಾಂತರ್ಯಾಮಿಯೂ, ಸರ್ವ ಶಕ್ತನೂ, ಸರ್ವಗ್ರಾಹಿಯೂ ಮತ್ತು ಸರ್ವಜ್ಞತ್ವ ಪಡೆದವನೂ ಆದ ಆ ಮಹಾ ಪರಮಾತ್ಮನು ಎತ್ತಿದ ಅವತಾರಗಳನ್ನು ಹೇಳಬೇಕೆಂದು ಬೆಸಗೊಳ್ಳಲಾ ಮುನೀಂದ್ರನಿಂತೆಂದು ಹೇಳತೊಡಗಿದನು:–

"ಅಯ್ಯಾ ಧರ್ಮನಂದನನೇ ! ಕಲ್ಪಾಂತರದಲ್ಲಿ ಬ್ರಹ್ಮಮಾನಸಪುತ್ರರಾದ ಸನಕಸನಂದನ ಸನತ್ಕುಮಾರ ಸನತ್ಸುಜಾತರೆಂಬ ಬ್ರಹ್ಮರ್ಷಿಗಳು ಪುಂಡರೀ ಕಾಕ್ಷನ ಪುರವಂ ಕುರಿತು ಸ್ವಾಮಿಯ ದರ್ಶನಕ್ಕೆ ಹೋಗಲು ವೈಕುಂಠದಲ್ಲಿ ಸ್ವಾಮಿಯ ದ್ವಾರಪಾಲಕರಾದ ಜಯವಿಜಯರು....."

"ಹಾಗಂದ್ರೇನಜ್ಜಾ, ದ್ವಾರಪಾಲಕರು ಅಂದರೆ ?"

ಮುದ್ದು ಮಗುವೊಂದು ಮಧ್ಯೆ ಕೇಳಿತು. ಎಲ್ಲ ಮಕ್ಕಳೂ ಮುದ್ದೇ ಇರುತ್ತವೆ, ಕುರೂಪಿ ಮನುಷ್ಯರು ಎಲ್ಲಿಂದ ಬರುತ್ತಾರೋ ?

"ದ್ವಾರಪಾಲಕರೆಂದರೆ ಬಾಗಿಲು ಕಾಯುವ ಬಿಲ್ಲಿ ಜವಾನರು"

ಎಂದು ವಿವರಿಸಿ ಕತೆಯನ್ನು ಮುಂದುವರಿಸಿದ ಭೀಮಜ್ಜ.

"ಬಿಲ್ಲಿ ಜವಾನರೆಂದರೆ ಒಂದು ಬಿಲ್ಲಿ ಮಾಮೂಲು ಕೊಟ್ಟರೆ ಆ ತಕ್ಷಣವೆ ಬಾಗಿಲು ತೆರೆದು ಒಳಗೆ ಬಿಡುವ ಜವಾನರು ಎಂದರ್ಥ. ಆ ಜವಾನರಾದ ಜಯ ವಿಜಯರು ಬಂದಿದ್ದ ಆಗಂತುಕರನ್ನು ನೋಡಿ ಇವರಾರೋ ಸಾಮಾನ್ಯ ಖುಷಿಗಳೆಂದು ತಿಳಿದು ಸ್ವಾಮಿಯು ಈಗ ಅಮ್ಮಾ ಅವರೊಂದಿಗೆ ಅಂತರಂಗ ಸೇವೆಯಲ್ಲಿ ನಿರತರಾಗಿರುತ್ತಾರಾಗಿ

ಒಳಗೆ ಪ್ರವೇಶಿಸಲು ಈಗ ಸಮಯವಿಲ್ಲವೆಂದು ನಿರೋಧಿಸಲು, ಆ ಮಹರ್ಷಿಗಳು ಶಾಂತಮಾನಸರಾದರೂ ಈ ವಿಷಯ ವೃತ್ತಿಯನ್ನು ನೋಡಿ ಶುದ್ಧ ಸತ್ವ ಪ್ರಧಾನವಾದ ಈ ಲೋಕದಲ್ಲಿ ರಜಸ್ತಮೋವಿಕಾರ ಉಳ್ಳವರು ಇರಲು ಅನರ್ಹರಾದ್ದರಿಂದ ನೀವು ಭೂಲೋಕದಲ್ಲಿ ದೈತ್ಯರಾಗಿ ರಜಸ್ತಮೋಪೂರಿತವಾಗಿ ಜನಿಸಿ ಎಂದು ಶಾಪವಂ ಕೊಟ್ಟರು. ಆಗಲಾ ದ್ವಾರ ಪಾಲಕರು ಅವರಿಗೆ ನಮಸ್ಕರಿಸಿ ಸ್ವಾಮಿಗಳಿರಾ ! ಆಗ್ರಹವಂ ತೊರೆದು ಪ್ರಸನ್ನರಾಗಿ ರಕ್ಷಿಸಬೇಕೆಂದು ಯಾಚಿಸಲು ಅವರು ಮಹಾತ್ಮರಾದುದರಿಂದ ಸ್ವಭಾವ ಮೃದುಳರಾದುದರಿಂದ ಕರುಣೆಯುಳ್ಳವರಾಗಿ ಎಲೈ ದ್ವಾರಪಾಲಕರಿರಾ ! ಅರ್ಥಾತ್ ಬಿಲ್ಲಿ ಜವಾನರಿರಾ ! ನೀವು ರಜಸ್ತಮೋಮಯವಾದ ರಾಕ್ಷಸ ಜನ್ಮವನ್ನು ಮೂರು ಬಾರಿ ಎತ್ತಿ ತ್ರಿಲೋಕಹಿಂಸಕರಾಗಿ ನಿಮ್ಮ ರಜಸ್ತಮೋ ಗುಣಗಳನ್ನೆಲ್ಲಾ ಅನುಭವಿಸಿ ವೈಕುಂಠ ಮೂರ್ತಿಯಿಂದಲೇ ಶಿಕ್ಷಿತರಾಗಿ ಮರಳಿ ನಿಮ್ಮ ಅಧಿಕಾರವನ್ನೇ ಹೊಂದುವಿರಿ ಎಂದು ಶಾಪಾಂತವನ್ನುಸುರಿ ಹೊರಟರು."

"ಥೂ ! ಇದೇನು ಸುಡುಗಾಡು ಕತೆ ಅಜ್ಜಾ ? ಇದು ಚೆನ್ನಾಗಿಲ್ಲ, ಬೇರೆ ಇನ್ನೊಂದು ಒಳ್ಳೇದು ಹೇಳಜ್ಜಾ"

ಎಂದು ತಕರಾರು ಮಾಡಹತ್ತಿದವು ಮೊಮ್ಮಕ್ಕಳು.

"ಇನ್ನು ಮುಂದೆ ಚೆನ್ನಾಗಿದೆ, ಕೇಳಿ ನೀವು"

ಎಂದು ಸಮಾಧಾನ ಹೇಳಿ ಆ ಹಳೆಯ ಕತೆಯನ್ನೇ ಹೊಸದಾಗಿ ಮುಂದು ವರಿಸಿದ ಭೀಮಜ್ಜ.

"ಜಯ ವಿಜಯರಲ್ಲೊಬ್ಬನಾದ ವಿಜಯ ಅತೀವ ಖತಿಗೊಂಡು ವಿಷಣ ವದನನಾಗಿ ಆ ಮಹಾಮುನಿಗಳ ಚರಣಾರವಿಂದದಲ್ಲಿ ಶಿರಸ್ಸನ್ನಿಕ್ಕಿ ಕ್ಷಮಾಪಣೆ ಯಾಚಿಸಿದ. ಆಗ ಆ ಬ್ರಹ್ಮರ್ಷಿಗಳ ಮನಸ್ಸು ಕೊಂಚ ಕರಗಿತು.

"ಎಲೈ ವಿಜಯನೇ ! ನಿಮ್ಮೀರ್ವರಲ್ಲಿ ನೀನು ಕೊಂಚ ವಿನಯಶೀಲ ಮತ್ತು ಸಾತ್ವಕನಾಗಿ ಕಾಣುತ್ತಿ. ಆದರೆ ಒಂದು ಬಾರಿ ಇತ್ತ ಶಾಪವನ್ನು ನಾವು ಮರಳಿ ತೆಗೆದುಕೊಳ್ಳುವಂತಿಲ್ಲ. ಆದರೂ ನಿನ್ನ ಸಲುವಾಗಿ ಆ ಶಾಪದಲ್ಲಿ ಕೊಂಚ ಮಾರ್ಪಾಟನ್ನು ಮಾತ್ರ ಮಾಡಬಲ್ಲೆವು. ನೀನೂ ಆ ಜಯನೊಂದಿಗೆ ಒಂದು ಜನ್ಮ ಮಾತ್ರ ಭೂಲೋಕಕ್ಕೇ ಹೋಗುವಿ. ಆದರೆ ರಾಕ್ಷಸನಾಗಿ ಹುಟ್ಟಿ ಲೋಕಹಿಂಸೆ ಮಾಡದೆ, ಸಾಮಾನ್ಯ ಮಾನವನಾಗಿ ಬಡತನದಲ್ಲಿ ಹುಟ್ಟಿ ಬಡತನ ದಲ್ಲಿಯೇ ಬಾಳಿ ಕೊನೆಯಲ್ಲಿ ಸಹಜ ಮರಣ ಹೊಂದಿ ಮತ್ತೆ ವೈಕುಂಠಕ್ಕೆ. ತೆರಳುವಿ."

ಎಂದು ನುಡಿದು ಅದೃಶ್ಯರಾದರು.

"ಅದೇ ಶಾಪಗ್ರಸ್ತ ಜಯವಿಜಯರು ಭೂಲೋಕದಲ್ಲಿ ಅಂಣ, ತಮ್ಮಂದಿರಾಗಿ ಒಂದೇ ಗರ್ಭದಲ್ಲಿ ಹುಟ್ಟಿದರು–ಅವರ ಹೆಸರುಗಳು ರಾಮ, ಮತ್ತು ಭೀಮ. ರಾಮನೇ ರಾಕ್ಷಸ, ಭೀಮ ಮಾನವ...."

ಮಧ್ಯೆ ಒಂದು ಮಗು ಬಾಯಿ ಹಾಕಿ ಕುತೂಹದಿಂದ ಅಜ್ಜದ ಮುಖವನ್ನು ನೋಡಿತು.

"ಅಲ್ಲಜ್ಜಾ ! ರಾಕ್ಷಸರೆಂಬುವವರು ಈಗಲೂ ಇದ್ದಾರೆಯೆ ?"

"ಹಾಗೆಲ್ಲ ಏನೂ ಇಲ್ಲ ಪಾಪಾ ! ರಾಕ್ಷಸರು ಎಂಬುವವರು ಪ್ರತ್ಯೇಕವಾಗಿ ಆಗಲೂ ಇರಲಿಲ್ಲ, ಈಗಲೂ ಇಲ್ಲ. ಎಲ್ಲರೂ ಆಕಾರದಲ್ಲಿ ಮನುಷ್ಯರೇ. ಆದರೆ ಅವರವರ ಗುಣಧರ್ಮಗಳ ಮೇಲೆ ಅವರನ್ನು ರಾಕ್ಷಸರು, ಮಾನವರು, ದೇವ ಮಾನವರು ಎಂದು ವಿಂಗಡಿಸಬೇಕಷ್ಟೆ. ಒಂದೇ ಗರ್ಭದಲ್ಲಿ ಜನಿಸಿದವರೆಲ್ಲರಿಗೂ ಒಂದೇ ತರಹದ ಗುಣಗಳು ಇರಲೇಬೇಕೆಂಬ ನಿಯಮವೇನೂ ಇಲ್ಲ ವಲ್ಲಾ ? ರಾಮ ಮಹಾ ಖದೀಮನಾದ. ಅಯೋಗ್ಯನಾದ, ನೀಚನಾದ. ಆದರೆ ಅವರ ತಮ್ಮನಾದ ಭೀಮ ಸುಸಂಪನ್ನನಾದ, ಯೋಗ್ಯನಾದ, ಧರ್ಮಾ ಧರ್ಮ ವಿವೇಚನೆಯುಳ್ಳವನಾದ. ಹಂಣಿಗೆ ಬಿಡುವ ಕಾಯಿಯನ್ನು ಹೀಚಿನಲ್ಲಿಯೇ ನೋಡು ಎಂದು ಹೇಳುವುದಿಲ್ಲವೆ ? ಹಾಗೆಯೇ ಅವರವರ ಗುಣಗಳು ಮನೋಧರ್ಮಗಳು ಅವರಿನ್ನೂ ಬಹು ಚಿಕ್ಕವರಿರುವಾಗಲೇ ಅಭಿವ್ಯಕ್ತ ಲಾರಂಭಿಸಿದವು."

"ಅದು ಹೇಗೆ ಅಜ್ಜಾ ?"

ಎಂದು ಕೇಳಿ ಒಂದು ಮಗು ಮೂಗು ಮೇಲೆ ಮಾಡಿತು.

"ಮಧ್ಯೆ ಮಧ್ಯೆ ಮಾತನಾಡಿದರೆ ನನಗೆ ಕಥೆ ಮರೆತೇಹೋಗುತ್ತದೆ. ಅದಕ್ಕಾಗಿ ನಾನು ಹೇಳುವುದನ್ನು ನೀವು ಸುಮ್ಮನೆ ಕೇಳಿರಿ"

ಎಂದು ಮೆದುವಾಗಿ ಹೇಳಿ

"ಈಗ ನಾನೇನು ಹೇಳಿದೆ ?"

ಎಂದು ಅವರನ್ನೇ ಕೇಳಿದ. ಒಂದು ಮಗು ಹಿಂದೆಯೇ ನೆನಪು ಮಾಡಿ ಕೊಟ್ಟಿತು.

"ಅವರ ಗುಣಗಳು ಅವರಿನ್ನೂ ಚಿಕ್ಕವರಿರುವಾಗಲೆ ಅಭಿವ್ಯಕ್ತಲಾರಂಭಿಸಿದವು. ಮುಂದಕ್ಕೆ ಹೇಳಜ್ಜಾ !"

ಭೀಮಜ್ಜ ತನ್ನ ಕತೆ ಮುಂದುವರಿಸಿದ.

"ರಾಮ ಅನವಶ್ಯವಾಗಿ ತನ್ನ ತಮ್ಮನನ್ನು ಹೊಡೆಯುತ್ತಿದ್ದ. ಆಕ್ಷೇಪಿಸಿದುದಕ್ಕೆ ಹೆತ್ತ ತಾಯಿಯನ್ನೇ ಬೈದ. ತಂದೆಯನ್ನು ಅಸಡ್ಡೆಯಿಂದ ಕಾಣುತ್ತಿದ್ದ. ಶಾಲೆಗೆ ಕಳಿಸಿದೊಡನೆ ಅಲ್ಲಿಯೂ ಇತರ ವಿದ್ಯಾರ್ಥಿಗಳೊಂದಿಗೆ ಜಗಳ, ಮಾಸ್ತರರಿಗೆ ತಿರಿಗೆ ಬಿದ್ದ. ಕ್ರಮೇಣ ಶಾಲೆಗೂ ಚೆಕ್ಕರ್ ಹಾಕಲು ಸುರು ಮಡಿದ. ರಾಮ ಕೆಟ್ಟ ಹುಡುಗರ ಸಹವಾಸದಲ್ಲಿ ಬಿದ್ದ....."

"ಭೀಮ ?"

ಎಂದಿನ್ನೊಂದು ಮಗು ಕೇಳಿತು.

"ಭೀಮ ಮಹಾ ಸಾತ್ವಿಕನಾದ, ತಂದೆ ತಾಯಿಗಳನ್ನು ಪ್ರೀತಿಸಿದ, ಗೌರವವಾಗಿ ಕಂಡ. ಶಾಲೆ ಎಂದರಂತೂ ಭೀಮನಿಗೆ ಎಲ್ಲೂ ಇಲ್ಲದ ಶ್ರದ್ಧೆ. ಆದರ್ಶ ವಿದ್ಯಾರ್ಥಿಯಾಗಿ ತನ್ನ ಪಾಠಪ್ರವಚನಗಳಲ್ಲಿ ಆಸಕ್ತಿಯನ್ನು ವಹಿಸಿದ. ಗುರು ಗಳಿಗೆಂದೂ ಇದಿರು ಆಡಲಿಲ್ಲ. ಎಲ್ಲರ ಬಾಯಲ್ಲೂ ಒಳ್ಳೆಯ ಹುಡುಗನೆಂದನಿಸಿಕೊಂಡ. ಹೀಗೆಯೇ ಬೆಳೆದರು ಇಬ್ಬರೂ. ಎಳೆಗರಂ ಎತ್ತಾಗದೆ ? ಭೀಮ ಎತ್ತಾದ, ರಾಮ ಕತ್ತೆಯಾದ. 'ಹೆತ್ತ ಮಕ್ಕಳು ಹುಚ್ಚರಾದರೆ, ಎತ್ತದೆ ತಾಯ್ತಂದೆ ಕೈ ಬಿಡುವರೇನೋ ಗೋವಿಂದಾ!' ಎಂದು ದಾಸರು ಹಾಡಿಲ್ಲವೆ? ಮಕ್ಕಳು ಎಂತಹರೇ ಆಗಲಿ, ಅವರ ತಂದೆ, ತಾಯಿಗಳು ಇಬ್ಬರನ್ನೂ ಅಷ್ಟೇ ಪ್ರೀತಿಯಿಂದ ಕಂಡರು. ಪೋಷಣೆ ಮಾಡಿದರು.

"ಬ್ರಹ್ಮ ಮಾನಸಪುತ್ರರಾದ ಬ್ರಹ್ಮರ್ಷಿಗಳ ವಾಕ್ಯವು ಎಂದಿಗಾದರೂ ಸುಳ್ಳಾಗುವುದುಂಟೆ? ರಾಮ ಬೆಳೆದಂತೆಲ್ಲ ಅವನ ಅಸುರೀ ಪ್ರವೃತ್ತಿಯೂ ಹೆಚ್ಚಿತು. ಆ ಚಿಕ್ಕ ವಯಸ್ಸಿನಲ್ಲಿಯೇ ಸಕಲ ದುರ್ಗಣ ಸಂಪನ್ನನಾದ, ಪೋಲಿ ಬಿದ್ದ, ಪುಂಡನಾದ, ಪೋಕರಿಯಾದ. ಇನ್ನೇನಿದೆ? ಪುಢಾರಿಯಾಗುವುದೊಂದೇ ಬಾಕಿ. ಈ ಮಗನನ್ನು ದಾರಿಗೆ ತರುವುದು ಹೇಗೆ ಎಂದು ಅವನ ತಂದೆ, ತಾಯಿ ಚಿಂತೆಗೀಡಾದರು. ಅನೇಕ ಹಿರಿಯರು ಮಾಡುವ ತಪ್ಪು ಆಲೋಚನೆಯನ್ನೇ ಅವರೂ ಮಾಡಿದರು–ಮಗನಿಗೆ ಮದುವೆ ಮಾಡಿದರೆ ಎಲ್ಲವೂ ಸರಿ ಹೋಗುತ್ತದೆ ಎಂಬ ದಡ್ಡ ನಿರ್ಧಾರಕ್ಕೆ ಬಂದರು. ಆದರೆ ಕನ್ನೆ? ಇಷ್ಟು ಚಿಕ್ಕ ವಯಸ್ಸಿಗೇ ಪೋಲಿ ಅಲೆಯುತ್ತಿದ್ದ ಈ ವರ (ವರಾಹ)ನಿಗೆ ಮಗಳನ್ನು ಕೊಡುವವರಾರು ? ವಿದ್ಯೆ ಇಲ್ಲ, ಬುದ್ಧಿ ಇದೆ–ಆದರೆ ಕೆಟ್ಟ ಬುದ್ದಿ. ಆದರೂ ಕನ್ನೆಯನ್ನು ಹುಡುಕಿ ತಂದರು ರಾಮನ ತಂದೆ. ಹೆಂಣು ಹೆರೆಯುವುದೇ ಮಹಾಪಾಪ ಎಂದು ಭಾವಿಸುವ ಈ ದೇಶದಲ್ಲಿ ರಾಮನಿಗೆ ಒಂದು ಹೆಂಡತಿ ಸಿಕ್ಕುವುದು ಕಷ್ಟವೇ ? ಐದು ಹೆಂಣುಗಳನ್ನು ಹೆತ್ತು ಬಡತನದಲ್ಲಿ ಬೇಯುತ್ತಿದ್ದ ಕೃಷ್ಣಪ್ಪ ಒಬ್ಬ ಮಗಳನ್ನು ಹೊತ್ತು ಹಾಕಿ ಕೈತೊಳೆದುಕೊಂಡು ಹಾಯಾಗಿ ಕಾಲುಚಾಚಿ ಮಲಗಿದ. ರಾಮನೂ ಶಾಲೆಗೆ ಸಲಾಮು ಹಾಕಿ. ವಿವಾಹಂ ವಿದ್ಯ ನಾಶಾಯ ಸರ್ವನಾಶಾಯ ಶೋಭನಂ ಎಂಬ ಮಾತನ್ನು ಸಾಬೀತು ಮಾಡಿದ. ಗಂಡು, ಹೆಂಣು ಸೇರಿದರೆ ಏನಾಗುತ್ತದೆ? ಕತ್ತೆ, ನಾಯಿಗಳಿಗಾಗುವಂತೆ ರಾಮನಿಗೂ ಮಕ್ಕಳಾದವು. ಆದರೆ ರಾಮನ ಗಳಿಕೆ? ಮಕ್ಕಳೇ ಅವನ ಶ್ರಮದಾನದ ಫಲ. ಹಿರಿಯ ಮಗನೇ ಹೀಗಾದರೆ ಗತಿ? ಭೀಮ ಇನ್ನೂ ಶಾಲೆಯಲ್ಲಿ ಕಲಿಯುತ್ತಿದ್ದ. ಚಿಕ್ಕ ಹುಡುಗ, ಮ್ಯಾಟ್ರಿಕ್ಕಿಗೂ ಬಂದಿರಲಿಲ್ಲ. ಮನೆಯಲ್ಲಿ ತಿನ್ನುವ ಬಾಯಿಗಳು ಹೆಚ್ಚಿದವಾಗಲಿ ದುಡಿಯುವ ಕೈಗಳು ಹೆಚ್ಚಲಿಲ್ಲ. ರಾಮನ ತಂದೆಗೆ ವ್ಯಥೆ ಇದೊಂದೇ ಅಲ್ಲ. ರಾಮ ಎಷ್ಟೋ ರಾತ್ರಿಗಳು ಮನೆಗೇ ಬರುತ್ತಿರಲಿಲ್ಲ. ಬೆಳ್ಳಂಬೆಳಗೂ ಈಸ್ಪೀಟು, ಇನ್ನೂ ಏನೇನೋ ! ಬರೆಯಲು ಬಾರದಂತಹವು. ಮಗನ ಮದುವೆಯಿಂದ ಮಗ ರಿಪೇರಿ ಆಗಲಿಲ್ಲ, ಪರರ ಮಗಳು ನಮ್ಮ ಮನೆ ಸೇರಿ ಕೆಟ್ಟಳು ಎಂದು ರಾಮನ ತಾಯಿ ಮನದಲ್ಲಿಯೆ ಮರುಗಿದರು, ಪಾಪ ! ಒಂದು ದಿನ ರಾಮನ ಮುಂದು ಈ ವಿಷಯವನ್ನು ಪ್ರಸ್ತಾಪ ಮಾಡಿದರು.

"ರಾಮಂಣಾ ! ಅವರಿಗೂ ವಯಸ್ಸಾಯಿತು, ದುಡಿಯಲು ಮೊದಲಿನಂತೆ ಚೈತನ್ಯವಿಲ್ಲ.

ಭೀಮ ಇನ್ನೂ ಚಿಕ್ಕವನು, ಶಾಲೆ ಕಲಿಯುತ್ತಿದ್ದಾನೆ, ಅವನು ದುಡಿಯುವಂತಿಲ್ಲ. ಹಿರಿಯ ಮಗನಾದ ನೀನೇ ಹೀಗಾದರೆ ಮನೆ ನಡೆಯುವುದು ಹೇಗಪ್ಪಾ ?"

"ಏನು ಮಾಡಂತೀ ನನ್ನ ?"

ಎಂದು ತಾಯಿಯನ್ನು ಒರಟಾಗಿ ಕೇಳಿ ದುರುಗುಟ್ಟಿ ನೋಡಿದ ರಾಮಂಣ.

"ಏನಾದರೂ ಕೆಲಸ ಮಾಡು ನಾಲ್ಕು ಕಾಸು ಸಂಪಾದಿಸು. ಸಂಸಾರ ನಡೆಯಬೇಡವೆ?"

"ರಾಮಂಣನಿಗೆ ವಿದ್ಯೆ ಅಂದರೆ ನೈವೇದ್ಯ ಒಂದೇ. ಇವನನ್ನು ಯಾವ ರಾಜ್ಯಕ್ಕೆ ಗವರ್ನರ್‌ಆಗಿ ನಿಯಮಿಸಲು ಸಾಧ್ಯ ? ಏನಾದರೂ ಮಾಡಿ ಅಷ್ಟಿಷ್ಟು ಸಂಪಾದಿಸಲೇಬೇಕು ಎಂದು ರಾಮಂಣನಿಗೂ ಅನಿಸಿತು–ಸಂಸಾರದ ಕರ್ಚಿಗಾಗಿ ಅಲ್ಲ, ತನ್ನ ಈಸ್ಪೇಟು, ಸಿಗರೇಟು, ಜಾಕ್‌ಪಾಟು ಮುಂತಾದವುಗಳಿಗಾದರೂ ಹಣ ಬೇಡವೆ ? ಅವರಿವರನ್ನು ವಿಚಾರಿಸಿಕೊಂಡು ಬಂದರು ರಾಮಂಣನ ತಂದೆ. ಮಗನಿಗೆ ಸಲಹೆ ಹೇಳಿದರು.

"ರಾಮಂಣಾ ! ಹಾಯಾಗಿ ಟೀಚರ್ಸ್ ಟ್ರೇನಿಂಗ್ ಸೇರಿಬಿಡು. ಎರಡು ವರ್ಷ ಹೇಗೂ ಅಷ್ಟಿಷ್ಟು ಸ್ಟೈಪಂಡ್ ಕೊಡುತ್ತಾರೆ, ಆಮೇಲೆ ಮಾಸ್ತರ ಕೆಲಸವನ್ನು ಹೇಗೂ ಕೊಟ್ಟೇ ಕೊಡುತ್ತಾರೆ"

"ಈ ಸಲಹೆ ರಾಮಂಣನಿಗೆ ಸೂಕ್ತ ಎನಿಸಿತು. ಆದರೆ ಅಲ್ಲಿಯೂ ಒಂದು ಕರಾರು. ಟ್ರೇನಿಂಗ್ ಮುಗಿಸಿದನಂತರ ಮೂರು ವರ್ಷ ಮಾಸ್ತರ ಕೆಲಸ ಮಾಡಲೇಬೇಕು, ಇಲ್ಲವಾದರೆ ಸ್ಟೈಪಂಡ್ ಪಡೆದ ಹಣ ಸರಕಾರಕ್ಕೆ ತುಂಬ ಬೇಕು. ಮೊದಲು ಸ್ಟೈಪಂಡಂತೂ ಕೈಗೆ ಬರಲಿ, ಆಮೇಲೆ ಇನ್ನೊಬ್ಬ ದೇವರಿದ್ದಾನೆ ಎಂದಂದ ರಾಮಂಣ. ಆ ಇನ್ನೊಬ್ಬ ದೇವರಲ್ಲಿಯೇ ರಾಮಂಣನಿಗೆ ನಂಬಿಕೆ ಹೆಚ್ಚು. ಟೀಚರ್ಸ್ ಟ್ರೇನಿಂಗ್ ಸೇರಿಬಿಟ್ಟ ರಾಮಂಣ, ಸ್ವಂತ ಕರ್ಚಿಗೆ ಗಿಟ್ಟಿಸಿಕೊಂಡ.

"ಇತ್ತ ಭೀಮಂಣ ಮ್ಯಾಟ್ರಿಕ್ ಮುಗಿಸಿದ. ರಾಮಂಣನ ಟ್ರೇನಿಂಗೂ ಯಥಾ ಸಾವಕಾಶವಾಗಿ ಮುಗಿಯಿತು. ಅವರವರ ಕಾಲ ಮುಗಿಯಿತು. ರಾಮಂಣ ಭೀಮಂಣ ಅವರ ತಂದೆ ಕಂಣು ಮುಚ್ಚಿದರು. ಇದೇ ಸಮಯದಲ್ಲಿ ಗಾಂಧೀ ತಾತ ಬ್ರಿಟಿಷ್ ಸಾಮ್ರಾಟರೊಂದಿಗೆ ಧರ್ಮಯುದ್ಧ ಹೂಡಿದರು. ಕ್ರಾಂತಿಯುಗ ಆರಂಭವಾಯಿತು. ಕಾಡ್ಗಿಚ್ಚಿನಂತೆ ದೇಶದಲ್ಲೆಲ್ಲ ಹಬ್ಬಿತು. ದೇಶಭಕ್ತರಿಂದ ಜೇಲುಗಳು ತುಂಬಲಾರಂಭಿಸಿದುವು.

"ರಾಮಂಣ ಮೂಗಿಗೆ ಬೆರಳಿಟ್ಟ. ಯಾವುದೋ ಕಾಡುಹಳ್ಳಿಗೆ ಹೋಗಿ ಮಾಸ್ತರ ಕೆಲಸ ಮಾಡಲು ಮೈ ಬಗ್ಗದು. ಇದುವರೆವಿಗೂ ಸರಕಾರದಿಂದ ಪಡೆದ ಸ್ಟೈಪಂಡ್ಸ್ ವಾಪಸು ಮಾಡಲು ಕೈಲಿ ಕಾಸಿಲ್ಲ. ಅಷ್ಟಷ್ಟು ದುಡಿದು ತರುತ್ತಿದ್ದ ತಂದೆಯೂ ಸತ್ತರು. ಸಾಲದುದಕ್ಕೆ ಊರಲ್ಲೆಲ್ಲ ಚಿಕ್ಕ ಪುಟ್ಟ ಸಾಲಗಳು ಬೇರೆ. ಈ ಎಲ್ಲ ಕಷ್ಟಗಳಿಗೆ ಕಳಶಪ್ರಾಯವಾಗಿ ಇನ್ನೂ ಒಂದು ಕಾದಿತ್ತು. ಹೆಂಡತಿ ಏಳನೇ ಬಸಿರಿ. ಬಾಣಂತನಕ್ಕೆ ಹಣ ಎಲ್ಲಿದೆ ? ಇದೆಲ್ಲಕ್ಕೂ ಒಂದೇ ಉಪಾಯ ಎಂದಂದ ರಾಮಂಣ.

"ಗಾಂಧಿ ಮಹಾತ್ಮಕೀ ಜೈ ಎಂದಂದ, ಇದ್ದಕಿದ್ದಂತೆ ದೇಶಭಕ್ತನಾದ, ಕಾಂಗ್ರೆಸ್‌ನಲ್ಲಿ ದುಮಿಕಿದ, ಹಾಯಾಗಿ ಜೇಲಿನಲ್ಲಿ ಬಂದು ಮರ್ಯಾದಸ್ತನಾಗಿ ಮಲಗಿದ."

"ಭೀಮಂಣ ಏನಾದ ಅಜ್ಜಾ ?"

ಎಂದೊಂದು ಮಗು ಕೇಳಿತು.

"ಮ್ಯಾಟ್ರಿಕ್ ಪಾಸಾದ ಪಾಪಕ್ಕಾಗಿ ಪುಟ್ಟೊಂದು ನವುಕರಿ ಹುಡಿಕಿ ಕೊಂಡ. ಸರಕಾರದಲ್ಲಿ ಗುಮಾಸ್ತ ಪ್ರಾಣಿಯಾಗಿ ದುಡಿದು ದೊಡ್ಡ ಸಂಸಾರದ ಹೊರೆಯನ್ನು ಹೊತ್ತ. ಹಾಗೆಯೇ ಮೂಕ ಪ್ರಾಣಿಯಂತೆ ಮೂವತ್ತೆರಡು ವರ್ಷ ಹೆಣಗಿದ. ಐವತ್ತೈದಾಯಿತು, ಮನೆಗೆ ಬಂದ. ಹೆಗಡೆ ಕೊಟ್ಟ ಹತ್ತು, ಘೋರ್ಪಡೆ ಕೊಡುತ್ತೇನೆಂದ ಐದೂ ಸೇರಿ ಭೀಮಂಣನಿಗೆ ನೂರಾ ಮೂವತ್ತು ಮೂರೇ ಪಿಂಚಿನಿ, ಪಾಪ !"

"ರಾಮಂಣ ?"

ಮತ್ತೊಂದು ಮಗು ಕೇಳಿತು.

"ರಾಮಂಣನಿಗೇನಮ್ಮಾ ರೋಗ ? ರಾಮರಾಜ್ಯ ಬಂದಿತು. ರಾಮ ರಾಜ್ಯದಲ್ಲಿ ಕೋತಿಗಳದೇ ಹಾವಳೀ. ಆರು ತಿಂಗಳೂ ಜೇಲಿಗೆ ಹೋಗಿ ಬಂದವರಿಗೆ ಎರಡು ನೂರು ರೂಪಾಯಿ ಪಿಂಚಿನಿ ಎಂದು ಘೋಷಿಸಿತು. ಪುಢಾರಿಗೆ ಬಡತನ ಎಲ್ಲಿದೆ ? ಭಂಡತನವೇ ಬಂಡವಾಳ. ದೇವರ ಪ್ರಸಾದ ಇಷ್ಟು, ಕದ್ದ ರೊಟ್ಟಿ ಇನ್ನಿಷ್ಟು. ಎರಡೂ ಸೇರಿದವು, ರಾಮಂಣ ದುಂಡಾದ. ರಾಕ್ಷಸ ರಾಕ್ಷಸನೇ, ಮನುಷ್ಯ ಮನುಷ್ಯನೇ"

ಎಂದಂದು ಕಥೆ ಮುಗಿಸಿದ ಭೀಮಜ್ಜ.

"ಅಜ್ಜ ತನ್ನ ಕಥೆಯನ್ನೇ ಹೇಳಿದ"

ಎಂದಂದು ನಕ್ಕು ನಡೆದವು ಮೊಮ್ಮಕ್ಕಳು.

ಬೀchi ಸಂದರ್ಶನ

ಭೀಮಸೇನರಾಯರು ಒಳಬಂದಾಗ ಬೀಚಿ ಇನ್ನೂ ಮಲಗಿದ್ದರು. ರಾಯರು ಕೊಂಚ ಹಿರಿಯರಲಲ್ವೆ ? ಸಲುಗೆಯಿಂದ

ರಾಯ:– ಏಳಯ್ಯಾ ! ಇನ್ನೂ ನಿದ್ರೆಯೆ ? ಗಂಟೆ ಒಂಭತ್ತಾಗಿದೆ ಈಗ.

ಬೀಚಿ:– ಒಂಬತ್ತಾದರೇನು, ಹತ್ತಾದರೇನು ? I am not a slave of the clock. ನಾನು ಮಲಗಿದಾಗ ನಿನ್ನೆ ರಾತ್ರಿ ಮೂರಾಗಿತ್ತು. ಆಗ ಮಲಗು ಎಂದು ಗಡಿಯಾರ ಹೇಳಿಲಿಲ್ಲ, ಈಗ ಏಳು ಅನ್ನುವದಕ್ಕೂ ಅದಕ್ಕೆ ಅಧಿಕಾರವಿಲ್ಲ.

ರಾಯ:– ಹಾಗಲ್ಲಾ, ಎಂಟಕ್ಕಾದರೂ ಏಳಬೇಡವೆ ?

ಬೀಚಿ:– ನಿನ್ನ ಮಾತನ್ನು ಕೇಳಿದರೆ ಕೈಲಾಸಂ ಜೋಕು ನೆನಪಿಗೆ ಬರುತ್ತದೆ. ಆರಕ್ಕೇ ಏಳಬೇಕು, ಏಳಕ್ಕೇ ಎಂಟು ಬೇಕು ಎಂದರೆ ಹೇಗಯ್ಯಾ ಸಾಧ್ಯ ? ಆರಕ್ಕೆ ಅರೇ. ಏಳಕ್ಕೆ ಏಳೇ !

ರಾಯ:– ಸರೆ ಬಿಡು, ಅದೆಲ್ಲ ಇರಲಿ. ನಿನಗೆ ಅರವತ್ತು ವರ್ಷ ಬಂತಂತೆ........

ಬೀಚಿ:– ಹೌದಂತೆ, ಪತ್ರಿಕೆಯಲ್ಲಿ ಓದಿದ ಮೇಲೆ ನನಗೂ ಗೊತ್ತಾಯಿತು.

ರಾಯ:– ಬಹಳ ಸಂತೋಷ, ನಿನಗೆ ಅರವತ್ತು ಆದದ್ದು ಕೇಳಿ.

ಬೀಚಿ:– ಯಾಕೆ ? ಐವತ್ತೊಂಭತ್ತಕ್ಕೆ ಯಾರಾರು ಸಾಯುವದಿಲ್ಲವೋ ಅವರಿಗೆಲ್ಲ ಅರವತ್ತು ತಾನಾಗಿಯೇ ಆಗುತ್ತದೆ. ಇದರಲ್ಲಿ ಮನುಷ್ಯನ ಪ್ರಯತ್ನ, ಸಾಹಸ ಏನು ಮಂಣಿದೆ ? ನನಗೆ ಅರವತ್ತು ಆಗುವುದು ಒಂದು ಮಹಾರಾಷ್ಟ್ರೀಯ ಘಟನೆಯೇ? ನೋಡಯ್ಯಾ ! ಐದು ಕತ್ತೆಗಳ ವಯಸ್ಸಿನ ಮೊತ್ತ ಅರವತ್ತು. ವಯಸ್ಸಿನ ಬಗ್ಗೆ ಹೆಮ್ಮೆಪಟ್ಟುಕೊಳ್ಳುವುದು, ಹುಟ್ಟಾ ಶ್ರೀಮಂತ ನಾಗಿರುವ ಬಗ್ಗೆ ಹೆಮ್ಮೆಪಟ್ಟುಕೊಳ್ಳವುದೂ ಇವೆಲ್ಲ ಮೂರ್ಖರ ಲಕ್ಷಣಗಳು. ನನಗೀಗ ಎಂಭತ್ತು ಕಣಯ್ಯಾ ಎಂದು ಬಹು ಹೆಮ್ಮೆಯಿಂದ ಹೇಳಿಕೊಳ್ಳುವ ಮುದಿ ಮೂರ್ಖರನ್ನು ಕಂಡಿದ್ದೇನೆ. ಇಂಥವರಿಗೆ ಹೇಳಿಕೊಳ್ಳಲು ಬೇರೇನೂ ಇಲ್ಲ. ಇವರು ಆತ್ಮಹತ್ಯೆ ಮಾಡಿಕೊಂಡಿಲ್ಲ, ಬದುಕಿದ್ದಾರೆ ಎಂದಷ್ಟೆ ಅರ್ಥ.

ರಾಯ:– ಅವರಿವರ ಕಥೆ ನಮಗೆ ಬೇಡ ಬಿಡು. ನೀನು–ಅದರಲ್ಲೂ ನೀನು ! ಇಷ್ಟು ಅತ್ಯುತ್ತಮ ಅಭ್ಯಾಸಗಳು, ಆರೋಗ್ಯದ ಬಗ್ಗೆ ಇಷ್ಟು ಕಾಳಜಿ ಇರುವ ನೀನೂ ಕೂಡಾ ಅರವತ್ತು ಬಾಳಿದರೆ ಸಂತೋಷ ಅಲ್ಲವೆ ?

ಬೀಚಿ:– ಸಂತೋಷ ಹೌದೋ ಅಲ್ಲವೋ, ಆಶ್ಚರ್ಯ ಮಾತ್ರ ಹೌದು ಎಂಬುದನ್ನು ಒಪ್ಪುತ್ತೇನೆ. ಯಾಕೆಂದರೆ.........

ರಾಯ:– ಬೇಡ ಬೇಡ, ಆ ವಿಷಯಗಳನ್ನೆಲ್ಲ–ಗುಟ್ಟಾಗಿಡಬೇಕಾದ ವಿಷಯ ಗಳನ್ನೆಲ್ಲ– ಆಡುವುದು ಬೇಡ.

ಬೀಚಿ:– ಇದು ಹೇಡಿಗಳ ಮೊದಲ ಲಕ್ಷಣ. ಭೂಗತರಾಗಿ ಹೋಗುತ್ತೇವೆ ಎಂದು ಹೇಳಿದ ರಾಜಕಾರಣ ಹೋರಾಟಗಾರರಿಗೆ ಬಾಪೂಜಿ ಏನು ಹೇಳಿದರು– ಗುಟ್ಟು ಎಂಬುದೇ ಒಂದು ಪಾಪ ! ಗುಟ್ಟಾಗಿಡ ಬೇಕಾದುದನ್ನು ಮಾಡುತ್ತೀರೇಕೆ ಹಾಗಾದರೆ ?

ರಾಯ:– ಹಾಗೆಲ್ಲ ಮಾತನಾಡಬಾರದು. ಸಂಪ್ರದಾಯ ಎಂಬುದೂ ಒಂದಿದೆ.

ಬೀಚಿ:– ಇದೆ ಎಂಬುದೇ ನನ್ನ ದುಃಖ–ಅದೊಂದು ಸಾಮಾಜಿಕ ಕಾಯಿಲೆ. ಅದನ್ನು ಒಡೆಯಬೇಕೆಂಬುದೇ ನನ್ನ ಗುರಿ. ನಾನು ಸಂಪ್ರದಾಯ ಶರಣನಲ್ಲ.

ರಾಯ:– ಹಾಗಾದರೆ ನೀನು ಯಾರ ಶರಣ ?

ಬೀಚಿ:– ನಾನು ನನ್ನ ಶರಣ, ನನ್ನ ಬುದ್ಧಿಯ, ನನ್ನ ವಿವೇಕದ ಶರಣ, ವೈಜ್ಞಾನಿಕ ವೈಚಾರಿಕತೆಯ ಪ್ರಾಮಾಣಿಕ ಶರಣ. ಅನೇಕ ಡಿಗ್ರಿವಂತರಂತೆ ಸಾಯಿಬಾಬಾನ ಶರಣನಲ್ಲ. ಈ ಇದೇ ಮಡಿ ವಂತಿಕೆಯ ಡಿಗ್ರಿಗ್ರಾಹಿಗಳು ಒಂದು ಕಾಲದಲ್ಲಿ ಅರವಿಂದರನ್ನು ಹಿಡಿದರು. ಮಧರ್ ಮಧರ್ ಎಂದು ಪಾಂಡಿಚೇರಿಗೆ ಓಡಿದರು ಅರವಿಂದಾನಿಯನ್ಸ್ ಎಂಬೊಂದು ಬಹು ದೊಡ್ಡ ಗುಂಪೇ ಇತ್ತು, ಉತ್ತರ ಕರ್ನಾಟಕದಲ್ಲಿ. ಅರವಿಂದರು ಸತ್ತರು. ಈ ಆನಿಯನ್ಸ್ ಉಳಿದವು. ಅನಾಥವಾದವು. ಈ ಬಡಪ್ರಾಣಿಗಳಿಗೆ ಸಕಾಲಿಕವಾಗಿ ಸಾಯಿಬಾಬಾ ದೊರೆತ. ಬದುಕಿದೆವು ಅಂದುಕೊಂಡು ಭಜನೆಗೆ ಕುಳಿತವು. ಸಮಕಲು ನಾಣ್ಯ ಸರಕಾರೀ ಟಂಕಸಾಲೆಗೆ ವಾಪಸ್ ಎಂಬಂತೆ ಸಿಮ್ಲಾದಿಂದ ವಾಪಸು ಬಂದು ವೈಟ್‌ಫೀಲ್ಡ್‌ನಲ್ಲಿ ಕುಳಿತು ಭಜನೆಮಾಡುವ ಎಮ್ಮೆ, ಆಕ್ಸ್ (ಫೋರ್ಡ್)ಗಳೂ ಇವೆ ಇಂದು. ಇವರಂತೆ ನನ್ನನ್ನೂ ಸಾಯಿಬಾಬಾ ಶರಣನಾಗು ಅನ್ನುತ್ತೀಯಾ ?

ರಾಯ:– ಹಾಗಲ್ಲಯ್ಯಾ, ಅರವಿಂದರೂ ಒಂದೇ ಸಾಯಿಬಾಬಾನೂ ಒಂದೇ ಎಂಬುದೇ ನಿನ್ನ ವಾದ ?

ಬೀಚಿ:– ನಾನಾ ಮಾತನ್ನು ಹೇಳಿಲಿಲ್ಲ. ಹೇಳುವುದಿಲ್ಲ. ಅರವಿಂದರು ನಾನು ದೇವರೆಂದು ಹೇಳಿಕೊಳ್ಳಲಿಲ್ಲ. ಯಾವ ಅಗ್ಗದ ಪವಾಡವನ್ನೂ ಮಾಡಲಿಲ್ಲ. ಗೀತೆಗೆ ಟೀಕೆ ಬರೆಯುವಂತಹ ಶಕ್ತಿ ಅರವಿಂದರಿಗಿತ್ತು. 'ಸಾವಿತ್ರಿ'ಯಂತಹ ಗ್ರಂಥವನ್ನು ರಚಿಸಿದ್ದಾರೆ. ನಿನ್ನ ಬಾಬಾ ಏನಯ್ಯ ಮಾಡಿದ್ದಾನೆ ? ಡಿ. ಸಿ. ಸಾಹೇಬರಿಗೆ ಬರಿಗೈಯಿಂದ ಚಿನ್ನದ ವಿಗ್ರಹ ಕರುಣಿಸುತ್ತಾನೆ ಅಮಲ್ದಾರರಿಗೆ ಬೆಳ್ಳಿಯ ವಿಗ್ರಹ, ಹಿಂದೆ ಬಂದ ಗುಮಾಸ್ತ ಪ್ರಾಣಿಗೆ ತಾಮ್ರದ ಅಂಜನೇಯ, ಜವಾನ ಬೋರನಿಗೆ ಭಸ್ಮ. ಹೀಗೆಲ್ಲ ಮಾಡುವ ಈ ಭಸ್ಮಾಸುರ ಬಾಂಗ್ಲಾ ದೇಶದ ಜನರ ಹೊಟ್ಟೆಗಿಷ್ಟು ಸಕಾಲಿಕವಾಗಿ ಅನ್ನವನ್ನು ಕೊಟ್ಟಿದ್ದರೆ ? ಸಹಸ್ರಾರು ಜನರ ಪ್ರಾಣರಕ್ಷಣೆ ಆಗುತ್ತಿರಲಿಲ್ಲವೆ ? ಈ ಹಾಳುದಡ್ಡ ಸಂಪ್ರದಾಯಗಳಿಂದಲೇ ನಮ್ಮ ಜನತೆ ಹಾಳಾಗುತ್ತಿರುವುದು.

ರಾಯ:– ಏನು ಹಾಗಂದರೆ ? ನೀನು ನಿನ್ನ ತಂದೆಯ ಶ್ರಾದ್ಧವನ್ನು ಮಾಡುವುದಿಲ್ಲವೆ?

ಚೀಚಿ:– ನನಗೆ ಬುದ್ಧಿಬರುವ ಮುನ್ನ ನನ್ನ ಅಂಣನೊಡನೆ ಒಂದೆರಡು ಬಾರಿ ಮಾಡಿರಬಹುದು. ಅದಕ್ಕಾಗಿ ನಾನು ನನ್ನ ವಿವೇಕದ ಕ್ಷಮೆ ಬೇಡುತ್ತೇನೆ. ಆದರೆ ನಾನೀಗ ನನ್ನ ತಂದೆಯ ಶ್ರಾದ್ಧವನ್ನು ಮಾಡುವುದಿಲ್ಲ ಮಾತ್ರವಲ್ಲ, ನನ್ನ ಶ್ರಾದ್ಧವನ್ನೂ ಮಾಡಬೇಡ ಎಂದು ನನ್ನ ಮಗನಿಗೂ ಹೇಳಿದ್ದೇನೆ.

ರಾಯ:– ಅಯ್ಯೋ ಚಂಡಾಲಾ, ಹಾಗಾದರೆ ನಿನಗೆ ಸತ್ತನಂತರ ನರಕ ಗ್ಯಾರಂಟಿ.

ಚೀಚಿ:– ಸತ್ತನಂತರ ? ಸತ್ತನಂತರ ಸ್ಮಶಾನ ಒಂದೇ ಗ್ಯಾರಂಟಿ. ಅದೂ ಆದಷ್ಟೂ ಅರ್ಜೆಂಟಾಗಿ, ಎಲ್ಲರಿಗೂ ಊಟಕ್ಕೆ ಅವಸರ. ನರಕದ ಭಯವೂ ಇಲ್ಲ ನನಗೆ, ಸ್ವರ್ಗದ ದಾಹವೂ ಇಲ್ಲ. ಆ ಎರಡನ್ನೂ ಇರುವಾಗಲೇ ಇಲ್ಲಿಯೇ ಅನಭೋಗಿಸುತ್ತಲಿದ್ದೇನೆ. ಈ ಎಲ್ಲ ಗೊಡ್ಡು ವಿಚಾರಗಳಿಗೆ ದಡ್ಡ ಸಂಪ್ರದಾಯಗಳಿಗೆ ನಾನು ದಾಸನಲ್ಲ.

ರಾಯ:– ಹೌದೇ ? ಹಾಗಾದರೆ ಒಂದು ಪ್ರಶ್ನೆಯನ್ನು ನಾನು ನೇರವಾಗಿ ಕೇಳುತ್ತೇನೆ. ನೀನದಕ್ಕೆ ಅಷ್ಟೇ ನೇರವಾದ ಉತ್ತರವನ್ನು ಹೇಳು. ನಿನ್ನ ಅರವತ್ತು ವರ್ಷದ ಹುಟ್ಟು ಹಬ್ಬದ ದಿನದಂದು ದೇವಾಲಯಕ್ಕೆ ಹೋಗಿದ್ದೆಯೋ ಇಲ್ಲವೋ ?

ಬೀಚಿ:– (ಮುಸಿ ಮುಸಿ ನಗುತ್ತ) ಲೌಕಿಕ ಎಂಬುದೊಂದಿದೆ ಎಂಬುದು ನಿನಗೆ ಗೊತ್ತೇ ಇಲ್ಲ ಎಂದಂತಾಯಿತು ಮುದುವೆಯಾದ ಪ್ರಾಣಿ ತನ್ನ ಹೆಂಡತಿಯ ಸಲುವಾಗಿ ತನಗೆ ವೈಯಕ್ತಿಕವಾಗಿ ನಂಬಿಕೆ ಇಲ್ಲದ ಅನೇಕ ಕೆಲಸಗಳನ್ನು ಮಾಡಲೇಬೇಕಾಗುತ್ತದೆ. ಅವುಗಳಲ್ಲಿ ಇದೂ ಒಂದು. ದೇವರಪೂಜೆ ಮಾಡುವುದಿಲ್ಲ ಅನ್ನುವ ಅಧಿಕಾರ ನನಗೆಷ್ಟಿದೆಯೋ, ಅದೇ ದೇವರ ಪೂಜೆ ಮಾಡುತ್ತೇನೆ ಅನ್ನುವ ಅಧಿಕಾರ ನನ್ನ ಹೆಂಡತಿಗೆ ಅಷ್ಟೇ ಇದೆ. ಮಾಡಬೇಡ

ಅನ್ನುವ ಅಧಿಕಾರ ಗಂಡನಾದ ನನಗಿಲ್ಲ. ನನ್ನ ಅಭಿಪ್ರಾಯಗಳನ್ನು ಇನ್ನೊಬ್ಬರು ಗೌರವಿಸಲಿ ಎಂದು ನನ್ನ ಬಯಕೆ, ಅಂತೆಯೇ ಇತರರ ಅಭಿಪ್ರಾಯಗಳನ್ನು ಗೌರವಿಸುವುದು ನನ್ನ ಕರ್ತವ್ಯ, ತತ್ರಾಪಿ ಹೆಂಡತಿಯ ಅಭಿಪ್ರಾಯ.

ರಾಯ:– ಬೇಷ್ ಬೇಷ್ ! ಇದೆಲ್ಲವೂ ಹಾಗಿರಲಿ. ನಿನ್ನ ಕಲ್ಪನೆಯಲ್ಲಿ ದೇವರಿದ್ದಾನೆಯೆ ಅಥವಾ ಇಲ್ಲವೆ ?

ಬೀಚಿ:– ಈ ಪ್ರಶ್ನೆಗೆ ನನ್ನ ಉತ್ತರ ಒಂದೇ ಒಂದು ಮರುಪ್ರಶ್ನೆ. ನೀನು ಯಾವುದಕ್ಕೆ ದೇವರು ಅನ್ನುತ್ತೀ ? ದೇವರ ಬಗ್ಗೆ ನಿನ್ನ ಕಲ್ಪನೆ ಏನೆಂಬುದರ ಮೇಲೆ ನನ್ನ ಉತ್ತರ ಅವಲಂಬಿಸುತ್ತದೆ.

ರಾಯ:– ನಿನ್ನ ಜೊತೆ ದೇವರ ಬಗ್ಗೆ ಚರ್ಚಿಸುವುದೂ ಉರಿಯುವ ಕೊಳ್ಳಿಯಿಂದ ತಲೆ ಕರೆದುಕೊಳ್ಳುವುದು ಎರಡೂ ಒಂದೇ. ಇರುವ ನನ್ನ ಭಕ್ತಿಯೂ ಹಾಳಾಗಿ ಹೋಗುತ್ತದೆ.

ಬೀಚಿ:– ಬೇಡ, ಬಿಟ್ಟುಬಿಡು. ನಿನ್ನ ದೇವರು, ಭಯ, ಭಕ್ತಿಗಳನ್ನು ನಿನ್ನ ದಡ್ಡ ನಂಬುಕೆ ಎಂಬ ರಿಫ್ರೀಜಿಯೇಟರ್‌ನಲ್ಲಿಟ್ಟುಕೊಂಡು ಕಾಪಾಡು ನನ್ನದೇನೂ ತಕರಾರಿಲ್ಲ.

ರಾಯ:– ಬೇಡ ಬಿಡಯ್ಯಾ ! ನಿನ್ನೊಂದಿಗೆ ವಾದವೇ ಬೇಡ. ಅದರಲ್ಲೂ ಇಂತಹ ತಕರಾರಿನ ವಿಷಯುಗಳಲ್ಲಿ. ಅರವತ್ತನೆ ಹುಟ್ಟು ಹಬ್ಬವನ್ನು ಮಾಡಿಕೊಂಡಿಯಲ್ಲಾ....

ಬೀಚಿ:– ದಯಮಾಡಿ ಕ್ಷಮಿಸು. ನಾನು ಮಾಡಿಕೊಳ್ಳಲಿಲ್ಲ. ಮಾಡಿಸಿ ಕೊಂಡೆ. ಮಗ ಮಾಡಿದ.

ರಾಯ:– ಆಗಲಪ್ಪಾ, ಮಗನೇ ಮಾಡಿದ ಅನ್ನು. ನೀನು ಹುಟ್ಟಿದುದು ಎಂದು ?

ಬೀಚಿ:– ಇದು ಇನ್ನೂ ಹೆಚ್ಚು ತರಕಾರಿನ ಪ್ರಶ್ನೆ. ನಾನು ಹುಟ್ಟಿದುದು ಯಾಕೆ ಎಂಬುದು ನನಗೆಷ್ಟು ಗೊತ್ತಿದೆಯೇ, ನಾನು ಹುಟ್ಟಿದುದು ಎಂದು ಎಂಬುದೂ ಅಷ್ಟೇ ಗೊತ್ತಿದೆ. ನಾನು ಹುಟ್ಟುವಾಗ ನಾನು ಇದಿರಿನಲ್ಲಿದ್ದೆನೆ ? ಅದೆಲ್ಲ ಬೇಡ. ನೀನು ಬೇರೆ, ನಾನು ಬೇರೆ ಅಲ್ಲವಲ್ಲಾ ? ನೀನೇ ಹೇಳು, ನೀನು ಹುಟ್ಟಿದುದು ಎಂದು ? ನಿನಗೂ ಗೊತ್ತಿಲ್ಲ. ಮೊನ್ನೆ ಒಂದು ಸ್ವಾರಸ್ಯದ ಪ್ರಸಂಗ ನಡೆಯಿತು ಹೇಳುತ್ತೇನೆ ಕೇಳು. ಊರಿಗೆ ಹೋಗಿದ್ದೆ. ಅಲ್ಲೊಬ್ಬ ನನ್ನ ಹಿರಿಯ ಬಂಧುಗಳಿದ್ದಾರೆ. ಎಂಭತ್ತರ ಮನೆ ಅವರದು. ಅವರನ್ನು ಕರೆದೆ, ನನ್ನ ಅರವತ್ತು ವರ್ಷದ ಹುಟ್ಟು ಹಬ್ಬಕ್ಕೆ ಬರಬೇಕೆಂದು. ಸುಖವಾಗಿ ನಕ್ಕುಬಿಟ್ಟರು ಆ ಯಜಮಾನರು. ಆನಂತರ ನನ್ನನ್ನು ಕೇಳಿದರು, ನಿನಗಿನ್ನೂ ಅರವತ್ತು ಆಗಿಲ್ಲವೇ ಎಂದು. 1913ರಲ್ಲಿ ನಾನು ಹುಟ್ಟಿದೆ ಎಂದು ನನ್ನ ಸರ್ವಿಸ್ ಬುಕ್‌ನಲ್ಲಿದೆ ಎಂದು ಹೇಳಿದೆ. ಅದಕ್ಕೇನು ಅವರ ಟೀಕೆ. ಅವರ

ಟೀಕೆ. ನಿನ್ನ ಸರ್ವಿಸ್ ಬುಕ್ಕಿನ ತಲೆ ! ನಿನ್ನ ತಂದೆ 1912ರಲ್ಲಿಯೇ ಸತ್ತರಲ್ಲಯ್ಯಾ? ಆಮೇಲೆ ಹುಟ್ಟಿದೆಯಾ ನೀನು ?

ರಾಯ:– ಇದು ಬಹಳ ಚೆನ್ನಾಗಿದೆ. ಹಾಗಾದರೆ ಎಂದಪ್ಪಾ ನಾನು ಹುಟ್ಟಿದ್ದು?

ಬೀಚಿ:– ನೋಡಯ್ಯ, ಮನುಷ್ಯನ ಹುಟ್ಟೇ ಒಂದು ಆಕಸ್ಮಿಕ. ಆಂದನಂತರ ಹುಟ್ಟುವ ದಿನವೂ, ಹುಟ್ಟುವ ಊರು ಎಲ್ಲವೂ ಆಕಸ್ಮಿಕ. ಇವಾವಕ್ಕೂ ನಾನೆಷ್ಟೂ ಪ್ರಾಮುಖ್ಯತೆಯನ್ನೂ ಕೊಡಲಾರೆ. ಒಬ್ಬನು ಎಂದು ಹುಟ್ಟಿದ ಎಂದು ಸತ್ತ ಎಂಬದೇ ಮುಖ್ಯವಲ್ಲ. ಬದುಕಿದ್ದಾಗ ಏನು ಮಾಡಿದ ? ಈ ಪ್ರಶ್ನೆಗೆ ಉತ್ತರ ಬೇಕು.

ರಾಯ:– ಹಾಗಾದರೆ ನೀನು ನಿನ್ನ ಜೀವಮಾನದಲ್ಲಿ ಸಾಧಿಸಿರುವುದೇನು?

ಬೀಚಿ:– ಕ್ಷಮಿಸಿ ರಾವುಜೀ ! ನನ್ನ ಶಂಖವನ್ನು ನಾನೇ ಊದುತ್ತಾ ಕೂಡುವಷ್ಟು ಉದ್ದವಿಲ್ಲ ನನ್ನ ಆಯುಷ್ಯ–ಯಾರ ಆಯುಷ್ಯವೂ ಅಷ್ಟಿಲ್ಲ. ಯಾರೇನು ಮಾಡಿದರು ಎಂಬುದನ್ನು ಮುಂದಿನ ಪೀಳಿಗೆ ನಿರ್ಣಯಿಸುತ್ತದೆ.

ರಾಯ:– ನಿನ್ನ ಈ ಹುಚ್ಚುಚ್ಚು ವಿಚಾರಗಳನ್ನೆಲ್ಲ ಮುಂದಿನ ಪೀಳಿಗೆ ಮೆಚ್ಚುತ್ತಿದೆಯೆ ? ನಿನ್ನ ಕೆಲವು ವಕ್ರ ವಿಚಾರಗಳಿಂದ ಈಗ ಹತ್ತಾರು ಓದುಗರನ್ನು ಕಳೆದುಕೊಳ್ಳುತ್ತಿರುವಿ. ಗೊತ್ತೆ ?

ಬೀಚಿ:– ಇದು ನನಗೂ ಗೊತ್ತಿದೆ ಹತ್ತಾರು ಓದುಗರನ್ನು ಕಳೆದುಕೊಳ್ಳುತ್ತೇನೆ. ನಿಜ, ಆದರೆ ನೂರಾರು ಓದುಗರನ್ನು ಮುಂದಿನ ಪೀಳಿಗೆಯಲ್ಲಿ ಸೃಷ್ಟಿ ಮಾಡಿಕೊಳ್ಳುತ್ತಲೂ ಇದ್ದೇನೆ. ನನಗೆ ನಿನ್ನೆ ಎಂಬುದೇ ಮುಖ್ಯವಲ್ಲ– ನಾಳಿನದು ನನ್ನ ದೃಷ್ಟಿ. ನಾನು ಈ ಜಗತ್ತಿನಲ್ಲಿ ಬಂದಾಗಿನಕಿಂತಲೂ ನಾನೀ ಜಗತ್ತು ಬಿಟ್ಟು ಹೊರಡುವಾಗ ಈ ಜಗತ್ತು ಹೆಚ್ಚು ಬುದ್ಧಿವಂತವಾಗಿರಬೇಕು, ವಿಚಾರವಂತವಾಗಿರಬೇಕು, ಪ್ರಜ್ಞಾವಂತವಾಗಬೇಕು, ಎಂಬುದೊಂದೇ ನನ್ನ ಹೆಬ್ಬಯಕೆ, ಇದೊಂದೇ ನನ್ನನಂತರ ಉಳಿಯಬೇಕೆಂಬುದು ನನ್ನಾಶೆ.

ರಾಯ:– ಸಾಮಾನ್ಯರಿಗೆ ಅರ್ಥವಾಗುವಂತೆ ಹೇಳುವುದು ನಿನಗೆ ಬರುವುದಿಲ್ಲ ಎಂದಂತಾಯಿತು. ಹೋಗಲಿ ಬಿಡು, ನಿನ್ನ ಗುರುಗಳಾದರೂ ಯಾರಯ್ಯಾ?

ಬೀಚಿ:– ಇದು ಮಾತ್ರ ಬಹಳ ಪೇಚಿನ ಪ್ರಶ್ನೆ. ನನ್ನ ವಿಚಾರ ಸರಣಿಯಲ್ಲಿ ನನಗೆ ಗುರುಗಳಿಲ್ಲ, ಅಂತೆಯೇ ಶಿಷ್ಯರೂ ಇಲ್ಲ. ನಾನು ಯಾರ ಕಾಲನ್ನೂ ಮುಟ್ಟಲಾರೆ, ಇನ್ನೊಬ್ಬರಿಂದ ಮುಟ್ಟಿಸಿಕೊಳ್ಳಲಾರೆ. ನನ್ನ ಬಾಳೇ ನನ್ನ ಗುರು. ನಾನು ಜೀವನದಲ್ಲಿ ಕಂಡದ್ದು, ಕೇಳಿದ್ದು, ನಾನು ಅನುಭವಿಸಿದ ಕಷ್ಟ, ಸುಖ, ನನ್ನ ಕಂಣಿಗೆ ಬಿದ್ದ ದೊಡ್ಡವರ ಸಂಣತನ, ಸಂಣವರ ದೊಡ್ಡತನ, ಡಿಗ್ರಿವಂತರ ಮೂರ್ಖತನ, ಅವಿದ್ಯಾವಂತರ ಜಾಣತನ,

ಸಂನ್ಯಾಸಿಗಳ ಕಪಟ, ಸೂಳೆಯರ ನಿರ್ಮಲ ಚಿತ್ತ ಇವೆಲ್ಲವೂ ನನ್ನ ಗುರುಗಳೇ! ಕತ್ತೆಯ ದುಡಿಮೆ, ನಾಯಿಯ ಪ್ರಾಮಾಣಿಕತೆ, ಕಾಗೆಯ ಸಹಜೀವಿಗಳ ಪ್ರೇಮ–ಇವೆಲ್ಲವುಗಳಿಂದಲೂ ನಾನು ಪಾಠವನ್ನು ಕಲಿತಿದ್ದೇನೆ, ಕಲಿಯುತ್ತಿದ್ದೇನೆ. ಕೊನೆಯುಸಿರು ಬಿಡುವವರೆಗೂ ಮನುಷ್ಯ ಕಲಿಯುವುದು ಇದ್ದೇ ಇದೆ. ಈ ಸಂದರ್ಭದಲ್ಲಿ ಕೆಲವರನ್ನಾದರೂ ಹೆಸರಿಸದಿದ್ದರೆ ನನ್ನಿಂದ ಕರ್ತವ್ಯ ಚ್ಯುತಿ ಆದೀತು. ನಾನು ಓದುವಂತಹದು ಕನ್ನಡದಲ್ಲಿ ಏನಿದೆ ? ಎಂದು ನಾನು (ತಪ್ಪು) ತಿಳಿದಿದ್ದಾಗ, ಇದನ್ನು ಓದಿನೋಡು ಎಂದು ಮೊದಲು ಹೇಳಿದುದು ನನ್ನ ದಿವಂಗತ ಹಿರಿಯ ಮಿತ್ರ ಅ.ನ.ಕೃ. ಅವರ ಸಂಧ್ಯಾರಾಗ. ಅನಂತರ ನಾಡಹಬ್ಬದ ನಿಮಿತ್ತವಾಗಿ ಬಳ್ಳಾರಿಗೆ ಬಂದಾಗ ಕನ್ನಡದ ಏಕಮಾತ್ರ ಸಂಶೋಧಕರಾದ ಶ್ರೀಶಂಬಾ ಅವರ ಪರಿಚಯ. ಹಳೆಯ ಕಾಲದ ಮುದುಕರಂತೆ ಕಾಣುತ್ತಿದ್ದ ಆ ಅವರ ಸ್ವತಂತ್ರ ವಿಚಾರ ವೈಖರಿ, ವೈಚಾರಿಕ ಪ್ರಾಮಾಣಿಕತೆ, ಕಟು ಸತ್ಯಪ್ರಿಯತೆಗಳನ್ನು ಕಂಡು ದಿಗ್ಭ್ರಮೆ ಯಾಯಿತು. ಅವರ ಮುಂದು ನಾನೇ ಮುದುಕನಾದೆ. ಆಗಾಗ್ಗೆ ನನಗೆ ಲಭಿಸಿದ ಅವರ ಸಹವಾಸ ನನ್ನ ತಲೆಯಲ್ಲಿದ್ದ 'ಕಾಬ್‌ವೆಬ್ಸ್' (ನಾನು ಹರಪನಹಳ್ಳಿಯ ಲಿಂಗಾಯಿತ ದ್ವೇಷಿ ಮಾಧ್ವ ಸಂಪ್ರದಾಯದಲ್ಲಿ ಬೆಳೆದವನಲ್ಲವೆ ?) ಎಲ್ಲ ಹರಿದುಹೋದವು. ಆನಂತರ ಮೊಟ್ಟ ಮೊದಲೆರಡು ಪುಟ್ಟ ಪುಸ್ತಕಗಳನ್ನು ಪ್ರಕಟಿಸಲು ಅವರೇ ಕಾರಣರಾದರು, ಇವರನ್ನೆಲ್ಲ ಗುರುಗಳೆಂದರೆ ತಪ್ಪೇ? ನನ್ನನ್ನು ಶಿಷ್ಯ ನೆಂದು ಒಪ್ಪಿಕೊಳ್ಳಲು ಅವರು ತಯಾರಿಲ್ಲ. ಆ ಮಾತು ಬೇರೆ. ಓದುವ ಹವ್ಯಾಸ ಬೆಳೆಯಿತು.....ಎಲ್ಲವೂ ಇಂಗ್ಲೀಷು. ಬರ್ಟ್ರೆಂಡ್ ರಸೆಲ್, ಆಲ್ಬರ್ಟ್ ಐನ್‌ಸ್ಟನ್, ಜಾರ್ಜ್ ಬರ್ನಾಡ್ ಷಾ, ಆಸ್ಕರ್‌ವೈಲ್ಡ್, ಟಾಲ್‌ಸ್ಟಾಯ್ ಇವರೆಲ್ಲರ ಪ್ರಭಾವಕ್ಕೆ ಒಳಗಾದೆ. ಅಂತೆಯೇ ಶ್ರೀ ಡಿ.ವಿ.ಜಿ. ಯವರ ಮಂಕುತಿಂಮನ ಕಗ್ಗ ಕೆಲಕಾಲ ನನ್ನ ಪಾರಾಯಣ ಗ್ರಂಥ ಆಯಿತು. ಪ್ರಾಜ್ಞರೂ ವಿಚಾರಶೀಲರೂ ಆದ ಹಿರಿಯರು–ಶ್ರೀಯುತರುಗಳಾದ ವಿ. ಸೀತಾ ರಾಮಯ್ಯನವರು, ಬಳ್ಳಾರಿಯ ದಿವಂಗತ ಭಾಸ್ಕರಪಂತುಲು, ಸಂಗಪ್ಪ ಶಾಸ್ತ್ರಿಗಳು ಮತ್ತು ಶ್ರೀ ನಾಗೇಶಶಾಸ್ತ್ರಿಗಳು ಮುಂತಾದ ಕೆಲವರು ತಮ್ಮ ಹೃದಯಗಳಿಂದ ನನ್ನನ್ನು ಸನಿಯ ತಂದು ಕೊಂಡರು. ಶ್ರೀ ತಿ. ತಾ. ಶರ್ಮರಂತೂ ನನ್ನ ಹೃದಯವನ್ನು ತಮ್ಮ ಹೃದಯದೊಂದಿಗೆ ಕಸಿಮಾಡಿಕೊಂಡರು. ಇನ್ನೂ ಯಾರಾರ ಹೆಸರುಗಳನ್ನು ಬಿಟ್ಟಿದ್ದೇನೆಯೋ, ಅವರೆಲ್ಲರ ಮನ್ನಣೆ ಇರಲಿ, ಈ ಎಲ್ಲರಲ್ಲಿ ಗುರುಗಳು ಹೌದು ಯಾರು, ಅಲ್ಲ ಯಾರು ? ಹಿರಿಯರ ಮಾತು ಹಾಗಿರಲಿ, ನನ್ನ ಕಿರಿಯ ಪುತ್ರ (ದಿವಂಗತ) ನಾನು ಹೆನ್ರಿಡೇವಿಡ್ ಥೋರೋ ಅವರ 'ವಾಲ್ಡನ್' ಓದಲೇಬೇಕೆಂದು ಹಟ ಹಿಡಿದ. ಓದಿದೆ, ಕರನಿರಾಕರಣೆಯನ್ನು

ಗಾಂಧೀಜಿಯವರಿಗೆ ಕಲಿಸಿದುದು ಇದೇ ಥೋರೋ ಎಂಬ ಅರಿವು ನನಗಾಯಿತು. ಸಾಕಿನ್ನು, ಮಾತು ಬಹಳವಾಯಿತು. ಆದೂ ನನ್ನ ಬಗ್ಗೆ ನಾನೇ ಹೇಳಿಕೊಳ್ಳವುದೇ ? ನೀನಿನ್ನು ಹೊರಡಬಹುದು.

ರಾಯ:– ಕಡೆಯದೊಂದೇ ಪ್ರಶ್ನೆ–ದೇವರು ಪ್ರತ್ಯಕ್ಷವಾಗಿ ನಿನಗೇನು ಬೇಕು ಎಂದು ಕೇಳಿದರೆ ನೀನೇನು ಕೇಳುತ್ತಿ ?

ಬೀಚಿ:– ನಿನಗೇನು ಬೇಕು ಎಂದು ಕೇಳುತ್ತೇನೆ. ಸಾಕೇ ? ನಮಸ್ಕಾರ.

ರಾಯ:– ಇನ್ನೊಂದು ಕಡೆಯ ಪ್ರಶ್ನೆ. ಇದೊಂದಕ್ಕೆ ಉತ್ತರ ಕೊಟ್ಟು ಬಿಡು, ಹೊರಡುತ್ತೇನೆ. ಬೇರೆ ಏನೂ ಇಲ್ಲ. ನಿನ್ನ ಮಗ ಡಾಕ್ಟರು ಇದ್ದಾನಲ್ಲಾ, ಅವನೇನಾದರೂ ಬರೆಯುತ್ತಾನೆಯೆ ?

ಬೀಚಿ:– ಓಹೋ ! ದಿನವೂ ನೂರೆಂಟು ಸಲ ಬರೆಯುತ್ತಾನೆ–ರೋಗಿಗಳಿಗೆ ಪ್ರಿಸ್ಕ್ರಿಪ್‌ಷನ್.

ರಾಯ:– (ನಗುತ್ತ) ಅದು ಸರೆ, ಏನಾದರೂ 'ಲಿಟರೇಚರ್' ಓದುವ ಅಭ್ಯಾಸ ಇದೆಯೇ ಎಂದು ಕೇಳಿದೆ.

ಬೀಚಿ:– ಎಂತಹ ದಡ್ಡ ಪ್ರಶ್ನೆ ? ಡಾಕ್ಟರ್ ಆದಮೇಲೆ 'ಲಿಟರೇಚರ್' ಓದದೆ ಇರುತ್ತಾನೆಯೆ ? ಇಂಜೆಕ್ಷನ್ ಟ್ಯೂಬಿಗೆ ಸುತ್ತಿರುವ ನಾನಾ ಭಾಷೆಯ 'ಲಿಟರೇಚರ್' ತಪ್ಪದೆ ಓದುತ್ತಾನೆ. ನೀನು ಹೊರಡಯ್ಯ ಇನ್ನು, ನನಗೆ ಬರೆಯುವುದು ಇದೆ.

ರಾಯ:– ಆಯಿತಪ್ಪಾ ಹೊರಟೆ, ಶತಾಯುವಾಗಿ ನೂರು ವರ್ಷಗಳು ಬಾಳು.

ಬೀಚಿ:– ಆ ಶಾಪ ಮಾತ್ರ ಬೇಡ. He died at 30, he was burnt at 70 ಅಂದಂತೆ ಆಗಬಾರದು. ಬೀಚಿ ಅಂದರೆ ಒಂದು ಸ್ವತಂತ್ರ ವಿಚಾರ ಶಕ್ತಿ. ಆ ಶಕ್ತಿ ನನ್ನಲ್ಲಿ ಸತ್ತ ಕ್ಷಣವೇ ನಾನೂ ಸತ್ತೆ, ನೀನೂ ಸತ್ತಿ. ಇದು ಇಂದೇ ಆಗಬಹುದು, ಅಥವಾ ಇನ್ನೆಂದಾದರೂ ಆಗಬಹುದು. ಅದರ ಬಗ್ಗೆ ನನಗೆ ಭಯವೂ ಇಲ್ಲ. ಆತುರವೂ ಇಲ್ಲ. ಹೊರಡಿನ್ನು, ಬರೀ ಮಾತೇ ಆಯಿತು.

ದೇವರಿದ್ದಾನೆಯೆ ?

ದೇವರಿದ್ದಾನೆಯೇ ? ದೇವರಿದ್ದಾಳೆಯೆ ? ದೇವರಿದೆಯೆ ? ಇರುವುದಾದರೆ ಈ

ಮೂರು ಪ್ರಶ್ನೆಗಳಲ್ಲಿ ಯಾವುದು ಸರಿ ? ಅಥವಾ ಮೂರೂ ಸರಿಯೇ ? ಒಂದು ವೇಳೆ ದೇವರೇ ಇಲ್ಲ ಎಂಬುದಾದರೆ ?

ತಿಂಮನ ಈ ಎಲ್ಲ ದಡ್ಡ ಪ್ರಶ್ನೆಗಳಿಗೆ ಉತ್ತರವನ್ನು ಹೇಳುವವರಾರು ? ದೇವರೇ ಹೇಳಬೇಕು–ದೇವರು ಎಂಬೊಂದು ಪ್ರಾಣಿ ನಿಜವಾಗಿಯೂ ಇರುವುದಾದರೆ. ಅಂತೂ ತಿಂಮ ಹೀಗೆಯೇ ತಲೆ ಕೆರೆದ. ತಿಂಮ ತಲೆ ಕೆರೆದರೆ ಅದೆಂದೂ ವ್ಯರ್ಥವಾದುದೇ ಇಲ್ಲ. ಈ ತಲೆ ಕೆರೆತ ಫಲಿಸಿತು–ಫಲಿತಾಂಶ ? ಉಗುರಲ್ಲಿ ಮಂಣು !

ಅವರಿವರನ್ನು ತಿಂಮ ಕಂಡುಬಂದ. ಎಲ್ಲರೂ ತಂತಮ್ಮ ತಲೆಗಳಿಗೆ ತೋಚಿದ ಸಲಹೆಗಳನ್ನು ಕೊಟ್ಟರು–ಸಲಹೆ ಕೊಡುವುದಕ್ಕಿಂತ ಹೆಚ್ಚಿನ ಸುಲಭದ ಕೆಲಸ ಇನ್ನೊಂದಾವುದಿದೆ? ಒಂದು ಬಿಡಿಕಾಸಿನ ಕರ್ಚೂ ಇಲ್ಲ. ಕಟ್ಟಕಡೆಯಲ್ಲಿ ತಿಂಮ ತನ್ನಲ್ಲಿಯೇ ಅಂದುಕೊಂಡ–ಈ ಪ್ರಶ್ನೆ ಹೀಗೆಲ್ಲ ಬಗೆಹರಿಯುವುದಿಲ್ಲ. ಒಂದು ಬೃಹತ್ ಸಭೆಯನ್ನು ಕರೆಯಬೇಕು, ಅಲ್ಲಿಯೇ ಈ ಪ್ರಶ್ನೆ ತೀರ್ಮಾನವಾಗಬೇಕು.

ಮುರುದಿನವೇ ಪತ್ರಿಕೆಗಳಲ್ಲಿ ಬಂದುಬಿಟ್ಟಿತು–ತಿಂಮನ ಪ್ರಕಟಣೆ. ಒಂದು ಭಾನುವಾರ ಈ ಸಭೆ. ಹೌದು, ಭಾನುವಾರ ಎಲ್ಲರಿಗೂ ರಜೆ. ದೇವರಿಗೆ ? ಯಾರಿಗೆ ಗೊತ್ತು ? ಅವನೊಬ್ಬ ಬಾರದಿದ್ದರೆ ಬಿಡಲಿ. ಅಂತೂ ನಡುಊರಲ್ಲಿ ಮುಂದಿನ ಭಾನುವಾರವೇ ಬೃಹತ್ ಸಭೆ. ಇದರ ಅಧ್ಯಕ್ಷತೆಯನ್ನು ಯಾರು ವಹಿಸಬೇಕು ? ಕಾಯೇನ, ವಾಚಾ, ಮನಸಾ ಮತ್ತು ದೇವರಾಣೆಯಾಗಿಯೂ ದೇವರಿಲ್ಲ ಎಂದು ನಂಬಿದರೇ ಈ ಸಭೆಯ ಅಧ್ಯಕ್ಷತೆಯನ್ನು ವಹಿಸಬೇಕು. ಅಂತಹರು ಎಷ್ಟಿದ್ದಾರೆ ? ಒಬ್ಬೇ ಒಬ್ಬ ಪ್ರಪಿತಾಮಹರ್ ಹೆಸರು ನೆನಪಾಯಿತು ತಿಂಮನಿಗೆ. ಹೌದು, ಅವರು ದೇವರನ್ನು–ಅಲ್ಲ, ದೇವರ ಪಟವನ್ನು–ಎಕ್ಕಡದಿಂದ ದಾರಿಯುದ್ದಕ್ಕೂ ಹೊಡೆಯುತ್ತ ಮೆರವಣಿಗೆಯಲ್ಲಿ ಹೋದಂತಹ ಮಹಾನುಭವರು. ಅವರೇ ಈ ಸಭೆಗೆ ಅಧ್ಯಕ್ಷರಾಗಲು ಅರ್ಹರು ಎಂದು ನಿರ್ಧರಿಸಿ ಆ ಹಿರಿಯರಿಗೆ ಔತಣವನ್ನು ಕೊಟ್ಟು ಬಂದ.

“ನೀವು ತಪ್ಪಿಸಬೇಡಿ, ದೇವರಾಣೆಯಾಗಿಯೂ ಬರಬೇಕು”

“ದೇವರೇ ಇಲ್ಲ ಅಂದಮೇಲೆ ದೇವರಾಣೆಯಿಂದೇನು ಪ್ರಯೋಜನವೋ ತಿಂಮ? ನಾನು ಬರುತ್ತೇನೆ ಹೋಗು”

ಎಂದವರು ಭರವಸೆಕೊಟ್ಟರು. ಹರ್ಷಿತನಾಗಿ ತಿಂಮ ಹಿಂದಿರುಗಿದ.

ರ್‍ಯಾಷನಲಿಸ್ಟ್ಸ್ ಕಾನ್‌ಫರನ್ಸ್ ಆರಂಭವಾಗಬೇಕು–ಸಭಾಂಗಣದಲ್ಲಿ ಜನವೇ ಇಲ್ಲ ! ಇದು ನಮ್ಮ ಭಾರತ–ರ್‍ಯಾಷನಲಿಸ್ಟ್ಸ್‌ಗೆ ರೇಷನ್ ಉಂಟು. ಹೀಗೆ ಇಂಗ್ಲಿಷ್‌ನಲ್ಲಿ ಹೇಳಿದರೆ ಪ್ರಯೋಜನವಿಲ್ಲ. ನಮ್ಮ ಜನತೆಯ ಮಾತೃ ಭಾಷೆಯಲ್ಲಿಯೇ ತಿಳಿಸಿಹೇಳಬೇಕೆಂದು ಅದನ್ನು ತಿಂಮ ‘ಬುದ್ಧಿ ಜೀವಿಗಳ ಸಮ್ಮೇಳನ’ ಎಂದು ಘೋಷಿಸಿದ. ಬಂದಿದ್ದವರಲ್ಲಿ ಕೆಲವರು ಹೊರಟೇ ಹೋದರು.

"ಇದು ಕೇವಲ ಬುದ್ಧಿಜೀವಿಗಳಿಗೆ ಮಾತ್ರವಂತೆ. ನಮಗೇನು ಕೆಲಸ ?"

ಎಂಬ ಉದ್ಗಾರ ಅನೇಕರ ಬಾಯಿಂದ ಸಹಜವಾಗಿ ಬಂತು, ನ್ಯಾಯ ವಾಗಿಯೂ ಬಂತು ಆದರೂ ಸಭೆ ಆರಂಭವಾಯಿತು–ಮಾಮೂಲಿನಂತೆ ಒಂದೆರಡು ಗಂಟೆಗಳು ತಡವಾಗಿ ಪ್ರಾರಂಭವಾಗಲು ಕಾರಣವೇನು ಎಂದು ಯಾರೋ ಒಬ್ಬರು ಪಕ್ಕದಲ್ಲಿ ಕುಳಿತಿದ್ದವರನ್ನು ಕೇಳಿದರು. ಕೂಡಲೆ ಒಬ್ಬ ಬುದ್ದಿ ಜೀವಿಗಳಿಂದ ಉತ್ತರ ಬಂತು– ರಾಹುಕಾಲ ಹೋಗಲಿ ಎಂದು ಕಾದಿದ್ದೇವೆ ! ಬುದ್ಧಿಗೂ ರಾಹು, ಕೇತುಗಳ ಕಾಟವೇ ? ನಾವು ಬುದ್ಧಿಜೀವಿಗಳು ಎಂಬುದು ನಮಗೆ ಗೊತ್ತಿದೆ ? ಆದರೆ ಆ ರಾಹುವಿಗೆ ಗೊತ್ತಿದೆಯೇ?

ಜನ ಇನ್ನೂ ಹೆಚ್ಚಾಗಿ ಸೇರಲಿ ಎಂಬುದು ತಿಂಮನ ಆಶೆ, ಇದಕ್ಕೇನು ಉಪಾಯ? ತಿಂಮನ ತಲೆಗೆ ಉಪಾಯಗಳಿಗೆ ಕೊರತೆಯೆ ? ಯಾವುದಾದರೂ ಸಿನೆಮಾ ಹಾಡನ್ನು ಹಾಕಿ, ಲೌಡ್‌ಸ್ಪೀಕರ್ ಕೂಗಿಸೋ ಎಂದು ಅಪ್ಪಣೆ ಮಾಡಿದ. ಸುರುವಾಯಿತು ಹಾಡು, ಊರಿಗೆಲ್ಲ ಕೇಳಿಸುವಷ್ಟು ಗಟ್ಟಿಯಾಗಿ–

ಈತನೀಗ ವಾಸುದೇವನೂ । ಸಮಸ್ತ ಲೋಕ ಭಕ್ತರೊಡೆಯ

ಈತನೀಗ ವಾಸುದೇವನೂ ॥

"ಅಧ್ಯಕ್ಷರು ಬಂದರು, ಅಧ್ಯಕ್ಷರು ಬಂದರು"

ಎಂದು ಇದ್ದಿಕಿದ್ದಂತೆ ಯಾರೋ ಅಂದರು, ವಾಸುದೇವ ಹೇಳಿದೆ ಕೇಳದೆ ಪರಾರಿ!

ಸಭೆ ಪ್ರಾರಂಭವಾಯಿತು–ಅಥವಾ ಆಗುವುದರಲ್ಲಿತ್ತು. ಹಿಂದು ಕುಳಿತಿದ್ದ ಕಿರಿಯರು ಕೆಲವರು ಎದ್ದು ನಿಂತು ಪ್ರತಿಭಟಿಸಿರು. ಏನು, ಏನು ಎಂದು ಕೇಳುತ್ತ ಓಡೋಡಿಯೇ ಬಂದ ತಿಂಮ.

ಮಾತೃಭಾಷಾ ಪ್ರೇಮಿಗಳಾದ ಕಿರಿಯರದು ಒಂದೇ ವಾದ–ಪರಭಾಷೆ ಯವರಾದ ಆ ವೃದ್ಧರ ಉಪದೇಶ ನಮಗೆ ಬೇಡ.

ತಿಂಮು ಮೂಗಿಗೆ ಬೆರಳಿಟ್ಟ. ಶಂಕರಾಚಾರ್ಯರು ಕೇರಳದವರು, ರಾಮಾನುಜಾಚಾರ್ಯರು ತಮಿಳರು. ಅವರ ಉಪದೇಶಗಳನ್ನೆಲ್ಲ ನೀವು ಹೇಗೆ ಕೇಳಿದಿರಿ? ಎಂದಂದ ತಿಂಮ.

"ಆಗ ನಾವಿದ್ದೆವೇ ?"

ಕನ್ನಡಾಭಿಮಾನಿಗಳ ಮರುಪ್ರಶ್ನೆ ತಿರುಗಾಬಾಣದಂತೆ ಬಂತು.

"ಹೋಗಲಿ ಬಿಡಿ. ಮಹಾತ್ಮಾ ಗಾಂಧಿಯವರು ಗುಜರಾಥಿಗಳು...."

"ಆಗಲೂ ನಾವಿರಲಿಲ್ಲ"

ಆಗ ನೀವಿಲ್ಲದಿದ್ದುದು ಗಾಂಧಿಯವರ ತಪ್ಪು ಎಂದು ಮನದಲ್ಲಿಯೇ ಅಂದುಕೊಂಡ

ತಿಂಮ.

"ಇಂದಿರಾಗಾಂಧಿಯವರು ಕನ್ನಡದಲ್ಲಿ ಮಾತನಾಡುವುದಿಲ್ಲ. ಹಿಂದಿಯಲ್ಲಿಯೋ ಅಥವಾ ಇಂಗ್ಲೀಷಿನಲ್ಲಿಯೋ ಭಾಷಣ ಮಾಡುತ್ತಾರೆ. ಆಗೇಕೆ ಸುಮ್ಮನಿರುತ್ತೀರಿ ? ಸಹಸ್ರಾರುಗಟ್ಟಲೆ ಹೋಗಿ ಕೇಳಿ ಬರುತ್ತೀರಲ್ಲಾ ? ಪರ ಭಾಷೆಗಳಲ್ಲಿ ಮಾಡುವ ಭಾಷಣಗಳನ್ನು ನಿಮ್ಮ ಭಾಷೆಗೆ ತರ್ಜುಮೆ ಮಾಡುವ ಏರ್ಪಾಟು ಮಾಡುತ್ತೇವೆ"

ಎಂದು ತಿಂಮ ಮೈಕಾಸುರನ ಮುಂದು ನಿಂತು ಘೋಷಿಸಿದ. ಅದೆಲ್ಲವೂ ಯಾರಿಗೆ ಬೇಕು ? ಧಿಕ್ಕಾರ ಧಿಕ್ಕಾರ ಎಂದು ಕೂಗುತ್ತ ಹೊರನಡದೇ ಬಿಟ್ಟರು ಯುವಕರು.

ಎಲ್ಲರೂ ಬಂದರು. ಮದುಮಗನೇ ಇಲ್ಲ ? ಉದ್ಘಾಟನೆ ಮಾಡಬೇಕಿದ್ದ ಖಟ್ಟಾ ನಿರೀಶ್ವರವಾದಿಗಳೇ ಆಬ್ಸೆಂಟ್ ! ಸಭೆಯಲ್ಲಿ ಯಾರಿಂದಲೋ ಸಮ್ಜಾಯಿಷಿ ಬಂತು- ಅವರು ಹರಕೆ ಹೊತ್ತಿದ್ದರಂತೆ, ತಮ್ಮ ಮಗುವಿನ ಕೂದಲು ಕೊಡಲು ತಿರುಪತಿಗೆ ಹೋಗಿದ್ದಾರೆ ! ವರನಿಲ್ಲದ ಮಾತ್ರಕ್ಕೆ ಮದುವೆ ನಿಲ್ಲುತ್ತೆಯೇ? ಅಲ್ಲಿಯೇ ಇನ್ನೊಬ್ಬ ಯೋಗ್ಯ ವರನನ್ನು ಹುಡುಕಿದರು. ಸುಖವಾಗಿ ಸಾಗಿತು ಸುಲಗ್ನಾ ಸಾವಧಾನ. ಆ ಇಲ್ಲದ ದೇವರ ದಯೆಯಿಂದ ನಿರೀಶ್ವರವಾದಿಗಳ ಸಭೆ ಯಾವ ವಿಘ್ನವೂ ಇಲ್ಲದೆ ಆರಂಭವಾಯಿತು.

ಹಳೆಯ ಅಭ್ಯಾಸಗಳು ಅಷ್ಟು ಸುಲಭವಾಗಿ ಸಾಯಲು ಸಾಧ್ಯವೇ ? ಮಾಮೂಲಿನಂತೆ ಪ್ರಾರ್ಥನೆಯಿಂದಲೇ ಆರಂಭ ? ಹಾಗಾಗಲಿಲ್ಲ ಪುಣ್ಯ, ಅದೊಂದು ಆಗಿದ್ದರೆ ದೇವರ ಶ್ರಾದ್ಧವನ್ನು ದೇವರೇ ಮಾಡಿಕೊಳ್ಳಬೇಕಿತ್ತು.

ಭೀಕರ ಬಾಷಣಗಳ ಸುರಿಮಳೆ !

"ದೇವರು, ಧರ್ಮ, ಜಾತಿ, ಕುಲ, ಮತ ಮುಂತಾದುವು ಕೇವಲ ಮಾನವನಿಂದ ಸೃಷ್ಟಿಯಾದುವು. ಮಾನವನಿಂದ ಸೃಷ್ಟಿಯಾದುದೆಲ್ಲವೂ ಹೋಗಲಿ...."

"ಹಾಗಾದರೆ ನೀವು ? ನೀವೂ ನಿಮ್ಮ ತಾಯಿ ತಂದೆಗಳಿಂದಲೇ ಸೃಷ್ಟಿ ಯಾದಿರಲ್ಲಾ?"

ಎಂದೊಬ್ಬರು ವ್ಯಂಗ್ಯವಾಗಿ ನಕ್ಕು ಕೇಳಿದರು. ಪೊಲೀಸರ ಸಹಾಯದಿಂದ ಗಲಾಟೆ ಮಾಡುವವರನ್ನು ಹೊರ ಹಾಕಲಾಯಿತು. ಭಾಷಣ ಮುಂದು ವರಿಯಿತು.

"ದೇವರು ಎಂಬುದು ಕೇವಲ ಮಾನವನ ಕುಕಲ್ಪನೆ. ಬಡ ಜನತೆ ಯನ್ನು ಶತಮಾನಗಳಿಂದ ಬಡತನದಲ್ಲಿಯೇ ಇಟ್ಟು ಅವರು ಎಂದೂ ದೊಂಬೆ ಏಳದಂತೆ ಬುದ್ಧಿಯಿಂದ ಶ್ರೀಮಂತರಾದ ಬ್ರಾಹ್ಮಣರು ಈ ಕುತಂತ್ರವನ್ನು ಹೂಡಿ ದೇವರೆಂಬ ಬೆದರು ಗೊಂಬೆಯನ್ನು ಮಾಡಿ ನಮ್ಮ ಮುಂದಿಟ್ಟಿದ್ದಾರೆ. ಆ ಬೆದರುಗೊಂಬೆಯ ತಲೆ ಒಡೆದರೆ ಮಾತ್ರವೇ ನಮ್ಮ ತಲೆಗಳು ಉಳಿಯುತ್ತವೆ. ಈ ಚಾತುರ್ವರ್ಣಗಳನ್ನು ದೇವರು ಮಾಡಿದನೇ ? ದೇವನ ಮುಖದಿಂದ ಬ್ರಾಹ್ಮಣ ಹುಟ್ಟಿದ, ಕ್ಷತ್ರಿಯ ಭುಜದಿಂದ ಹುಟ್ಟಿದ, ವೈಶ್ಯನು ತೊಡೆಯಿಂದಲೂ, ಪಾದದಿಂದ ಶೂದ್ರನೂ ಹುಟ್ಟಿದ ಎಂಬ ಮಾತಿನ ಅರ್ಥವೇನು ? ಹಾಗಾದರೆ ಈ ನಾಲ್ಕೂ ಅಲ್ಲದ ಯುರೋಪಿಯನ್ನರು ಎಲ್ಲಿಂದ ಹುಟ್ಟಿದರು ? ಯಾವಾಗ ಹುಟ್ಟಿದರು ?

ಇವರೆಲ್ಲ ಹುಟ್ಟುವಾಗ ಹೆರಿಗೆಗೆ ಸಹಾಯಕರಾಗಿದ್ದ ಸೂಲಗಿತ್ತಿ ಯಾರು ? ಇದೆಲ್ಲವೂ ಬ್ರಾಹ್ಮಣರ ಕುತಂತ್ರ...."

ಮತ್ತೊಬ್ಬರು ಎದ್ದರು, ಮಧ್ಯೆ ಮಾತಾಡಲು ಸುರು ಮಾಡಿದರು, ಮುಂದಿದ್ದ ಮೈಕನ್ನು ಕೈಗೆತ್ತಿಕೊಂಡು.

"ಬ್ರಾಹ್ಮಣರನ್ನು ಮಾತ್ರ ಏಕೆ ಬೈಯುತ್ತಿದ್ದೀರಿ ? ಬ್ರಾಹ್ಮಣರನ್ನು ಮಾತ್ರ ದ್ವೇಷ ಮಾಡುವುದರಲ್ಲಿ ಯಾವ ಪುರುಷಾರ್ಥವಿದೆ ? ಬ್ರಾಹ್ಮಣ ದ್ವೇಷದಿಂದ ನಮ್ಮ ಉದ್ಧಾರ ಆಗುವಂತಿದ್ದರೆ ಬ್ರಾಹ್ಮಣರನ್ನು ನಾನು ನಿಮ್ಮಕಿಂತಲೂ ಹೆಚ್ಚು ದ್ವೇಷ ಮಾಡಲು ಸಿದ್ದನಿದ್ದೇನೆ. ಕೆಳಬಿದ್ಧ ಸಮಾಜದ ಏಳ್ಗೆಗಾಗಿ ನಾವೇನು ಮಾಡಬೇಕೆಂಬುದನ್ನು ಯೋಚನೆ ಮಾಡೋಣ...."

ಇಷ್ಟು ಸಮತೂಕದ ಮಾತು ಯಾರಿಗೂ ಸರಿಬರಲಿಲ್ಲ–ಸಹಜವಾಗಿ.

"ಇದೆಲ್ಲ ನಮಗೆ ಬೇಡ. ದೇವರಿಲ್ಲ ಎಂದು ಘೋಷಿಸಿ. ದೇವಾಲಯಗಳನ್ನು ಮೊದಲು ಕೆಡವಿರಿ. ಅವುಗಳಲ್ಲಿಯ ದೇವರುಗಳನ್ನು ತಂದು ಚರಂಡಿಗೆ ಎಸೆಯಿರಿ."

"ಚರಂಡಿಗೆ ಎಸೆದರೆ ಕೊಳಚೆ ನೀರು ನಮ್ಮ ಮನೆಯಮುಂದೇ ನಿಲ್ಲುತ್ತದೆ. ಆದಕಾರಣ ದೇವರನ್ನು ಗಟಾರಕ್ಕೆ ಹಾಕುವುದು ಬೇಡ."

ನಾನೂ ಮಾತನಾಡುತ್ತೇನೆ ಎಂದೊಬ್ಬರು ಮೈಕಿನ ಮುಂದು ಬಂದು ನಿಂತರು. ಒಂದೈದು ನಿಮಿಷ ಮೌನವಾಗಿದ್ದು ಕಂಣು ಮುಚ್ಚಿ ಮನದಲ್ಲಿಯೇ ಪ್ರಾರ್ಥನೆ ಮಾಡಿ ಭಾಷಣವನ್ನಾರಂಭಿಸಿದರು.

"ತೇನವಿನಾ...."

"ಕನ್ನಡ ಪ್ಲೀಜ್ ! ವಿ ವಾಂಟ್ ಕನ್ನಡಾ !"

ಸಭೆಯಲ್ಲಿ ಎದ್ದು ನಿಂತು ಇಂಗ್ಲೀಷಿನಲ್ಲಿ ತಮ್ಮ ಕನ್ನಡದ ಅಭಿಮಾನವನ್ನು ಪ್ರದರ್ಶಿಸಿದರು. ಕೆಲವರು ಅರ್ಥಗರ್ಭಿತವಾಗಿ ನಕ್ಕರು. ಇನ್ನು ಕೆಲವರು ನಕ್ಕವರನ್ನು ಕಂಡು ನಕ್ಕರು

ತಿಂಮ ಎಲ್ಲರ ಮುಂದು ಕರಜೋಡಿಸಿ ನಿಂತು ಕಳಕಳಿಯಿಂದ ಪ್ರಾರ್ಥಿಸಿ ಕೊಂಡ

"ಮಹಾಶಯರೇ ! ಮತ್ತು ಬುದ್ಧಿಜೀವಿಗಳೇ ! ನಾವೀಗ ಸಾಕಷ್ಟು ಭಾಷಣಗಳನ್ನು ಮಾಡಿದ್ದೇವೆ ಮತ್ತು ಕೇಳಿದ್ದೇವೆ. ಭಾಷಣಗಳನ್ನು ಮಾಡಿದವರಿಗೆ ದಣಿವು ಆಗಿದೆಯೋ ಇಲ್ಲವೋ ನಾನರಿಯೆ, ಭಾಷಣಗಳನ್ನು ಕೇಳಿದವರಿಗಂತೂ ಸಾಕಷ್ಟು ದಣಿವಾಗಿದೆ, ಕೆಲರಂತೂ ಮೂರ್ಛೆ ಹೋಗಿದ್ದಾರೆ. ಅವರನ್ನು ದೇವರೇ ಕಾಪಾಡಬೇಕು–"

ಹುಯ್ ಎಂದು ಸಭೆಯಲ್ಲಿ ಕೂಗಾಟವೆದ್ದಿತು.

"ದೇವರೇ ಇಲ್ಲವೆಂದು ನಾವು ಹೇಳಿದ್ದೇವೆ–ಮತ್ತೆ ದೇವರು ಎಂಬ ಶಬ್ದವನ್ನು

ತರುತ್ತೀರಿ. ಇನ್ನುಮೇಲೆ ದೇವರು ಎಂಬ ಶಬ್ದ ಅನ್‌ಪಾರ್ಲಿಯಮೆಂಟರಿ."

ತಿಂಮ ತನ್ನಿಂದಾದ ತಪ್ಪೇನೆಂಬುದನ್ನು ಗ್ರಹಿಸಿದ. ಕರಜೋಡಿಸಿ ಮುಂದುವರಿಸಿದ.

"ಮಹಾಜನರು ನನ್ನನ್ನು ಕ್ಷಮಿಸಬೇಕು. ದೇವರಿಲ್ಲ ಎಂದು ನಾನು ಭದ್ರವಾಗಿ ನಂಬಿದ್ದೇನೆ. ದೇವರಾಣೆಯಾಗಿಯೂ ನಂಬಿದ್ದೇನೆ. ಆದರೆ ಅದೇನೋ ಹಾಳು ಅಭ್ಯಾಸ-ಬಾಯಿಂದ ಜಾರಿ ದೇವರು ಎಂಬ ಶಬ್ದ ಬಂದು ಬಿಟ್ಟಿತು. ಅದನ್ನು ತಾವು ಮರೆಯಬೇಕು. ಈಗ ನನ್ನದೊಂದು ಸಲಹೆ. ನಾವೆಲ್ಲರೂ ಇಷ್ಟು ಸಮಯದಿಂದ ಇಷ್ಟಿಷ್ಟು ಭಾಷಣಗಳನ್ನು ಮಾಡಿದ್ದೇವೆ. ಇದರಿಂದಾದ ಪ್ರಯೋಜನವೇನು ? ನನ್ನದೊಂದೇ ಪ್ರಶ್ನೆ, ನೇರವಾದ ಪ್ರಶ್ನೆ-ದೇವರಿದ್ದಾನೆಯೇ, ಇಲ್ಲವೆ ? ಈ ಪ್ರಶ್ನೆ ಇತ್ಯರ್ಥವಾಗುವುದಷ್ಟೆ ನನಗೆ ಬೇಕು. ಹಿಂದೂ ದೇವಾಲಯಗಳನ್ನು ಕೆಡವಬೇಕು ಎಂದು ಕೆಲ ಹಿಂದೂ ಮಾನ್ಯ ಮಿತ್ರರು ಹೇಳಿದರು. ಸಂತೋಷ, ನಾನೇ ಮೊದಲು ನಿಂತು ಕೆಡವುತ್ತೇನೆ. ಆಗ ಮಸೀದಿಗಳು ಮಾತ್ರ ಇರಬೇಕೇ ? ಈ ಸಮ್ಮೇಳನದಲ್ಲಿ ಅದೇಕೋ ಒಬ್ಬ ಮುಸ್ಲಿಂ ಬಂಧುವೂ ಕಾಣುತ್ತಿಲ್ಲ. ಏಕೆ ಸ್ವಾಮೀ ? ಹಿಂದೂಗಳಿಗೆ ಮಾತ್ರ ದೇವರಿಲ್ಲ, ಇಸ್ಲಾಂ ಮತ್ತು ಕ್ರೈಸ್ತ ಮತದವರಿಗೆ ಇದ್ದಾನೆಯೆ ? ಹಾಗಿದ್ದರೆ ಅವನೆಂತಹ ದೇವರು ? ನನ್ನ ಏಕಮಾತ್ರ ಪ್ರಶ್ನೆಯಾದ ಒಂದೇ ಒಂದು ಪ್ರಶ್ನೆ ಇದು-ದೇವರಿದ್ದಾನೆಯೆ ? ಇಲ್ಲವೆ ? ಇದರ ನಿಷ್ಕರ್ಷೆ ಭಾಷಣಗಳಿಂದಂತೂ ಆಗುವುದು ಸಾಧ್ಯವಿಲ್ಲ ಎಂಬುದು ಸುಸ್ಪಷ್ಟವಾಯಿತು.

"ಇದು ಪ್ರಜಾಪ್ರಭುತ್ವದ ಕಾಲ. ಎಲ್ಲರಿಗೂ ಮತಾಧಿಕಾರವಿದೆ. ಆದುದರಿಂದ ಈ ಪ್ರಶ್ನೆಯನ್ನು ಮತಕ್ಕೇ ಹಾಕಿ ನಿರ್ಧರಿಸಿಡೋಣ."

ಇಡೀ ಸಭೆ ಒಂದಾಗಿ ಕೈತಟ್ಟಿತು. ಪ್ರತಿನಿಧಿಗಳಷ್ಟೇ ಮತದಾನ ಮಾಡುವುದು ಎಂದು ತಿಳಿಸಿ ಆಯಿತು-ತೊಂಭತ್ತೆಂಟು ಪ್ರತಿನಿಧಿಗಳಿದ್ದರು ಸಭೆಯಲ್ಲಿ. ಎಲ್ಲ ಪ್ರತಿನಿಧಿಗಳಿಗೂ ಮತದಾನ ಮಾಡಲು ಚೀಟಿಗಳನ್ನು ಹಂಚಲಾಯಿತು. ಇದ್ದಾನೆ, ಇಲ್ಲ ಎಂಬ ಅಕ್ಷರಗಳಲ್ಲಿ ಒಂದರ ಮುಂದು ಮಾತ್ರ ಮತದಾರರು ಗುರುತುಮಾಡಿ ಆ ಚೀಟಿಗಳನ್ನು ಅಧ್ಯಕ್ಷರ ಇದಿರಿನಲ್ಲಿದ್ದ ಪೆಟ್ಟಿಗೆಯಲ್ಲಿ ಹಾಕ ತಕ್ಕದ್ದು ಎಂದು ತಿಂಮ ಧ್ವನಿವರ್ಧಕ ಯಂತ್ರದ ಮುಂದು ನಿಂತು ಕೂಗಿದ

ಮತದಾನ ಶಿಸ್ತಿನಿಂದ ಸುರುವಾಗಿಯಿತು, ಶಿಸ್ತಿನಿಂದಲೇ ಮುಗಿಯಿತು- ಕೇವಲ ತೊಂಭತ್ತೆಂಟು ಪ್ರತಿನಿಧಿಗಳು ಮಾತ್ರ ತಮ್ಮ ಮತಗಳನ್ನು ಚಲಾಯಿಸಿದರು.

ಭದ್ರವಾದ ಪೊಲೀಸ್ ಕಾವಲಿನಲ್ಲಿ ಮತಗಣನೆ ಸುರುವಾಯಿತು. ಕಡೆಯಲ್ಲಿ ತಿಂಮ ಹೊರಬಂದು ಚುನಾವಣಾ ಫಲಿತಾಂಶವನ್ನು ಕೂಗಿ ತಿಳಿಸಿದ.

"ದೇವರಿಲ್ಲಾ ! ದೇವರಿಲ್ಲಾ ! ದೇವರಿಲ್ಲಾ !"

"ಮತಗಳು ಎಷ್ಟೆಷ್ಟು ?"

ಯಾರೋ ಒಬ್ಬರು ಕೂಗಿದರು.

ತಿಂಮ ಕೈಲಿದ್ದ ಕಾಗದವನ್ನು ಎರಡೆರಡು ಬಾರಿ ನೋಡಿ ಹೇಳಿದ.

"ದೇವರಿದ್ದಾನೆ ಎಂಬುದಕ್ಕೆ ಕೇವಲ ನಲವತ್ತೊಂಭತ್ತು ಮತಗಳು ಮಾತ್ರ ಬಿದ್ದಿವೆ. ದೇವರಿಲ್ಲ ಎಂಬುದಕ್ಕೆ ಐವತ್ತು ಮತಗಳೂ ! ಆದ್ದರಿಂದ ದೇವರಿಲ್ಲಾ!

ಜನದ ಗುಂಪಿನಿಂದ ಯಾರೋ ಒಬ್ಬರು ಬಂದು ತಿಂಮನ ಅಂಗಿಯನ್ನು ಹಿಡಿದು ನಿಲ್ಲಿಸಿದರು. ಏನು ಎಂದು ಕೇಳಿ ತಿಂಮ ಮುಖ ನೋಡಿದ.

"ಮತ ಚಲಾಯಿಸಿದವರು ಕೇವಲ ತೊಂಭತ್ತೆಂಟು ಜನ. ನಲವತ್ತೊಂಭತ್ತು, ಐವತ್ತು ಸೇರಿದರೆ ತೊಂಭತ್ತೊಂಭತ್ತು ಆಯಿತು. ಆ ಇನ್ನೊಬ್ಬರ ಹೆಚ್ಚಿನ ಓಟು ಯಾರಯ್ಯಾ ಹಾಕಿದರು ?

ಥಟ್ಟನೆ ಉತ್ತರಿಸಿದ ತಿಂಮ.

"ಇನ್ಯಾರು ? ಆ ದೇವರೇ ಹಾಕಿರಬೇಕು"

ಹಾಗಾದರೆ ಸರೆ ಎಂದು ಎಲ್ಲರೂ ತಲೆಯಾಡಿಸಿ ನಡೆದರು. ದೇವರಿಲ್ಲ ಎಂಬುದು ದೇವರ ಅಭಿಪ್ರಾಯ ?

ಬೇಕಾದರೆ ನಂಬು ಇಲ್ಲವಾದರೆ ಬಿಡು ।
ಲೋಕಕುಪಕಾರವೆ ದೇವನಿಹನೆಂದೊಡೆ ॥
ತೂಕಸಮ ಸರ್ವ ಸಮನ್ವಯ ದೃಷ್ಟಿ ।
ಅಕ್ಕರದ ಒಡನಾಟ ಇವು ದೇವರೊ ತಿಂಮ ॥.

ಆತ್ಮ ?

ಬೇಸಿಗೆಯಲ್ಲಿ ಒಳ್ಳೊಳ್ಳೆಯ ಜಾತಿ ನಾಯಿಗಳಿಗೇ ಹುಚ್ಚು ಹಿಡಿಯುವುದುಂಟು. ಹೀಗಿರುವಾಗ ಮನುಷ್ಯನಿಗೆ ಹುಚ್ಚು ಹಿಡಿದರೆ ಏನಾಶ್ಚರ್ಯ ? ಏನು ಹೀಗಂದರೆ ಎಂದು ಹುಬ್ಬೇರಿಸಬೇಡಿ. ಮನುಷ್ಯನಿಗೆ ಜಾತಿ ನಾಯಿಯ ಕಿಂತಲೂ ಬುದ್ಧಿ ಹೆಚ್ಚು ಎಂದಂದು ಮನುಷ್ಯನನ್ನು ಹೊಗಳುವುದು ಕ್ಷೇಮ ಮಾರ್ಗವಲ್ಲವೆ ?

ಹುಚ್ಚುಹಿಡಿದಿದೆ ಎಂಬುದನ್ನು ಮತಿಭ್ರಮೆ ಆಗಿದೆ ಎಂದೂ ಹೇಳುತ್ತೇವೆ. ಈ ಮನುಷ್ಯನಿಗೆ ಮತಿಭ್ರಮೆ ಆಗಿದೆ ಎಂದಾಗ ಈ ಮನುಷ್ಯನಿಗೆ ಮತಿ ಇದೆ ಎಂದೊಪ್ಪಿಕೊಂಡಂತಾಗಲಿಲ್ಲವೆ ? ಮತಿಯೇ ಇಲ್ಲದಿದ್ದರೆ ಮತಿಭ್ರಮೆ ಆಗುವು ದೆಂತು ?

ಆನೆಗೆ ಹುಚ್ಚು ಹಿಡಿಯುತ್ತದೆ, ಆದರೆ ಕತ್ತೆಗೆ ಹುಚ್ಚು ಹಿಡಿಯುವುದಿಲ್ಲ ಇದರ ಅರ್ಥ ಆನೆಗೆ ಬುದ್ಧಿ ಇದೆ, ಕತ್ತೆಗೆ ಇಲ್ಲ.

ಹುಚ್ಚುಗಳೆಲ್ಲಿಯೂ ವೈವಿಧ್ಯತೆ ಇದೆ. ಪ್ರಾಯಶಃ ಜಾಣರಲ್ಲಿರುವದಕಿಂತಲೂ ಹೆಚ್ಚು ವೈವಿಧ್ಯತೆ ಹುಚ್ಚರಲ್ಲಿ ಕಾಣುವುದು. ಎಲ್ಲರಿಗೂ ಒಂದೇ ತರಹದ ಹುಚ್ಚು ಇಲ್ಲ ಎಂಬುದೇ ಒಂದು ಸಂತೋಷದ ಸಂಗತಿ. ಅ ಮನುಷ್ಯನಿಗೆ ಸಂಗೀತದ ಹುಚ್ಚು ಎಂದನ್ನುತ್ತೇವೆ. ಕೆಲವರಿಗೆ ಹಣದ ಹುಚ್ಚು, ಇನ್ನು ಕೆಲವರಿಗೆ ಹೆಂಣಿನ ಹುಚ್ಚು. ಹೆಂಣಿನ ಹುಚ್ಚು ಕ್ಷಮಾರ್ಹ. ಮದುವೆಯ ಹುಚ್ಚು ಹಿಡಿದವರೂ ಇದ್ದಾರೆ. ಪಾಪ ! ಕೆಲ ಜನಕ್ಕೆ ಅಧಿಕಾರದ ಹುಚ್ಚು, ಮತ್ತೆ ಕೆಲವರಿಗೆ ದೇವರ ಹುಚ್ಚು. ದೇವರಿಲ್ಲ ಅನ್ನುವ ಹುಚ್ಚು ಸ್ವಲ್ಪ ಜನಕ್ಕಾದರೆ, ಕಂಡ ಕಂಡ ಬಾಬಾ ಬಾವಾಜಿಗಳನ್ನೆಲ್ಲ ದೇವರೆಂದು ಭ್ರಮಿಸಿ ಪೂಜಿಸುವ ಹುಚ್ಚು ಬಹುಜನಕ್ಕೆ. ಮಕ್ಕಳು ಬೇಕೆಂಬ ಹುಚ್ಚು, ಮಕ್ಕಳೇ ಬೇಡೆಂಬ ಹುಚ್ಚು, ಅತಿ ತಿನ್ನುವ ಹುಚ್ಚು, ಉಪವಾಸ ಮಾಡಬೇಕೆಂಬ ಹುಚ್ಚು–ಒಂದೇ, ಎರಡೇ ? ಕಣ್ತೆರೆದಷ್ಟೂ ಹೊಸ ಹೊಸ ಹುಚ್ಚುಗಳು ಕಾಣುತ್ತವೆ. ಇನ್ನೂ ಒಂದು ವಿಶಿಷ್ಟ ಜಾತಿ ಇದೆ–ನನಗಾವ ಹುಚ್ಚೂ ಇಲ್ಲ ಎಂದನ್ನುವ ದೊಡ್ಡ ಹುಚ್ಚು ಅವರಿಗೆ. ಅಂತೂ ಒಂದಲ್ಲ ಒಂದು ಹುಚ್ಚು ಪ್ರತಿಯೊಬ್ಬರಿಗೂ ಇದೆ, ಹುಚ್ಚಿಲ್ಲದವರೇ ಇಲ್ಲ ಎಂದಂತಾಯಿತು !

ಹಾಗಾದರೆ ಈ ಎಲ್ಲ ಹುಚ್ಚರನ್ನೂ ಹಿಡಿದು ಮಾನಸಿಕ ರೋಗಿಗಳ ಆಸ್ಪತ್ರೆಯಲ್ಲಿಟ್ಟು ಚಿಕಿತ್ಸೆ ಮಾಡಬಾರದೇಕೆ ಎಂದೊಬ್ಬರ ಪ್ರಶ್ನೆ. ಈ ಪ್ರಶ್ನೆ ಕೇಳುವುದೂ ಒಂದು ಬಗೆಯ ಹುಚ್ಚೇ ! ಯಾರ ಹುಚ್ಚು ಗುಣವಾಗಲು ಸಾಧ್ಯವೋ ಕೇವಲ ಅಂತಹರನ್ನಷ್ಟೇ ಆಸ್ಪತ್ರೆಯಲ್ಲಿ ಸೇರಿಸಿ ಚಿಕಿತ್ಸೆ ಮಾಡುತ್ತಾರೆ. ಮಿಕ್ಕುಳಿದ ನನ್ನ, ನಿಮ್ಮಂತಹರನ್ನೆಲ್ಲ ಹೊರಗಡೆಯೇ ಬಿಟ್ಟಿರುತ್ತಾರೆ ಎಂದನ್ನುತ್ತಾನೆ ತಿಂಮ. ಈ ವಾದದಿಂದ ಒಂದು ಮಾತು ಸ್ಪಷ್ಟವಾಯಿತು. ಹುಚ್ಚರ ಆಸ್ಪತ್ರೆಯಲ್ಲಿರುವವರಷ್ಟೇ ಹುಚ್ಚರು, ಹೊರಗಿರುವ ನಾವೆಲ್ಲ ಹುಚ್ಚರಲ್ಲ ಎಂಬ ಅನೇಕರ ಸಾಮಾನ್ಯ ತಿಳುವಳಿಕೆ ತಪ್ಪು, ಶುದ್ಧ ತಪ್ಪು.

ಹುಚ್ಚು ಕೇವಲ ವ್ಯಕ್ತಿಗಳಿಗೆ ಮಾತ್ರವೇ ಹಿಡಿಯುತ್ತದೆ ಎಂಬುದೂ ಒಂದು ಹುಚ್ಚು ಮಾತು. ನಾವು ಕಂಡಂತೆ ಜಾತಿಗಳಿಗೆ ಹುಚ್ಚು ಹಿಡಿದಿಲ್ಲವೆ ? ಇಲ್ಲದಿದ್ದಲ್ಲಿ ಎರಡು ಜಾತಿಗಳ ಮಧ್ಯೆ ಹೊಡೆದಾಟ ಬಡಿದಾಟಗಳು ಅದೇಕೆ ಆಗುತ್ತವೆ ? ಕೇರಿಗಳು, ಊರುಗಳು ಹುಚ್ಚಿಗೆ ಬಲಿಯಾಗಿವೆ. ಒಂದು ಜನಾಂಗಕ್ಕೇ ಹುಚ್ಚು ಹಿಡಿಯುವುದೂ ಉಂಟು. ಈಗ ಆಂಧ್ರ ಪ್ರಾಂತಕ್ಕೆ ಮತ್ತೇನಾಗಿದೆ ? ಯುದ್ಧ ಕಾಲದಲ್ಲಿ ರಾಷ್ಟ್ರಗಳಿಗೇ ಹುಚ್ಚು ಹಿಡಿದಿರುತ್ತದೆ. ಹುಚ್ಚಿಲ್ಲದ ಎಡೆ ಇಲ್ಲ–ಇದೂ ಸರ್ವವ್ಯಾಪಕ, ದೇವರಂತೆ !

ಹುಚ್ಚು ವಿಜ್ಞಾನಕ್ಕೇ ಹಿಡಿದಾಗ ? ಹುಚ್ಚು ಏನು ಮಾಡಿಸಬಲ್ಲುದು ಎಂಬುದನ್ನು ಹೇಳಲು ಸಾಧ್ಯವೆ ? ಅದನ್ನು ಊಹಿಸುವುದೂ ಒಂದು ಹುಚ್ಚೇ. ವಿಜ್ಞಾನಕ್ಕೆ ಹುಚ್ಚು ಹಿಡಿಯಿತು. ಮೊನ್ನೆ ಮೊನ್ನೆ, ಅದರ ಪರಿಣಾಮವಾಗಿ ಆತ್ಮದ ತೂಕ ಎಷ್ಟು ಎಂಬುದನ್ನು ಕಂಡುಹಿಡಿಯಬೇಕು ಎಂದನಿಸಿತು ಅದಕ್ಕೆ. ಒಬ್ಬ ಮನುಷ್ಯ ಮರಣಶಯ್ಯೆಯಲ್ಲಿದ್ದ. ಈಗಲೋ ಆಗಲೋ ಅವನ ಸಾವು ಎಂಬಂತಿತ್ತು. ವಿಜ್ಞಾನಿಯೊಬ್ಬ ಆ ತಕ್ಷಣವೇ ಕಾರ್ಯೋನ್ಮುಖನಾದ

ಅ ಅವನ ತೂಕವನ್ನು ಮಾಡಿ, ಅವನ ಸಾವಿಗಾಗಿ ಕಾದು ಕುಳಿತ. ಈ ವಿಜ್ಞಾನಿಯ ವಿನಂತಿಯ ಮೇರೆಗೆ ಆ ಪ್ರಾಣಿ ಸತ್ತ. ಅದಕ್ಕಾಗಿಯೇ ಕಾಯುತ್ತಿದ್ದ ವಿಜ್ಞಾನಿ ಆ ಹೊಚ್ಚ ಹೊಸ ಹಸೀ ಹೆಣವನ್ನು ತೂಕಮಾಡಿದ. ಇಪ್ಪತ್ತೊಂದು ಗ್ರಾಂ ಕಡಿಮೆ ಆಗಿದ್ದಿತು. ಆತ್ಮದ ತೂಕ ಸಿಕ್ಕೇಹೋಯಿತು ಆ ವಿಜ್ಞಾನಿಗೆ. ಸತ್ತ ಆ ಮನುಷ್ಯನ ಆತ್ಮದ ತೂಕ ಇಪ್ಪತ್ತೊಂದು ಗ್ರಾಂ ಎಂದು ದಡ್ಡ ಲೋಕಕ್ಕೆ ತಿಳಿಸಿದ. ಇದು ಒಂದು ಉಪಕಾರ ಸತ್ತವನಿಗೆ ?

ನಿಮ್ಮಲ್ಲಿ ಯಾರಿಗಾದರೂ ನಿಮ್ಮ ಆತ್ಮದ ಬಗ್ಗೆ ತಿಳಿಯುವ ಆಶೆ ಇದೆಯೆ? ಆತ್ಮಜ್ಞಾನದ ದಾಹ ಉಳ್ಳವರು ನನ್ನಲ್ಲಿ ಬನ್ನಿ ಎಂದು ಕೈಬೀಸಿ ಕರೆಯುತ್ತಾನೆ ಆ ವಿಜ್ಞಾನಿ.

ಜಿಜ್ಞಾಸುಗಳಲ್ಲಿ ಇದೊಂದು ವೈಚಾರಿಕ ಕ್ರಾಂತಿಯನ್ನೇ ಎಬ್ಬಿಸಿದೆ. ಏನೇನೋ ಹುಚ್ಚುಚ್ಚು ಪ್ರಶ್ನೆಗಳನ್ನು ನಮ್ಮ ಮುಂದು ತಂದೊಡ್ಡಿದೆ–ಉತ್ತರಗಳನ್ನು ಹೇಳುವ ಹುಚ್ಚರಷ್ಟೇ ಬೇಕೀಗ. ಆತ್ಮ ಎಂದರೇನು ? ಅದು ಎಷ್ಟು ಕ್ಯಾರೆಟ್ ? ಅದರ ಆಕಾರ, ಬಂಣ, ವಾಸನೆ, ರುಚಿ, ಉದ್ದಗಲ ಏನೇನು, ಎಷ್ಟೆಷ್ಟು ? ಎಲ್ಲ ಮನುಷ್ಯರ ಆತ್ಮದ ತೂಕವೂ ಇಪ್ಪತ್ತೊಂದು ಗ್ರಾಂ ಮಾತ್ರವೇ ? ಅದೇ ಹುಟ್ಟಿದ ಮಗುವಿನಲ್ಲಿಯ ಆತ್ಮದ ತೂಕವೂ ಅಷ್ಟೇನೆ ? ಪ್ರತಿಯೊಂದು ಜೀವಿಗೂ ಆತ್ಮ ಇದೆ ಎಂದಾಗ ಸೊಳ್ಳೆಯ ಆತ್ಮದ ತೂಕ ಎಷ್ಟು ಟನ್‌ಗಳು ಇರಬಹುದು? ಆನೆಯ ಆತ್ಮದ ತೂಕ ಎಷ್ಟು ಗುಲಗಂಜಿ? ಬರೀ ಸ್ವಾರಸ್ಯವಾದ ಪ್ರಶ್ನೆಗಳಲ್ಲ ಇವು. ವೈಜಾರಿಕ ಪ್ರಗತಿಗೆ ಅಗತ್ಯವಾದ ಪ್ರಶ್ನೆಗಳು ಎಂಬುದನ್ನು ಎಂತಹ ಜಾಣ ಹುಚ್ಚರೂ ಒಪ್ಪಿಕೊಳ್ಳಲೇ ಬೇಕು. ಒಪ್ಪಿಕೊಳ್ಳವುದಿಲ್ಲ ಎಂಬುದೂ ಒಂದು ಹುಚ್ಚೇ !

ಹುಚ್ಚಿನ ಬಗ್ಗೆ ಹೇಳುವುದೇ ಒಂದು ಹುಚ್ಚೇನೋ ಅನಿಸುತ್ತದೆ. ಒಬ್ಬರಿಂದ ಒಂದು ದೂರು ಬಂದಿದೆ. ನಮ್ಮ ಊರಿನ ಬಸ್ ಸ್ಟಾಂಡಿನಲ್ಲಿರುವ ಗಡಿಯಾರ ಎಂದೋ ಸತ್ತುಹೋಗಿದೆ. ಅರ್ಥಾತ್ ಆತ್ಮವನ್ನು ಕಳೆದುಕೊಂಡಿದೆ. ಇದರಿಂದಾಗಿ ಪ್ರಯಾಣಿಕರಿಗೆ ಸಮಯವೆಷ್ಟೆಂಬುದೇ ತಿಳಿಯುವುದಿಲ್ಲ. ನಮ್ಮೂರಿನ ಬಸ್ ಸ್ಟಾಂಡಿನಲ್ಲಿಯ ಗಡಿಯಾರವನ್ನು ರಿಪೇರಿ ಮಾಡಿಸಬೇಕು ಎಂದು ಸಂಬಂಧಪಟ್ಟವರಲ್ಲಿ ಅವರು ವಿನಂತಿ ಮಾಡಿಕೊಳ್ಳುವ ಹುಚ್ಚಿಗೆ ಹೋಗಿದ್ದಾರೆ ಸ್ವಾಮೀ ! ಬಸ್ಸುಗಳು ಬೋರ್ಡಿನಲ್ಲಿ ಸೂಚಿಸಿರುವ ಸಮಯಕ್ಕೆ ಸರಿಯಾಗಿ ಎಂದೂ ಹೊರಡುವುದಿಲ್ಲ ಎಂಬುದು ನಿಮಗೆ ಗೊತ್ತಿಲ್ಲವೇ ? ಇನ್ನು ನಿಮಗಾ ಗಡಿಯಾರದ ಗೊಡವೆ ಏಕೆ ಎಂಬುದು ಆ ಸಂಬಂಧಿಸಿದವರ ಜಾಣ ಪ್ರಶ್ನೆ. ರೈಲ್ವೆ ಗೈಡ್‌ನಷ್ಟು ಸುಳ್ಳು ಹೇಳುವ ಪುಸ್ತಕ ಜಗತ್ತಿನಲ್ಲಿಯೇ ಇಲ್ಲ ಎಂದೊಬ್ಬ ಹುಚ್ಚ ಎಂದೋ ಸಾರಿದ್ದಾನೆ. ಬಸ್ ಟೈಮಿಂಗ್ಸ್ ಪುಸ್ತಕ ಅದರ ತಂಗಿ. ಇವುಗಳನ್ನು ಆಧಾರವಾಗಿಟ್ಟುಕೊಂಡು ಗಡಿಯಾರಗಳ ಕೈಗಳನ್ನು ತಿರುವುತ್ತ ಹೋದರೆ ಆ ಗಡಿಯಾರಗಳಿಗೂ ಹುಚ್ಚು ಹಿಡಿಯದೆ ಬೇರೇನು ಆಗಲು ಸಾಧ್ಯ ಎಂದು ಕೇಳುತ್ತಾನೆ ಹುಚ್ಚು ತಿಂಮ.

ಥೂ ! ಈ ಹುಚ್ಚಿನ ಹುಚ್ಚು ಸಾಕು. ಆತನ ಹುಚ್ಚಿನ ವಿಚಾರ ಮಾಡೋಣ ಎಂಬುದು ಒಂದು ಸಲಹೆ. ಆತ್ಮ ಎಂಬುದು ಎಲ್ಲಿದೆ ಎಂದೊಬ್ಬರ ಪ್ರಶ್ನೆ. ಕಣ್ಣಲ್ಲಿ ಇದೆಯೇ? ಹಾಗಾದರೆ ಕಣ್ಣಿಲ್ಲದವರೂ ಇದ್ದಾರಲ್ಲ ? ಅವರಿಗೆ ಆತ್ಮ ಎಲ್ಲಿದೆ ಎಂಬ ಪ್ರಶ್ನೆಗೆ ಉತ್ತರ

ಏನು ? ಅವರವರ ಆತ್ಮ ಅವರ ಕೈಯಲ್ಲಿದೆ ಎಂದನ್ನುವವರಿದ್ದಾರೆ. ಕೈಯನ್ನು ಕಡಿಸಿಕೊಂಡವರಿಗೆ ಆತ್ಮ ಇಲ್ಲವೇ ? ಆತ್ಮ ಕಾಲಲ್ಲಿದೆ ಎಂಬುದೊಬ್ಬರ ಸಿದ್ಧಾಂತ ಪೋಸ್ಟಲ್ ರನ್ನರ್ ಆದವನಿಗೆ ಈ ಮಾತು ಅನ್ವಯಿಸಬಹುದು, ಆದರೆ ಹಾವಿಗೆ ಕಾಲೇ ಇಲ್ಲವಲ್ಲಾ? ಈ ಪ್ರಶ್ನೆಗೆ ಏನು ಉತ್ತರ ? ಹೃದಯದಲ್ಲಿ ಆತ್ಮ ಇರಲೇಬೇಕು ಎಂಬುದನ್ನು ಅನೇಕರು ಒಪ್ಪಿಯಾರು ? ವಿದೇಶಗಳಲ್ಲೆಲ್ಲ ಹಳೆಯ ಹೃದಯವನ್ನು ತೆಗೆದೊಗೆದು ಹೊಸ ಹೃದಯವನ್ನು ಅಳವಡಿಸಿದ್ದಾರೆ. ಈ ನೂತನ ಹೃದಯಗಳಲ್ಲಿ ಆತ್ಮ ಇಲ್ಲವೇ ? ಹಾಗಾದರೆ ಆತ್ಮ ಎಂಬುದೆಲ್ಲಿದೆ ? ಒಂದು ಬಹು ಗುಟ್ಟಾದ ಸ್ಥಳದಲ್ಲಿದೆ ಆತ್ಮ, ಈ ಗುಟ್ಟು ನನಗೊಬ್ಬನಿಗೇ ಗೊತ್ತು ಎಂದನ್ನುತ್ತಾನೆ ತಿಂಮ ಆ ಗುಟ್ಟನ್ನು ರಟ್ಟು ಮಾಡಿದ ತಿಂಮ ಕೊನೆಗೂ ಮನುಷ್ಯನ ದೇಹದಲ್ಲಿ ಆತ್ಮಕ್ಕಾಗಿ ಹುಡುಕುವುದೂ ಒಂದೇ–ಕತ್ತಲ ಕೋಣೆಯಲ್ಲಿ ಕಪ್ಪು ಬೆಕ್ಕಿಗಾಗಿ, ತತ್ರಾಪಿ ಅದು ಅಲ್ಲಿಲ್ಲದಾಗ ಹುಡುಕುವುದೂ ಒಂದೇ ಎಂದನ್ನುತ್ತಾನೆ ತಿಂಮ. ಹಾಗಾದರೆ ನೀನು ಹೇಳಯ್ಯಾ, ಆತ್ಮ ಎಲ್ಲಿದೆ ಎಂದಾಗ ತಿಂಮನ ಉತ್ತರ ಏನು ? ಮಂಗಳೂರು ಬೇಸಿಲ್ ಮಿಷನ್ ಬುಕ್ ಅಂಡ್ ಟ್ರಾಕ್ಟ್ ಡಿಪಾಜಿಟರೀ ಅವರಿಂದ ಒಂದು ಸಾವಿರ ಎಂಟುನೂರಾ ತೊಂಬತ್ನಾಲ್ಕರಲ್ಲಿ ಪ್ರಕಟವಾದ ರೆವರೆಂಡ್ ಎಫ್. ಕಿಟ್ಟಲ್ ಅವರ ಕನ್ನಡ–ಇಂಗ್ಲೀಷು ಡಿಕ್ಷನರಿಯ ನೂರ ಐವತ್ತೊಂರನೆ ಪುಟದ ಎಡಭಾಗದ ಅಡಿಯಲ್ಲಿದೆ, ಬೇಕಾದರೆ ನೋಡಿ ಎಂದನ್ನುತ್ತಾನೆ ತಿಂಮ. ಇಂತಹ ತಿಂಮನಿಗೆ ಆತ್ಮಜ್ಞಾನವಿಲ್ಲ ಎಂದನ್ನುವುದು ಹುಚ್ಚಲ್ಲವೆ ? ಆತ್ಮದ ಬಗ್ಗೆ ನಮಗೆ ಇಷ್ಟೆಲ್ಲ ಹೇಳಿ ಆತ್ಮ ಎಲ್ಲಿದೆ ಎಂಬುದನ್ನು ಬೆರಳುಮಾಡಿ ತೋರಿಸಿಕೊಟ್ಟ ತಿಂಮನಿಗೆ ನಮೋ ನಮಃ !

ಒಬ್ಬನಲ್ಲಿ ಆತ್ಮಪ್ರತಿಷ್ಠೆ ಬಹಳ ಇದೆ ಎಂದನ್ನುತ್ತೇವೆ. ಆ ಮಾತಿನಲ್ಲಿ ಅವನಿಗೆ ಆತ್ಮ ಇದೆ ಎಂದೊಪ್ಪಿಕೊಂಡಂತಾಗಲಿಲ್ಲವೆ ? ಆತ್ಮಗೌರವ, ಆತ್ಮ ದ್ರೋಹ, ಆತ್ಮಜ, ಆತ್ಮನಿವೇದನೆ, ಆತ್ಮಸ್ತುತಿ, ಆತ್ಮೀಯ ಈ ಎಲ್ಲ ಶಬ್ದಗಳ ಇರುವಿಕೆಯೇ ಆತ್ಮ ಎಂಬುದೂ ಒಂದಿದೆ ಎಂಬುದಕ್ಕೆ ಸಾಕ್ಷಿ. ಆತ್ಮವೇ ಇಲ್ಲ ಎಂಬುದು ಆತ್ಮಹತ್ಯೆಯ ಮಾರ್ಗ. ಆತ್ಮಕ್ಕೆ ನಾಶವೇ ಇಲ್ಲ ಎಂದು ವೇದಾಂತಿಗಳ ಹೇಳಿಕೆ. ಹಾಗಾದರೆ ಆತ್ಮಹತ್ಯೆ ಎಂಬ ಶಬ್ದ ಏಕೆ ಎಂದೊಬ್ಬ ಹುಚ್ಚನ ಪ್ರಶ್ನೆ.

ಎಲ್ಲರಲ್ಲೂ ಆತ್ಮ ಎಂಬುದಿದೆ ಎಂದೊಪ್ಪಿಕೊಂಡಂತಾಯಿತು. ಆದರೆ ಎಲ್ಲರಲ್ಲಿಯೂ ಇರುವ ಆತ್ಮದ 'ಸೈಜು' ಎಷ್ಟು ? ಹಾಗೆ ಒಟ್ಟಾರೆ ಹೇಳಲು ಸಾಧ್ಯವಿಲ್ಲ. ಒಬ್ಬೊಬ್ಬರಲ್ಲಿ ಒಂದೊಂದು ತೂಕದ ಆತ್ಮ ಇದೆ ಎಂದು ತಿಂಮನ ವಾದ. ಇದಕ್ಕೆ ರುಜುವಾತು ?

ನಮ್ಮ ಅಖಿಲ ಭಾರತ ಕಾಂಗ್ರೆಸ್ಸು ಒಡೆದು ಎರಡು ತುಂಡಾದ ಉಪಕಾರದಿಂದ ನಮಗೆ ಈ ಆತ್ಮಗಳ ಬಗ್ಗೆ ಕೊಂಚ ಪರಿಚಯವಾಯಿತು. ಇಂದಿರಾ ಗಾಂಧಿಯವರು ತಮ್ಮ ಆತ್ಮಕ್ಕೆ ಕರೆ ಇತ್ತರು. ಆಗಲೇ 'ಆತ್ಮಸಾಕ್ಷಿ' ಎಂಬ ಬಹುಕಾಲದಿಂದ ಮೂಲೆಯಲ್ಲಿ ಬಿದ್ದು ಹುಳು ಹಿಡಿದ ಹಳೇ ಶಬ್ದ ಹೊರಬಂದು ಪ್ರಚಾರ ಪಡೆಯಿತು. ಇಂದಿರಾ ಗಾಂಧಿಯವರ ಆತ್ಮಕ್ಕೂ ನಿಜಲಿಂಗಪ್ಪ, ಕಾಮರಾಜ, ಮುರಾರಜೀ ಮುಂತಾದವರ ಆತ್ಮಗಳಿಗೂ ಒಂದು ಯಾದವೀ ಯುದ್ಧವೇ ಆಗಿಹೋಯಿತು. ಈ ಆತ್ಮೀಯ ಯುದ್ಧದಲ್ಲಿ ಅರ್ಥಾತ್

ಚುನಾವಣೆಯಲ್ಲಿ- ಜಯವಾದುದು ಇಂದಿರಾ ಅವರ ಆತ್ಮಕ್ಕೇ ! ಅಂದಾಗ ಇಂದಿರಾ ಗಾಂಧಿಯವರ ಆತ್ಮದ ತೂಕ ಎಷ್ಟೆಂಬ ಅಂದಾಜು ದೇಶಕ್ಕೆ ದೊರೆಯಿತಲ್ಲವೇ ? ನಿಜಲಿಂಗಪ್ಪನವರ ಸೈಜಿಗೆ ಅವರಲ್ಲಿ ಆತ್ಮ ಎಷ್ಟು ದೊಡ್ಡ ದಿರಬೇಕು ? ಕಾಮರಾಜರೇನು ಸಣ್ಣಪುಟ್ಟ ಆಳೇ ? ಈ ಎಲ್ಲರ ಆತ್ಮಗಳನ್ನೂ ಸೇರಿಸಿದರೆ ಒಟ್ಟು ಎಷ್ಟು ತೂಕ ಆಗುತ್ತದೋ, ಆ ಮೊತ್ತಕ್ಕೂ ಹೆಚ್ಚಿದೆ ಇಂದಿಗಾಂಧಿಯವರ ಆತ್ಮದ ತೂಕ ಎಂಬುದು ರುಜುವಾತು ಆಗಿಯೇ ಹೋಯಿತು.

ಈಗ ನಮಗೊಂದು ಕುತೂಹಲ-ನಮ್ಮ ಮಾನ್ಯ ಮಂತ್ರಿಗಳಾದ (ಮಂತ್ರಿಗಳಾದ ಏಕ ಕಾರಣದಿಂದ ಮಾನ್ಯರಾದ) ಮಹಮಹಾನ್ ಸರ್ವಜ್ಞರಲ್ಲಿ ಯಾರಾರ ಆತ್ಮದ ತೂಕ ಎಷ್ಟೆಷ್ಟು ? ಇದನ್ನು ಪತ್ತೆಮಾಡಲೇಬೇಕು ಎಂಬ ಹಟ ತಿಂಮನಿಗೆ. ಇದನ್ನು ಕಂಡುಹಿಡಿಯುವ ಬಗೆ ಹೇಗೆ ? ಆತ್ಮದ ತೂಕವನ್ನು ತಿಳಿಯಲು ನಮಗಿರುವುದು ಒಂದೇ ಒಂದು ಮಾರ್ಗ-ಅದೇ ವಿಜ್ಞಾನಿಯ ಮಾರ್ಗ-ಅವರು ಸಾಯಬೇಕು ಆನಂತರವೇ ಅವರ ಆತ್ಮದ ತೂಕ ಎಷ್ಟೆಂಬುದು ನಮಗೆ ತಿಳಿಬೇಕು. ಆದರೆ ಮಂತ್ರಿಗಳಾಗಿರುವಾಗ ಯಾರೂ ಸಾಯುವುದಿಲ್ಲ ಎಂಬುದು ನಾವು ಅನುಭವದಿಂದ ಅರಿತ ಮಾತು. ಮಂತ್ರಿ ಪದವಿ ಇದ್ದಾಗ ಅವರ ಬಳಿ ಬರಲು ಆ ಯಮನಿಗೂ ಅಂಜಿಕೆಯೇ ? ಇರಬೇಕು. ಇದಕ್ಕೂ ಉದಾಹರಣೆ ಇದೆ

ನಮ್ಮ ಸೋದರೀ ರಾಜ್ಯವಾದ ಆಂಧ್ರ ಪ್ರಾಂತದಲ್ಲಿ ಕೆಲ ವರ್ಷಗಳ ಹಿಂದು ಸಚಿವರೊಬ್ಬರು ಕಾರಿನಲ್ಲಿ ಪ್ರವಾಸ ಹೊರಟಿದ್ದಾಗ ಆ ಕಾರು ಅಪಘಾತಕ್ಕೀಡಾಯಿತು. ಇದರ ಫಲ ? ಮಾನ್ಯ ಸಚಿವರಿಗೆ ತಲೆಗೆ ಪೆಟ್ಟಾಗಿ ಅವರಿಗೆ ಸ್ಮೃತಿ ತಪ್ಪಿತು, ಎಷ್ಟು ನಿಮಿಷ? ಎಷ್ಟು ಘಂಟೆ ? ಎಷ್ಟು ದಿನ ? ನಿಮಿಷ, ಘಂಟೆ, ದಿನಗಳಲ್ಲ ಯಜಮಾನರೇ ! ಆ ಸಚಿವೋತ್ತಮರು ಹಲವಾರು ತಿಂಗಳು ವಿಸ್ಮೃತಿಯಲ್ಲಿಯೇ ಮಲಗಿದ್ದರು. ಅವರು ಮಂತ್ರಿಯಾದ ನಂತರ ಸ್ಮೃತಿಯಲ್ಲಿದ್ದುದಕಿಂತಲೂ ವಿಸ್ಮೃಯಲ್ಲಿದ್ದು ಮಂತ್ರಿ ಕಾರ್ಯವನ್ನು ನಿರ್ವಹಿಸಿದುದೇ ಹೆಚ್ಚು ಕಾಲ ಎಂದೂ ಟೀಕೆ ಬಂತು-ಈ ಟೀಕೆ ಹುಚ್ಚು ಟೀಕೆ.

ಮಂತ್ರಿಗಳಾದ ತಪ್ಪಿಗೆ ಅವರು ಸದಾ ಸ್ಮತಿಯಲ್ಲಿಯೇ ಇರಬೇಕು ಎಂಬ ಕಟ್ಟಳೆಯಾದರೂ ಎಲ್ಲಿದೆ ? ನಮ್ಮ ಕೆಲ ಮಂತ್ರಿಗಳು ಆಗಾಗ ಅಲ್ಲಲ್ಲಿ-ಆ ಊರಿನ ಈ ಊರಿನ ಟಿ. ಬಿ. ಗಳಲ್ಲಿ-ಸ್ಮೃತಿತಪ್ಪಿ ಏನೇನೋ ಮಾಡಿದರೆಂಬ ಹರ್ಷದ ವರದಿಗಳು ಕೆಲ ಪತ್ರಿಕೆಗಳಲ್ಲಿ ಬಂದು ಅವರಿಗೆ ಮತ ಚಲಾಯಿಸಿದ ಜನತೆಗೆ ಸಂತೋಷವನ್ನುಂಟು ಮಾಡುತ್ತಿಲ್ಲವೆ ? ಆದರೂ ಎಷ್ಟೇ ಸ್ಮೃತಿತಪ್ಪಿ ಬಿದ್ದಿದ್ದರೂ ಅವರು ಸತ್ತರೆಂಬ ಸುದ್ದಿ ಬಂದುದೇ ಇಲ್ಲ. ಇದರರ್ಥ ಕೆಲ ಬಾಬುಗಳಲ್ಲಿ ಮಂತ್ರಿಗಳೂ ನಮ್ಮ ನಿಮ್ಮಂತೆ ಮಾನವರು, ಮತ್ತು ಮೃತ್ಯುವಿನ ವಿಷಯದಲ್ಲಿ ಮಾತ್ರ ಅಮೃತಪಾನ ಮಾಡಿದ ದೇವೇಂದ್ರರು.

ಮಂತ್ರಿ ಪದವಿ ಇರುವಾಗ ಸತ್ತವರು ಇಲ್ಲ, ಮಂತ್ರಿ ಪದವಿ ಹೋದ ಕೂಡಲೇ ಸತ್ತವರು ಕೆಲವರು. ಪರಿಸ್ಥಿತಿ ಹೀಗಿರುವಾಗ ಮಂತ್ರಿಗಳ ಆತ್ಮದ ತೂಕ ಎಷ್ಟು ಎಂಬುದನ್ನು ಕಂಡುಹಿಡಿಯಲು ಯಾವ ವಿಜ್ಞಾನಿಗೆ ಸಾಧ್ಯ ? ಆದರೆ ನಮ್ಮ ಅಧಿಕಾರಾರೂಢರಾದ

ನಮ್ಮ ಮಂತ್ರಿ ಮಹಾಶಯರುಗಳಲ್ಲಿ ಯಾರಿಗೂ ತಮ್ಮ ಆತ್ಮದ ತೂಕವನ್ನು ತಿಳಿಯಬೇಕೆಂಬ ಕುತೂಹಲವೇ ಇಲ್ಲವೆ ? ಅಥವಾ ಕೆಲವರಿಗೆ ಅದರ ಗೋಜಿಗೆ ಹೋಗಲೂ ಅಂಜಿಕೆಯೆ? ಅಂಜಿಕೆ ! ಏಕೆ ?

ರಾಯರಿಗೆ ಬಹು ಮೋಹ ಆತ್ಮಚರಿತೆಯ ಮೇಲೆ ।
ಅಯ್ಯನೊಬ್ಬನ ಕರೆದು ಬರೆಯಲಿಕೆ ಹೇಳಿದರು ॥
ಸಹ್ಯ ಅಸಹ್ಯಗಳನೆಲ್ಲ ಕೇಳಿ ಬರೆಯಲು ಕುಳಿತನು ।
ರಾಯರೇ ! ಆತ್ಮವೇ ಇಲ್ಲಲ್ಲ ? ಅಂದ ನೋಡೋ ತಿಂಮ ॥

ಭಿಕ್ಷೆ

ಪ್ರಮಾದೀಚ ಸಂವತ್ಸರ ಚೈತ್ರ ಶುದ್ಧ ಪಾಡ್ಯಮಿ-ಯುಗಾದಿ ಹಬ್ಬ ಹೊಸ ವರ್ಷದ ಹೊಸ ತಿಂಗಳ ಹೊಚ್ಚ ಹೊಸ ದಿನ. ಏನಾದರೂ ಕೆಲಸವನ್ನು ಮಾಡುವುದು ಬೇಡವೆ ?

ಯುಗಾದಿಯಂದು ಆದುದು ಇಡೀ ವರ್ಷವೆಲ್ಲವೂ ಆಗುತ್ತದೆ ಎಂದೊಂದು ದಡ್ಡ ನಂಬಿಕೆಯೂ ಇತ್ತು ನಾವೆಲ್ಲ ಚಿಕ್ಕವರಾಗಿದ್ದಾಗ. ಅಂದು ಬೈಗಳನ್ನು ತಿಂದರೆ ವರ್ಷವೆಲ್ಲವೂ ಅದೇ. ಇದು ನಿಜವಿದ್ದರೂ ಇರಬಹುದು ಎಂಬ ಭಯ ನಮಗೆ ಆಗೆಲ್ಲ. ಅದರಿಂದಾಗಿ ಪೆಟ್ಟು ತಿನ್ನಲು ಆಸ್ಪದ ಕೊಡದಂತೆ ಜಾಗರೂಕತೆ.

ನಮ್ಮ ಪಕ್ಕದ ಮನೆಯ ಭಾಗೀರತಮ್ಮ ಯುಗಾದಿಯಂದೇ ಹೆಣ್ಣು ಮಗುವನ್ನು ಹೆತ್ತಳು-ಕೇವಲ ಒಂದೇ ತಿಂಗಳ ಹಿಂದೆಯೇ ಆಕೆಯ ಗಂಡ ಬಸ್ ಆಕ್ಸಿಡೆಂಟ್‌ನಲ್ಲಿ ಸತ್ತಿದ್ದ. ಭಾಗೀರತಮ್ಮ ಹೆತ್ತ ವಾರ್ತೆ ತಿಳಿದೊಡನೆ ಓಡುತ್ತ ಹೋಗಿ ನನ್ನ ತಾಯಿಯನ್ನು ಕೇಳಿದ್ದೆ.

“ಅಮ್ಮ ! ಭಾಗಿರ್ತಮ್ಮ ಇವತ್ತು ಹಡದಾರಲ್ಲಾ, ಈ ವರ್ಷೆಲ್ಲ ದಿನಾಹೆಂಣು ಹಡೀತಾರೇನು?”

ಈ ಪ್ರಶ್ನೆಗೆ ನನಗೆ ದೊರೆತ ಉತ್ತರ ? ಕೆನ್ನೆಗೆ ಏಟು, ಆನಂತರ ಬೈಗಳ ಸುರಿಮಳೆ.

“ಗಂಡ ಸತ್ತಾಕಿ ಹ್ಯಾಗೆ ಹಡೀತಾಳೋ.....”

ಹೆಂಣಿನ ಹೆರಿಗೆಗೆ ಗಂಡನೇ ಬೇಕೆಂಬುದು ನನಗೇನು ಗೊತ್ತು, ಆಗ ? ಈಗಿನ ಸಮಾಚಾರ ಬೇರೆ. ಗಂಡು ಕೋಳಿಯ ದರ್ಶನವೂ ಇಲ್ಲದೆ ಹೆಂಣು ಕೋಳಿ ಮೊಟ್ಟೆ ಇಡುವುದು ಚಲಾವಣೆಯಲ್ಲಿ ಬಂದುದು ಈ ಮಧ್ಯೆ ಅಲ್ಲವೆ ಆಗೆಲ್ಲ ಈ ಮೊಟ್ಟೆ ಇರಲಿಲ್ಲವಲ್ಲಾ?

ಇದೆಲ್ಲವೂ ಏನೇ ಇರಲಿ, ಚಿಕ್ಕಂದಿನ ಆ ದಡ್ಡ ನಂಬಿಕೆ ಪೂರ್ತಿ ಮಾಯವಾಗಿದೆ ಎಂದೂ ಹೇಳಲಾರೆ. ಕೆಲ ನಂಬಿಕೆಗಳನ್ನು ನಾವು ಬಿಟ್ಟರೂ ಅವು ನಮ್ಮನ್ನು ಬಿಡುವುದಿಲ್ಲ. ಪ್ರಾಯಶಃ ಅವು ಉಪಪ್ರಜ್ಞೆಯಲ್ಲಿ ಸೇರಿಕೊಂಡು ಬಿಡುತ್ತವೆಯೋ ಏನೋ ? ಇದರ ಪರಿಣಾಮವೋ ಏನೋ, ಯುಗಾದಿ ದಿನದಂದು ಏನಾದರೂ ಕೆಲಸ ಮಾಡಲೇಬೇಕು ಎಂದನಿಸಿತು. ಬೆಳಿಗ್ಗೆ ಎಂಟಕ್ಕೇ ಮೇಜಿನ ಮುಂದು ಬಂದು ಕುಳಿತೆ. ಎಷ್ಟೋ ವರ್ಷಗಳಿಂದ ಬರೆಯುತ್ತಲಿದ್ದರೂ ಕುಳಿತು ಒಂದೆರಡು ಸಲವಾದರೂ ತಲೆ ಕೆರೆಯಬೇಡವೆ ?

ಹೊರ ಬಾಗಿಲಲ್ಲಿಯ ಒತ್ತುಘಂಟೆ ಠಂಣ್ ಎಂದಿತು. ಇದೊಂದು ಮಹಾ ಹಿಂಸೆ! ಬೆಳಗಿನ ಸಮಯದಲ್ಲಿ ದೇವರೇ ಬರಲಿ, ನನಗೆ ಬೇಸರ. ಮಾಡಲು ಏನೂ ಕೆಲಸವಿಲ್ಲದಾಗ, ಸಮಯವನ್ನು ಹೇಗಾದರೂ ಹಾಳು ಮಾಡಲು ನಾವು ಸಿದ್ಧರಾದಾಗ ದೇವರು, ಗೀವರು ಮಂತಾದುವೆಲ್ಲ ಉಪಯುಕ್ತ ವಸ್ತುಗಳು. ದುಡಿತಕ್ಕಿಂತಲೂ ದೇವರು ದೊಡ್ಡವನಾದಾನೇ? ಅವನ ಕೆಲಸ ಅವನಿಗೆ, ನನ್ನ ಕೆಲಸ ನನಗೆ.

ಕೊಂಚ ಮುಖ ಗಂಟಿಕ್ಕಿಯೇ ಹೊರಗಡೆ ಬಂದೆ, ಬಾಗಿಲನ್ನು ತೆರೆದೆ. ಅವನ ಬಟ್ಟೆಬರೆ, ಗಡ್ಡ ಮೀಸೆಗಳ ವರ್ಣನೆ ಬೇಡ. ಯಾಕೆಂದರೆ ಅವು ನನ್ನ ಮೇಲೆ ಎಂದೂ ಪ್ರಭಾವ ಬೀರಿಲ್ಲ, ಅವುಗಳನ್ನೆಲ್ಲ ಗಮನಿಸಿ ವೇಷಭೂಷಣಗಳಿಂದ ವ್ಯಕ್ತಿಯ ಬೆಲೆ ಕಟ್ಟುವ ಮೂರ್ಖ ಸಂಪ್ರದಾಯ ನನ್ನದಲ್ಲ. ಖಾದಿ, ಕಾವಿ, ಖಾಕಿ ಎಲ್ಲವೂ ಅಷ್ಟೇ. ಮಾನ ಮುಚ್ಚಲು ಒಂದು ಬಟ್ಟೆ, ಮಾನವಿಲ್ಲದವರೂ ಬಟ್ಟೆ ಧರಿಸುತ್ತಾರೆ ವ್ಯರ್ಥವಾಗಿ.

ಬಾಗಿಲಲ್ಲಿ ನಿಂತಿದ್ದ ವ್ಯಕ್ತಿ ಬಂದು ದೇಶಾವರೀ ನಗೆ ಬೀರಿ ದಂತಪ್ರದರ್ಶನ ಮಾಡಿತು.

“ಏನಾಗಬೇಕಿತ್ತು ?”

ಎಂದು ಕೇಳಿದೆ.

“ನಿಮಗೆ ನೀರು ಬಿಡೋದು ನಾವೇ”

“ಯಾಕೆ ? ನನ್ನ ಮಗ ಇದ್ದಾನಲ್ಲ ? ಅಂತ್ಯ ಕಾಲದಲ್ಲಿ ಮಗ ನನಗೆ ನೀರು ಬಿಡ್ತಾನೆ.”

“ಅಲ್ಲಾ ಸಾರ್ ! ಕಾರ್ಪೊರೇಷನ್‌ನಲ್ಲಿ ನೀರು ಬಿಡೋವರು ನಾವು. ನಿಮಗೆ ನೀರು ಸರಿಯಾಗಿ ಬರುತ್ತೆ ತಾನೆ ?”

ಈ ಪ್ರಶ್ನೆಗೆ ಉತ್ತರವನ್ನು ನನ್ನ ಹೆಂಡತಿಯಿಂದ ಹೇಳಿಸುವುದು ಸೂಕ್ತವೆನಿಸಿತು. ದಿನವೂ ಕೆಳಗಿನ ಮನೆಯಿಂದ ನೀರು ಹೊತ್ತು ಇಪ್ಪತ್ತು ಮೆಟ್ಟಿಲೇರುವಾಗ ಆಕೆಯ ಕಣ್ಣಲ್ಲಿ ನೀರು ಸರಿಯಾಗಿಯೇ ಬರುವುದನ್ನು ಅನೇಕ ಬಾರಿ ಕಂಡಿದ್ದೆ. ಅದಕ್ಕಾಗಿ ಆಕೆಯನ್ನೇ ಕರೆದೆ. ಆಗಂತುಕ ವ್ಯಕ್ತಿಯನ್ನು ಆಕೆಯ ಕೈಗೆ ಹಿಡಿದುಕೊಟ್ಟು ನನ್ನ ಕಾರ್ಯಭಾರ ಮುಗಿಯಿತೆಂದು ತೃಪ್ತಿಯಿಂದ ಒಳಬಂದೆ.

ನನ್ನ ಕೋಣೆಗೇ ಕೇಳಿಸುತ್ತಿತ್ತು ಆ ಸಂಭಾಷಣೆ.....ಸಂಭಾಷಣೆ ಅನ್ನಲು ಇಬ್ಬರೂ ಮಾತನಾಡಲಿಲ್ಲವಲ್ಲಾ ? ನನ್ನ ಹೆಂಡತಿಯ ಭಾಷಣ ಕೇಳಿಸುತ್ತಿತ್ತು. ನೀರು ಬಿಡುವ ಆ ಗಂಗಾಧರನಿಗೆ ಸುಸ್ತಾಯಿತೋ ಏನೋ, ಪಾಪ ! ಭಿಕ್ಷೆ ಹಾಕುವುದು ಬೇಡ ಸ್ವಾಮೀ ದಯವಿಟ್ಟು ನಿಮ್ಮ ನಾಯಿಯನ್ನು ಕಟ್ಟಿಹಾಕಿ ನನ್ನನ್ನು ಬದುಕಿಸಿ ಎಂಬ ದನಿ ಅವನದು.

"ಇನ್ನು ಮೇಲೆ ಬಿಡುತೇನೆ. ಹಬ್ಬದ ಇನಾಮು....."

ಅವನ ಮಾತು ಮುಗಿಯಲು ಆಸ್ಪದವೆಲ್ಲಿದೆ ?

"ಹೋಗಯ್ಯಾ ಹೋಗು, ನಾಚಿಕೆಯಿಲ್ಲದೆ ಭಿಕ್ಷೆ ಬೇಡಲಿಕ್ಕೆ ಬಂದಾನೆ. ನಾವು ಕೆಳಗಿನಿಂದ ನೀರು ಹೊತ್ತು ಸಾಯುತ್ತಿದ್ದೇವೆ...."

ಆ ಗಂಗಾಧರ ಯಾವಾಗ ಹೋದನೋ ನನಗೇ ತಿಳಿಯದು. ನಾನು ಹೊರಬಂದು ನೋಡಿದಾಗಂತೂ ಅವನಿರಲಿಲ್ಲ. ಹಾಗಾದರೆ ಈಗ ಸಾಗುತ್ತಿರುವುದು ನನ್ನಾಕೆಯ ಆತ್ಮಗತ ಎಂದರ್ಥವಾಯಿತು ನಾನೇ ಹೇಳಿದೆ.

"ಅವನು ಭಿಕ್ಷೆ ಬೇಡಲಿಕ್ಕೆ ಬಂದಿಲ್ಲವೇ, ಪಾಪ ! ಬಕ್ಷೀಸು ಕೇಳಿದ, ಅಷ್ಟೇ"

"ಬಕ್ಷೀಸು, ಭಿಕ್ಷ ಎಲ್ಲಾ ಒಂದೇ"

ಜಜ್‌ಮೆಂಟ್ ಕೊಡುವ ದನಿಯಲ್ಲಿ ನುಡಿದು ಒಳಕ್ಕೆ ಹೊರಟಳು.

ನನ್ನ ಮೇಜಿಗೆ ಬಂದು ಮತ್ತೆ ತಲೆ ಕೆರೆದೆ. ತಲೆ ಕೆರೆದರೆ ಏನು ಬರುತ್ತದೆ ? ವ್ಯರ್ಥವಾಗುವುದಿಲ್ಲ, ಏನಾದರೂ ಬಂದೇ ಬರುತ್ತದೆ–ಬಂತು, ಉಗುರಲ್ಲಿ ಮಣ್ಣು !

ದೀಪಾವಳಿ ದಿನದಂದು ಆದ ಘಟನೆಯ ನೆನಪು. ಬಾಗಿಲಲ್ಲಿ "ಪೋಸ್ಟ್ ಪೋಸ್ಟ್" ಎಂದು ಕೂಗು. ಅಲ್ಲಿ ಹಾಕಿ ಹೋಗಯ್ಯಾ ಎಂದಂದೆ ಕುಳಿತಲ್ಲಿಂದಲೇ. ಹಾಕಲೂ ಇಲ್ಲ, ಹೋಗಲೂ ಇಲ್ಲ.

"ಇನ್ನೂ ನಿಂತಿದಾನೆ"

ಎಂದು ನನ್ನ ಮನೆಯಾಕೆ ರೇಡಿಯೋ ಅನೌನ್ಸರನ ದನಿಯಲ್ಲಿ ಹೇಳಿದಳು. ಏನಂತೆ ಎಂದೆದ್ದು ಬಂದೆ. ಪೋಸ್ಟ್‌ಮನ್ ಹೌದು, ಆದರೆ ಆ ಖಾಖಿಬಟ್ಟೆ, ಹಳದಿ ಚೀಲ ಇಲ್ಲ. ಕೈಲಿ ಕಾಗದಗಳ ಕಂತೆಯೂ ಇಲ್ಲ.

"ಏನಪ್ಪಾ ?"

ಎಂದು ಕೇಳಿ ಮುಖ ನೋಡಿದೆ.

ನಗೆ....ಹಿತವಾದ ಮಿತವಾದ ನಾಚಿಕೆರಹಿತವಾದ ನಗೆ ! ಅರ್ಥವಾಯಿತು, ಆದರೂ ಸಮಾಚಾರ ಆತನ ಬಾಯಿಂದಲೇ ಬರಲಿ ಎಂದು ಮುಖ ನೋಡಿದೆ.

"ದೀಪಾವಳಿ ಸಾರ್ !....ಅದಕ್ಕೇ....."

ಈ ಅರ್ಧ ಮಾತು ಯಾವಾಗಲೂ ಅಪಾಯಕಾರಿ ಎಂಬುದು ಅನುಭವದಿಂದ ಕಲಿತ ಪಾಠ.

"ಹೌದು ದೀಪಾವಳಿ, ಈಗೇನು, ಮುಂದು ಹೇಳಿ"

ಎಂದು ಉತ್ತೇಜನವನ್ನು ಕೊಟ್ಟೆ.

"ಏನೂ ಇಲ್ಲಾ ಸಾರ್ ! ಅದಕ್ಕೇ....ದೀಪಾವಳೀ ಸಾರ್ ! ವರ್ಷಕ್ಕೊಂದೇ ಬಾರಿ ಬರೋದು ಸಾರ್ ! ಅದಕ್ಕೇ....."

ಬರೀ ಚೆಕ್ಕುಬಂದಿ, ಅಸ್ಸಲು ವಿಷಯಕ್ಕೇ ಬರಲೊಲ್ಲ ಪುಣ್ಯಾತ್ಮ. ಆ ವಿಷಯ ನನಗೆ ಗೊತ್ತು, ಆದರೆ ಅವನ ಬಾಯಿಂದಲೇ ಬರಲಿ ಎಂದು ನನ್ನ ಹಟ. ಕಡೆಗೂ ಪೋಸ್ಟ್‌ಮನ್ ಬಹು ಪ್ರಯಾಸದಿಂದ 'ಡೆಲಿವರಿ' ಮಾಡಿದ.

"ಅದಕ್ಕೇ....ಇನಾಮು"

ಇನಾಂ ಎಲ್ಲವನ್ನೂ ಸರ್ಕಾರ ರದ್ದುಮಾಡಿ ಇನಾಂ ಜಮೀನುಗಳನ್ನು ಪರತು ತೆಗೆದುಕೊಳ್ಳುವ ಯೋಚನೆಯಲ್ಲಿದೆ ಎಂಬುದು ಇವನಿಗೆ ಗೊತ್ತೇ ಇಲ್ಲವೆ ? ಅಲ್ಲದೆ ಇವನು ಕೇಂದ್ರ ಸರ್ಕಾರದ ಹಾಲೀ ನವುಕರ–ನಾನು ರಾಜ್ಯ ಸರ್ಕಾರದ ಮಾಜೀ ನವುಕರ. ನನ್ನ ಒಂದು ತಿಂಗಳ ಪಿಂಚಿನಿಯಕಿಂತಲೂ ಹೆಚ್ಚು ಇವನಿಗೆ ಒಂದು ವಾರಕ್ಕೇ ಬರುತ್ತಿದೆ. ಇವನಿಗೆ ನಾನು ಇನಾಂ ಕೊಡ ಬೇಕೇ ?

"ಅಲ್ಲಾರೀ ! ನನ್ನ ದೀಪಾವಳೀ ಸಂಚಿಕೆಗಳೂ ಒಂದೂ ಬರುತ್ತಲೇ ಇಲ್ಲವಲ್ಲಾ ?"

"ನಾ ತಮಿಳುಕಾರನ್ ಸಾರ್, ನನಗೆ ಕನ್ನಡಮೇ ಬರೋಕಿಲ್ಲ...."

ಎಂದು ಗೊಣಗಲಾರಂಭಿಸಿದ. ನನಗೆ ಸಂಬಳ ಬರಲಿ, ಬಂದಮೇಲೆ ಇನಾಂ ಕೊಡುತ್ತೇನೆ ಎಂದು ಹೇಳಿ ಕಳಿಸಿದೆ–ಸಲಾಮನ್ನೂ ಹಾಕದೆ ಹೋದ ಅವನಿಗೆ ಗೊತ್ತಿಲ್ಲವೇ, ಪಿಂಚಿನಿಯಾದವನಿಗೆ ಯಾವ ಸಂಬಳ ಬರಬೇಕು ?

ಒಂದು ಸಂಜೆ ಮೆಜೆಸ್ಟಿಕ್ ಸರ್ಕಲ್–ಅಲ್ಲಾ, ಕೆಂಪೇಗೌಡ ಕ್ಷಮಿಸಬೇಕು–ಬಳಿ ನಿಂತಿದ್ದೆ ಮಿತ್ರರೊಂದಿಗೆ. ಒಬ್ಬ ಕಿರಿಯ ಪಕ್ಕದಲ್ಲಿ ಬಂದು ನಿಂತ. ಮುಖ ನೋಡಿದೆ, ಬಾಡಿತ್ತು. ಏನು ಮರೀ ಎಂದು ಮಾತನಾಡಿಸಿದೆ.

"ಹತ್ತು ಪೈಸೆ ಕೊಡಿ ಸಾರ್, ಟೆಕ್ಸ್ಟ್ ಬುಕ್ ಕೊಳ್ಳಬೇಕು. ತಂದೆ ತಾಯಿ ಯಾರೂ ಇಲ್ಲ...."

ಮುಖದಲ್ಲಿ ದೈನ್ಯ–ನಾನೂ ಅದೇ ವಯಸ್ಸಿನಲ್ಲಿ ಹಾಗೆಯೇ ಓಡಾಡಿದ ನೆನಪಾಯ್ತು. ಅದನ್ನು ಮರೆಯಲು ಸಾಧ್ಯವೇ ?

"ಹತ್ತು ಪೈಸೆಗೆ ಏನು ಟೆಕ್ಸ್ಟ್ ಬುಕ್ ಬರುತ್ತಪ್ಪಾ ? ಬಾ, ಪುಸ್ತಕದ ಅಂಗಡಿಗೇ ಹೋಗೋಣ, ನಿನಗೆ ಬೇಕಾದ ಪುಸ್ತಕಗಳನ್ನೆಲ್ಲಾ ಕೊಡಿಸುತ್ತೇನೆ."

ಜೇಬಿನಲ್ಲಿ ಹೇಗೂ ಇಪ್ಪತ್ತು ರೂಪಾಯಿ ಇತ್ತು, ಒಬ್ಬ ಅನಾಥ. ವಿದ್ಯಾರ್ಥಿಗೆ ಪುಸ್ತಕ ಕೊಡಿಸೋಣ ಎಂದಂದುಕೊಂಡೆ. ಇದರಿಂದ ನನಗೆ ಪುಣ್ಯ ಬರುತ್ತೆಯೇ ? ಪುಣ್ಯಕ್ಕೆ ಬೆಂಕಿ ಬಿತ್ತು, ಇದು ನನ್ನ ಕರ್ತವ್ಯ. ಆ ಕಿರಿಯ ಹಿಂದು ಹಿಂದು, ನಾನು ಮುಂದು ಮುಂದು. ಪುಸ್ತಕದ ಅಂಗಡಿಗೆ ಹೋದೆ. ಮಾಲಿಕರು ಚಿಕ್ಕದಾಗಿ ನಕ್ಕು ಸ್ವಾಗತಿಸಿದರು.

"ಈ ಹುಡುಗನಿಗೆ ಬೇಕಾದ ಪುಸ್ತಕಗಳನ್ನೆಲ್ಲ ಕೊಡಿ...."

"ಯಾವ ಹುಡುಗ ?"

ಎಂದರವರು. ತಿರುಗಿ ನೋಡಿದೆ, ಎಲ್ಲಿದ್ದಾನೆ ಆ ಹುಡುಗ ? ಎಳೆಂಟು ವರ್ಷಗಳ ಹಿಂದೆ ಇದು ನಡೆದದ್ದು. ಆ ಹುಡುಗ ಇನ್ನೂ ಬರುತ್ತಲೇ ಇದ್ದಾನೆ, ನಾನು ಹುಡುಕುತ್ತಲೇ ಇದ್ದೇನೆ.

ಅಂಗಡಿಯವರು ಗಹಗಹಿಸಿ ನಕ್ಕರು–ನಾನೂ ನಕ್ಕೆ, ಅಳುವುದು ಸರಿಯಲ್ಲ ಎಂದು.

ನನಗೇನಾದರೂ ದೇವರಲ್ಲಿ ನಂಬಿಕೆಯಿದ್ದಿದ್ದರೆ, ದೇವರೇ ಆ ಹುಡುಗನ ವೇಷದಲ್ಲಿ ನನ್ನನ್ನು ಪರೀಕ್ಷೆ ಮಾಡಲು ಬಂದಿರಬಹುದೇ ಎಂದೂ ಯೋಚಿಸುತ್ತಿದ್ದೆ. ಇಂತಹ ಸನ್ನಿವೇಶಗಳಲ್ಲೆಲ್ಲ ದೇವರು ಬಹಳ ಉಪಯೋಗ.

ಇನ್ನೊಂದು ದಿನ ಬೆಳಿಗ್ಗೆ. ವಿನಾಯಕನ ಮದುವೆಗೆ ನೂರೆಂಟು ವಿಘ್ನಗಳು ಎಂದಂತೆ ನನ್ನ ಬರವಣಿಗೆಗೂ ಹಾಗೆಯೇ. ಮೇಜಿನ ಮುಂದು ಕುಳಿತು ಐದು ನಿಮಿಷ ಆಗಿಲ್ಲ, ಒತ್ತುಗಂಟೆ ಕರೆಯಿತು. ಹೆಂಡತಿ ದೇವರ ಮನೆಯಲ್ಲಿ, ಸೊಸೆ ನೀರಮನೆಯಲ್ಲಿ. ನನ್ನ ಮನೆಯ ಸೇವಕ ನಾನೇ. ಎದ್ದು ಹೋಗಿ ಬಾಗಿಲು ತೆರೆದೆ. ಬಾಗಿಲಲ್ಲಿದ್ದ ವ್ಯಕ್ತಿ ನೇರವಾಗಿ ಒಳಬಂದು ಕುರ್ಚಿಯಲ್ಲಿ ಕುಳಿತಿತು–ನಾನು ಕೂಡು ಅನ್ನುವ ಮುಂಚೆಯೇ. ಹೊದ್ದ ಉತ್ತರೀಯದಿಂದ ಮುಖ ಒರೆಸಿಕೊಳ್ಳುತ್ತ

"ಸ್ವಲ್ಪ ಫ್ಯಾನ್ ಹಾಕಿ, ಮಾರಾಯರೇ !"

ಎಂದಾಗ ನನಗೆ ಯೋಚನೆ ಮಾಡಲು ಅವಕಾಶ ಎಲ್ಲಿದೆ ? ಜವಾನನಂತೆ ಫ್ಯಾನ್ ಚಾಲೂ ಮಾಡಿ ಮುಂದಿನ ಅಪ್ಪಣೆಗಾಗಿ ಕಾದು ನಿಂತೆ.

"ಕುಡಿಯಲಿಕ್ಕೆ ನೀರು ಬೇಕು"

ಕೊಟ್ಟೆ. ಕೊಡುವುದಿಲ್ಲ ಅನ್ನಲಾದೀತೆ ? ನಾನು ಇದ್ದಕ್ಕಿದ್ದಂತೆ ಹೀಗೇಕೆ ಈ ಅಪರಿಚಿತ ವ್ಯಕ್ತಿಗೆ ವಿಧೇಯನಾಗಿಬಿಟ್ಟೆ ? ತಲೆಯಲ್ಲಿ ಪ್ರಶ್ನೆ ಎದ್ದಿತು. ಉತ್ತರ ? ಬಂದಿದ್ದವರ ಮುಖವನ್ನೊಮ್ಮೆ ದಿಟ್ಟಿಸಿ ನೋಡಿದೆ. ಹೌದು, ವೃದ್ಧರು. ಈ ಮಧ್ಯೆ ನನಗೆ ಮುದುಕರ ಬಗ್ಗೆ ಅದೇಕೋ ಆದರ. ಪ್ರಾಯಶಃ ಒಂದೇ ಕಾರಣ–ನಾನೂ ಮುದುಕನಾಗುತ್ತಲಿದ್ದೇನೆ.

ನೀರು ಕುಡಿದ ಮುಗಿಸಿದರು. ಅನಂತರ ಜೇಬಿನಿಂದ ಒಂದು ಬಹು ಹಳೆಯ– ಪ್ರಾಯಶಃ ಅವರಕಿಂತಲೂ ಅದು ಹಳತು ಇರಬೇಕು, ಪುಸ್ತಕ ತೆಗೆಯುತ್ತ ಹೇಳಿದರು.

"ನಾವು ಸತ್ಯನಾರಾಯಣ ಮಾಡ್ತೇವೆ"

"ಸತ್ಯನಾರಾಯಣ ಮಾಡ್ತೀರಿ ! ಯಾಕೆ, ನೀವ್ಯಾಕೆ ಮಾಡಬೇಕು ? ಈಗ ಆತ ಇಲ್ಲವೆ ?"

ಮುದುಕರ ಹಣೆಯ ಮೇಲೆ ಇನ್ನೊಂದು ಹೊಸ ಗೆರೆ ಕಾಣಿಸಿಕೊಂಡಿತು. ಕೊಂಚ ಗಡುಚಾಗಿಯೇ ಉತ್ತರ ಬಂತು.

"ಇದ್ದಾನಪಾ, ಇದ್ದಾನೆ ಅಂತಾನೆ ಮಾಡೋದು"

"ಮಾಡಿ, ಅಗತ್ಯ ಮಾಡಿ. ಅದಕ್ಕೆ ನಾನ್ಯಾಕೆ ಲೈಸನ್ಸ್ ಕೊಡಬೇಕು ? ಅದೇನು ಬೇಕಿಲ್ಲ"

ಯಜಮಾನರದು ಅವಿವೇಕಿಗೆ ಬುದ್ಧಿ ಹೇಳುವ ಧ್ವನಿ.

"ನಿಮ್ಮ ಹತ್ತಿರ ಲೈಸೆನ್ಸಿಗೆ ಬಂದಿಲ್ಲ ನಾವು. ತಿಳೀತೇನು ? ಸತ್ಯ ನಾರಾಯಣ ಮಾಡ್ತೀವಿ, ಪುಣ್ಯ ಕಾರ್ಯ, ಅದಕ್ಕಾಗಿ ನೀವು ಭಕ್ತಿಯಿಂದ ಏನಾದರೂ ಕಾಣಿಕೆ ಕೊಡ್ರಿ ಅಂದೆ."

"ಕಾಣಿಕೇನೇ ? ನಾನು ಯಾರಿಗೂ ಕಪ್ಪಕಾಣಿಕೆ ಕೊಟ್ಟಿಲ್ಲ, ತೊಗೊಂಡೂ ಇಲ್ಲ. ಅದಿರಲಿ, ನೀವು ಸತ್ಯನಾರಾಯಣ ಯಾಕೆ ಮಾಡ್ತೀರಿ ?"

ಎಂದು ಕೇಳಿ ಮುಖ ನೋಡಿದೆ. ಯಜಮಾನರ ತುಟಿ ಅದುರಿತು– ಅನಿರೀಕ್ಷಿತ ಪ್ರಶ್ನೆ ಇದು ಅವರಿಗೆ.

"ಸತ್ಯನಾರಾಯಣ ಯಾಕೆ ಮಾಡ್ತೀರಿ ? ಏನು ಹಾಗಂದ್ರೆ ? ಪುಣ್ಯ ಬರುತ್ತದೆ, ಪುಣ್ಯ"

"ಪುಣ್ಯ ಅಂದ್ರೇನು ?"

ಈ ಪ್ರಶ್ನೆ ಅತಿಯಾಯಿತು ಅವರಿಗೆ. ಅವರಲ್ಲಿ ಒಂದು ಪೈಸೆಯಷ್ಟಾದರೂ ತಪೋಬಲವಿದ್ದಲ್ಲಿ ಅಥವಾ ಅವರ ಸತ್ಯನಾರಾಯಣ ಇರುವುದೇ ನಿಜವಾಗಿದ್ದಲ್ಲಿ ಅವರ ಆ ದುರುಗುಟ್ಟುವ ನೋಟಕ್ಕೆ ನಾನು ಸುಟ್ಟು ಭಸ್ಮೀಭೂತವಾಗಬೇಕಿತ್ತು–ನನ್ನ ಮಗನಿಗೆ ನನ್ನ ಶವಸಂಸ್ಕಾರದ ಕರ್ಚಾದರೂ ಉಳಿಯುತ್ತಿತ್ತು. ಆ ಯೋಗ ಇಲ್ಲವಲ್ಲಾ ? ಮನೆಗೆ ಬಂದವರನ್ನು ಹೀಗೆಲ್ಲ ಇಬ್ಬಂದಿಗೆ ಹಾಕುವುದು ಒಳ್ಳೆಯ ಸಂಸ್ಕೃತಿ ಅಲ್ಲ ಎಂದನಿಸಿ ಪ್ರಶ್ನೆಯನ್ನು ಬದಲಿಸಿದೆ.

"ಆತು, ಪುಣ್ಯ ಯಾರಿಗೆ ಬರತದೆ ಸ್ವಾಮೀ"

"ಯಾರು ಸತ್ಯನಾರಾಣ ಮಾಡ್ತಾರೋ ಅವರಿಗೆ ಬರ್ತದೆ"

"ನಿಮಗೆ ಪುಣ್ಯ ಬರೋದಕ್ಕೆ ನಾನು ಯಾಕ್ರೀ ಕಾಸು ಕೊಡ ಬೇಕು ?"

"ನೀವು ಹಣ ಕೊಟ್ರೆ ನಿಮಗೂ ಅಷ್ಟು ಪುಣ್ಯ ಬರತದೆ"

"ಹಾಗಾದರೆ ನಾನು ಜನತಾ ಬಜಾರ್‌ನಿಂದಾನೇ ಪುಣ್ಯ ತರಿಸ್ತೀನಿ. ತಾವು ಹೊರಡಬಹುದು."

ಸತ್ಯನಾರಾಯಣ ಏಜೆಂಟರು ಥಟ್ಟನೆ ಎದ್ದು ನಡೆದರು.

"ಬಾಗಲು ಹಾಕಿಕೊಂಡು ಹೋಗ್ರಿ"

ಎಂದು ಕೂಗಿದೆ. ಅವರು ನನ್ನ ಮಾತನ್ನು ಕಿವಿಗೂ ಹಾಕಿಕೊಳ್ಳಲಿಲ್ಲ, ದುಡುದುಡು ನಡೆದರು.

ಒಂದು ಸಂಜೆ, ಮಳೆ ಬರುವ ಸೂಚನೆ ಇದೆ. ವಾಕಿಂಗ್ ಹೋಗಲು ಧೈರ್ಯವಿಲ್ಲದೆ ಮನೆಯಲ್ಲಿಯೇ ಕುಳಿತಿದ್ದೆ. ಒಬ್ಬ ಯುವಕರ ಪ್ರವೇಶ–ನಮಸ್ಕಾರ ಎಂದರು. ಪ್ರತಿ ನಮಸ್ಕಾರ ಹೇಳಿ

"ಬನ್ನಿ, ಕುಳಿತುಕೊಳ್ಳಿ"

ಎಂದಾದರರದಿಂದ ಕರೆದೆ. ಓದುವ, ಬರೆಯುವ ಸಮಯವಲ್ಲ. ಹೊರಕ್ಕೆ ಹೋಗುವಂತಿಲ್ಲ. ಅಂತಹ ಸಂದರ್ಭದಲ್ಲಿ ಬಂದವರನ್ನು ಬಾ ಅನ್ನಬೇಡವೆ? ಅಲ್ಲದೆ ಮನೆಗೆ ಯಾರೇ ಬರಲಿ, ಅವರನ್ನು ಕರೆದು ಕೂಡಿಸಿ ಎರಡು ಒಳ್ಳೆಯ ಮಾತುಗಳನ್ನಾಡುವುದು ಒಳ್ಳೆಯ ಶಿಷ್ಟ ಸಂಪ್ರದಾಯ ಎಂಬುದು ನನ್ನ ನಂಬಿಕೆ ಆಗೆಲ್ಲ. ಇದೇ ಮೊನ್ನೆ ನನ್ನನ್ನು ಪೇಚಿಗೆ ಹಾಕಿತು–ಶಿಷ್ಯರಂತೆ ಬಂದರು ಒಬ್ಬರು. ಎರಡೇ ದಿನಗಳಲ್ಲಿ ನನ್ನ ಗುರುಗಳಾಗಲು ಹವಣಿಸಿದರು. ನನಗೆ ಈ ಎರಡೂ ಅ ಇಷ್ಟ. ನಾನು ನನ್ನ ಶಿಷ್ಯ, ನಾನು ನನ್ನ ಗುರು. ಈ ವೇಷಧಾರಿಗಳಿಂದ ದೂರವಿರಲು ಬಯಸುತ್ತಿದ್ದೇನೆ. ಇದು ಇಂದಿನ ಮಾತು. ಆಗ ? ಬಂದವರನ್ನು ಕರೆದು ಕೂಡಿಸಿ ಏನಾದರೂ ಬಾಯಾರಿಕೆ ಕೊಟ್ಟು ಮಾತನಾಡುತ್ತಿದ್ದೆ. ಅವರು ಪ್ರಾರಂಭ ಮಾಡಿದರು.

"ನಾನು ಲಗ್ನಮಾಡಿಕೊಳ್ಳಬೇಕೆಂದಿದ್ದೇನೆ, ಅದಕ್ಕಾಗಿ ಸಹಾಯಾ...."

ಎಂದಂದು ಮುಖ ನೋಡಿದರು.

"ನನ್ನ ಹೆಂಡತಿ ಹೆಂಣು ಹೆರೆಯಲೇ ಇಲ್ಲ ಸ್ವಾಮೀ ! ಈಗ ಆಕೆಗೆ– ನನಗಲ್ಲ–ಏಜ್ ಬಾರ್ ಕೂಡಾ ಆಗಿಹೋಯಿತು. ಏನು ಸಹಾಯಮಾಡಲಿ, ಹೇಳಿ"

"ಛೆಛೆ ! ಹೆಂಣು ಗೊತ್ತಾಗಿದೆ. ಹಣ ಸಹಾಯ ಮಾತ್ರ ಬೇಕು, ಅಷ್ಟೆ."

ಭಗವದ್ಗೀತೆ ಆರಂಭವಾಯಿತು–ನಾನೇ ಆ ಭಗವಂತ, ನರನಾರಾಯಣ. ಬಂದಿದ್ದ

ಆ ಯುವಕನೇ ಅರ್ಜುನ ! ನರ ಅವನು, ಅರ್ಥಾತ್ ನರಸತ್ತ ನರ–ಅವನು.

"ಯಾವನ್ರೀ ನಿಮ್ಮ ತಲೆ ಕೆಡಿಸಿದವನು ? ಹಾಯಾಗಿ ಸುಖವಾಗಿ ಅರಾಮವಾಗಿ ಇದ್ದೀರಿ. ನೀವು ಹೀಗಿರುವುದು ಅವನಿಗೆ ಅಸಂತೋಷ. ನಿಮ್ಮನ್ನು ಸಂಸಾರದ ಕೊಳೆಯಲ್ಲಿ ದೂಡಿ ನೋಡಬೇಕೆನ್ನುತ್ತಾನೆ ಆ ಪ್ರಾಣಿ. ನನ್ನ ಮಾತನ್ನು ಕೇಳಿ, ನನ್ನ ಅನುಭವವನ್ನು ಕೇಳಿ. ಮದುವೆಯಾಗಿ ನಿಮ್ಮ ಜೀವನವನ್ನು ಹಾಳುಮಾಡಿಕೊಳ್ಳಬೇಡಿ. ಹೆಂಡತಿ, ಮಕ್ಕಳು ಎಂಬುದೆಲ್ಲ ಮಹಾ ಮೋಹ. ಈ ಹೇಯವಾದ ಮೋಹವನ್ನು ತ್ಯಜಿಸಿಬಿಡಿ, ಎದ್ದು ನಿಲ್ಲಿ. ಬ್ರಹ್ಮಚರ್ಯವೆಂಬ ಪವಿತ್ರವಾದ ಅಸ್ತ್ರವನ್ನು ಕೈಗೆತ್ತಿಕೊಳ್ಳಿ. ನನ್ನ ನಿಮ್ಮ ಗುರುಗಳಾದ ಟೀಕಾಚಾರ್ಯರು ಏನು ಮಾಡಿದರು ? ಒಂದಲ್ಲ ಎರಡು ಬಾರಿ ಲಗ್ನವಾದರು. ಕಡೆಯಲ್ಲಿ ಇಬ್ಬರನ್ನೂ ಬಿಟ್ಟರು. ಇದನ್ನರಿತ ವಿವೇಕಾನಂದರು ಬ್ರಹ್ಮಚಾರಿಗಳಾಗಿಯೇ ಬಾಳಿದರು. ಈ ಕಾಲದಲ್ಲಿ, ಅದೂ ಈ ಕಷ್ಟ ಕಾಲದಲ್ಲಿ, ಆಹಾರ ಧಾನ್ಯಗಳ ಬೆಲೆ ಗಗನಕ್ಕೇರುತ್ತಿರುವ ಈ ಕಾಲದಲ್ಲಿ ಹೆಂಡತಿ ಯಾಕ್ರೀ ? ನನ್ನ ಮಾತು ಕೇಳಿ ಮದುವೆ ಯೋಚನೆ ಮೊದಲು ಬಿಡ್ರಿ.........."

ಭಗವಂತನ ಗೀತೋಪದೇಶ ಇನ್ನೂ ಅರ್ಧವೂ ಆಗಿಲ್ಲ. ಅರ್ಜುನ ಕುರ್ಚಿಯಿಂದೆದ್ದೇ ಬಿಟ್ಟ.

"ನಾನು ಮುಂದಿನ ಮನೆಗಾದರೂ ಹೋಗ್ತೇನೆ, ನನ್ನನ್ನು ಬಿಡಿ...."

ಆರ್ತಧ್ವನಿ ಆತನದು. ಕಂಡೂ ಕಂಡೂ ಒಬ್ಬ ಯುವಕ ಹಾಳಾಗುವುದಕ್ಕೆ ಹೇಗೆ ಸಮ್ಮತಿಸಲಿ ? ಅಡ್ಡಗಟ್ಟಿ ನಿಂತೆ, ಮುಂದು ವರಿಸಿದೆ.

"ಬೇಡ, ಮುಂದಿನ ಮನೆಗೆ ಹೋಗಬೇಡಿ. ಯಾರಾದರೂ ದಡ್ಡರು ಅಕಸ್ಮಾತ್ತಾಗಿ ಸಹಾಯ ಮಾಡಿಬಿಟ್ಟರೆ ನಿಮ್ಮ ಗತಿ ಏನು ? ನಿಮ್ಮ ಭವಿಷ್ಯವೇನು? ನೀವು ಏನಾದರೂ ಮಾಡಿ, ಮದುವೆ ಮಾತ್ರ ಆಗಬೇಡಿ. ಯಾಕಂದರೆ....."

ಯಾಕೆ ಎಂದನ್ನಲೇ ಇಲ್ಲ–ಆತ ಪರಾರಿ. ಅರ್ಜುನನೇ ಮಾಯ ! ನರನಾರಾಯಣ ಉಪದೇಶ ಯಾರಿಗೆ ಮಾಡಬೇಕು ? ಭಗವಂತನಿಗೇ ಪುಣ್ಯವಿಲ್ಲ ಎಂದು ಸುಮ್ಮನಾದೆ.

ಒಂದೆ ದಿನ ಸಂಜೆ ಆರು ಗಂಟೆ ಸಮಯ–ಆಫೀಸಿನಿಂದ ಬಂದು ಸುಸ್ತಾಗಿ ಕುಳಿತಿದ್ದೆ. ಒಬ್ಬ ಬಿಳೀ ಪ್ಯಾಂಟುಧಾರಿ ಸೈಕಲ್ ಏರಿ ನೇರವಾಗಿ ಬಂದ. ಬೈಸಿಕಲ್ಲನ್ನು ಕಾಂಪೌಂಡ್ ಗೋಡೆಗಾನಿಸಿ ಇದಿರು ನಿಂತು.

"ಗುಡ್ ಮಾರ್ನಿಂಗ್ ಸಾರ್"

ಎಂದಂದ. ನಾನೂ ಹಾಗೆಯೇ ಅಂದೆ–ಅದು ಗುಡ್ಡೂ ಅಲ್ಲ. ಮಾರ್ನಿಂಗ್ ಅಂತೂ ಅಲ್ಲವೇ ಅಲ್ಲ. ಆ ವ್ಯಕ್ತಿಯ ಮುಖದಲ್ಲಿ ಅದೊಂದು ಬಗೆಯ ಗೆಲುವಿನ ನಗೆ. ನಗುತ್ತಿರುವವರನ್ನು ಕಂಡರೆ ನನಗೆ ಅದೇನೋ ಸಂತೋಷ. ಎಲ್ಲರೂ ನಗಬೇಕು ಎಂಬುದೇ ಅಲ್ಲವೇ ನಾನೀ ಮೂವತ್ತು ವರ್ಷಗಳಿಂದ ಜಗತ್ತಿಗೆ ಬೋಧಿಸುತ್ತಿರುವುದು ? ಅಂಥವರನ್ನು ಕಂಡರೆ ನನಗೆ ಬಹು ಪ್ರೀತಿ.

"ಯಾರಪ್ಪಾ ? ಏನಾಗಬೇಕಿತ್ತು ?"

"ನನ್ನ ಹೆಂಡತಿ ಸತ್ತಿದಾಳೆ, ಸಾರ್ !....."

ಅದಕ್ಕೇ ಇಂತಹ ಗೆಲುವಿನ ನಗೆಯಿಂದ ಬಂದನೇ ? ಗಂಡು ಮಗು ಹುಟ್ಟಿದಾಗ ಸಕ್ಕರೆ ಹಂಚುವನಂತೆ ಬಂದಿದ್ದಾನೆ.

"ದಫನ್ ಮಾಡಲಿಕ್ಕೆ...."

"ನಾನು ಬರ್ತೇನೆ"

ಎಂದಂದು ಎದ್ದೇ ನಿಂತೆ. ಬದುಕಿರುವಾಗಂತೂ ನಾನಾಕೆಗೆ ಸಹಾಯವನ್ನೂ ಮಾಡಿಲ್ಲ. ಸತ್ತಾಗಲಾದರೂ ಮಾಡುವುದು ಬೇಡವೆ ? ಸಾರ್ವಜನಿಕ ಆರೋಗ್ಯದ ದೃಷ್ಟಿಯಿಂದಲಾದರೂ ಮಾಡಬೇಕು.

"ನೀವು ಬರಬೇಡಿ ಸಾರ್ ! ಏನಾದರೂ ಹಣ ಸಹಾಯ...."

ಪಾಪ ! ಹೆಂಡತಿ ಸತ್ತಿದ್ದಾಳೆ, ಅದಕ್ಕಾಗಿ ಖುಷಿ ಕೇಳುತ್ತಿದ್ದಾನೆ ! ಈಗ ಏನೂ ಇಲ್ಲ. ಇನ್ನೊಬ್ಬ ಹೆಂಡತಿ ಸತ್ತಾಗ ಬಾ ಎಂದು ಹೇಳಿ ಕಳಿಸಿದೆ. ನಗುತ್ತಲೇ ಹೊರಟ ಭೂಪ !

ಇನಾಮು, ಬಕ್ಷೀಸ್, ಸಹಾಯ, ಕಾಣಿಕೆ, ಖುಷಿ–ಭಿಕ್ಷೆಗೆ ಎಷ್ಟು ಹೆಸರುಗಳಿವೆಯಲ್ಲಾ ಎಂದು ಯೋಚಿಸುತ್ತ ಕುಳಿತೆ. ಈ ಭಿಕ್ಷೆಯೂ ದೇವರಿದ್ದಂತೆ–ದೇವನೊಬ್ಬ, ನಾಮ ಹಲವು.

ನನಗೆ ಉಪನಯನವಾದಾಗ ಪುರೋಹಿತರು ಹೇಳಿಕೊಟ್ಟುದುದು ಏನು? ಭವತೀ ಭಿಕ್ಷಾಂ ದೇಹಿ–ಇದೇ ನಮ್ಮ ಸಪ್ತಾಕ್ಷರೀ ಮಂತ್ರ !

"ಡಾರ್ಲಿಂಗ್ ! ಒಂದು ಮುತ್ತು ಕೊಡುತ್ತೀಯಾ ?"

ಇದು ಮುತ್ತಿನ ಭಿಕ್ಷೆ ಅಲ್ಲವೇ ? ಸತೀ ಸಾವಿತ್ರಿ ಮತ್ತೇನು ಸ್ವಾಮಿ ಮಾಡಿದಳು ? ಯಮನನ್ನು ಪತಿಯ ಪ್ರಾಣಭಿಕ್ಷೆಗಾಗಿ ಕಾಡಿದಳು. ಅದೆಲ್ಲ ಹಳೆಯ ಕಥೆ, ಹೋಗಲಿ ಬಿಡಿ. ಇಂದಿನ ಪುಡಿ ದೇವರುಗಳಾದ ನಮ್ಮ ಎಮ್ಮೆಲೆಗಳು, ಕಲಿಯುಗದ ದೇವತೆಗಳಾದ ಸಚಿವೋಪಸಚಿವರು ಮತ ಯಾಚನೆಗಾಗಿ ನಮ್ಮ ಮನೆ ಬಾಗಿಲಿಗೆ ಬಂದುದು ನೆನಪಿಲ್ಲವೆ? ಅವರಿಗೆ ನೆನಪಿಲ್ಲ, ಅದು ಸಹಜ. ಆದರೆ ಮತವನ್ನು ಕೊಟ್ಟ ನಮಗೆ ?

ಈ ದೇವತೆಗಳಿಂದ ನಿಬಿಡವಾದ ಸರ್ಕಾರ ಮಾತ್ರ ಏನು ಮಾಡುತ್ತಿದೆ? ಗೋಧಿಗಾಗಿ, ರವೆಗಾಗಿ ಅಮೆರಿಕದ ಮುಂದು ಜೋಳಿಗೆ ಹಿಡಿದು ನಿಲ್ಲಲಿಲ್ಲವೆ? ಈಗ ಇದೇ ಸರ್ಕಾರ ಭಿಕ್ಷಾಟನೆಯನ್ನು ಕಾಯಿದೆಯಿಂದ ಉಚ್ಚಾಟನೆ ಮಾಡು ತ್ತೇವೆ ಎಂದನ್ನುತ್ತಿದೆ. ಇದು ನ್ಯಾಯವೇ ಎಂದು ಕೇಳುತ್ತಿದ್ದಾನೆ ಭಿಕ್ಷುಕ ತಿಂಮ.

ಕಾಯಕವೆ ಕೈಲಾಸ ಎಂದಂದ ಬಸವಂಣ ।
ಬಾಯಿ ಮಾತಾಗಿಹದು ಭಾಷಣಕಷ್ಟೆ ಚೆಂದ ॥
ಕಾಯ ಸಮಕಳೆ ಮಾಡಿ ಬಾಳುವರು ಬಹು ಕಡಿಮೆ ।
ಮೈಯ ಜಂಗು ಹಿಡಿಸಿ ಸತ್ತವರೆ ಹೆಚ್ಚು ತಿಂಮ॥

ಶನಿದೇವರು ?

"ನಿಮ್ಮ ಮಗುವಿಗೆ ಜ್ವರವೇ ? ಡಾಕ್ಟರ ಬಳಿ ಹೋಗಬೇಡಿ, ನಮ್ಮೂರ ಶನಿದೇವರ ಬಳಿ ಬನ್ನಿ ! ಜ್ವರ, ಮಗು ಎರಡೂ ಒಂದೇ ಬಾರಿಗೆ ಹೋಗುತ್ತವೆ."

ಚಾಮರಾಜನಗರದ ಬಳಿ ಇರುವ ಸೋಮವಾರ ಪೇಟೆಯ ಶನಿದೇವರ ದೇವಸ್ಥಾನದಿಂದ ಇಂತಹ ಜಾಹೀರಾತೊಂದು ಬಂದರೆ ಏನಾಶ್ಚರ್ಯ ? ಮಕ್ಕಳ ತಾಯ್ತಂದೆಗಳು ಬೆಚ್ಚಿಬಿದ್ದಾರು.

ಸಿದ್ದಯ್ಯ ಏಳು ವರ್ಷದ ಹರಿಜನ ಬಾಲಕ. ತಂದೆ ಪರ್ವತಯ್ಯ ಮಗನ ಕಾಯಿಲೆ ಬೇಗ ಗುಣವಾಗಲೆಂದು ಶನಿದೇವರ ಗುಡಿಗೆ ಜ್ವರದಿಂದ ತಡವರಿಸುತ್ತಿದ್ದ ಸಿದ್ದಯ್ಯನನ್ನು ಕರೆದೊಯ್ದ – ಆಧ್ಯಾತ್ಮಿಕ ಚಿಕಿತ್ಸೆ. ಅಲ್ಲಿ ದೊರೆತ ಚಿಕಿತ್ಸೆ ಯಾವುದು ? ಆಧ್ಯಾತ್ಮಿಕ ಚಿಕಿತ್ಸೆಯ ಬದಲಾಗಿ ಬರೀ ಮಿಕ ಚಿಕಿತ್ಸೆ ಆಯಿತು. ಪೂಜಾರಿ ರಂಗಶೆಟ್ಟಿಯ ಮೈಮೇಲೆ ಇದ್ದಕ್ಕಿದ್ದಂತೆ ದೇವರು ಬಂದ. (ದೇವರು ಹೀಗೇಕೆ ಬರುತ್ತಾನೋ ?) ದೇವರು ಸಿದ್ದಯ್ಯನ ಕತ್ತು ಹಿಡಿದು ಸುತ್ತಲೂ ಗರಗರನೆ ತಿರುಗಿಸಿ ನೆಲಕ್ಕೆ ಅಪ್ಪಳಿಸಿದ. ಸಿದ್ದಯ್ಯನ ಜ್ವರ ಕೂಡಲೆ ಹೋಯಿತು, ಸಿದ್ದಯ್ಯನ ಪ್ರಾಣ ಅದಕ್ಕೂ ಮೊದಲೇ ಹೋಯಿತು.

ಇದನ್ನು ತಿಳಿದ ಅಧಿಕಪ್ರಸಂಗಿ ಪೊಲೀಸರು ಸುಮ್ಮನಿರಬಾರದೇ ? ದೇವರ ಮೇಲೂ ಪೊಲೀಸರಿಗೆ ಹತೋಟಿ ಇದೆಯೇ ? ಕೊಲೆ ಪ್ರಕರಣವನ್ನು ದಾಖಲು ಮಾಡಿಕೊಂಡಿದ್ದಾರೆ. ಆದರೆ ದೇವನೇ ಪರಾರಿ ! ದೇವರು ಪೊಲೀಸರ ಕೈಗೆಲ್ಲ ಸಿಗುತ್ತಾನೆಯೆ? ಕಾದು ನೋಡಬೇಕು. ನೋಡೋಣ.

ಇದು ಕಟ್ಟುಕತೆ ಅಲ್ಲ–ಮೊನ್ನೆ ಮೊನ್ನೆ ಪತ್ರಿಕೆಯಲ್ಲಿ ಬಂದ ವರದಿ. ಇದನ್ನು ನನಗೆ ತೋರಿಸಿ

"ನೋಡಿ, ನಮ್ಮ ಜನ ಎಂತಹ ಮೂರ್ಖರಿದ್ದಾರೆ"

ಎಂದೊಬ್ಬ ಮಿತ್ರರು ಹೇಳಿದರು. ಹಾಗೆ ಹೇಳಿದವರು ಸಾಯಿಬಾಬ ದೇವರ ಸಾಕ್ಷಾತ್ ಶಿಷ್ಯರು.

"ದಡ್ಡರನ್ನು ಕಂಡರೆ ಹುಚ್ಚರಿಗೆ ನಗೆ"

ಹೀಗಂದವನು ನಾನಲ್ಲ. ಅ ಇಬ್ಬರೂ ನನ್ನ ಟೀಕೆಗೆ ಅನರ್ಹರು ಆದರೆ ಅಲ್ಲಿದ್ದ ಅದಾರೋ ಇನ್ನೊಬ್ಬರು ಅಂದು ಕಿಸಿಕಿಸಿ ನಕ್ಕರು. ಆಗ ದೇವರೇನು ಮಾಡಬೇಕು ? ಈ ಎಲ್ಲರನ್ನೂ ಕಂಡು ದೇವರು ನಕ್ಕ–ಅಳುವುದು ತನಗೇ ಅವಮಾನವೆಂದು ತಿಳಿದು ?

ಅಥಾತೋ "ದೇವರು" ಜಿಜ್ಞಾಸಃ ! ಈ ಕಾಣದ ದೇವರ ಬಗ್ಗೆ ಒಂದ್ಯೆದು ನಿಮಿಷ ತಲೆ ಕೆಡಿಸಿಕೊಳ್ಳೋಣ ಎಂಬ ಚಪಲ ತಿಂಮನಿಗೆ. ಇದರಿಂದ ಸಮಯವಷ್ಟೇ ವ್ಯರ್ಥ, ದೇವರೇ ಇಲ್ಲ ಎನ್ನುವವರಿದ್ದಾರೆ. ಹೀಗೆನ್ನುವವರನು ನೀವು ನಾಸ್ತಿಕರು, ಕಾಮಿಗಳು (ಕಮ್ಯೂನಿಸ್ಟ್ ಶಬ್ದದ ಕನ್ನಡಾನುವಾದ) ಎಂದು ಬೈಯುವ ಸರ್ವಾರ್ಪಣ ಬುದ್ಧಿಯ ಆಸ್ತಿಕ ಭಗವದ್ಭಕ್ತರೂ ಇದ್ದಾರೆ ನಮ್ಮಲ್ಲಿ. ನಾಸ್ತಿಕ ಮತ್ತು ಕಮ್ಯೂನಿಸ್ಟ್ ಎಂಬ ಶಬ್ದಗಳು ಸಮಾನಾರ್ಥಕ ಪರ್ಯಾಯ ಶಬ್ದಗಳೇ ? ಒಂದು ಕಾಲದಲ್ಲಂತೂ ಹೌದು.....ಆದರೆ ಈಗ ? ಈಗಿನ ಸಮಾಚಾರವೇ ಬೇರೆ. ಜನಸಂಘದ ಕಮ್ಯೂನಿಸ್ಟ್ ಸದಸ್ಯರಲ್ಲಿ ಡಿ.ಎಂ.ಕೆ. ವಿಚಾರ ಉಳ್ಳವರೂ ಇದ್ದಾರೆ. ಛೆ ಛೆ ! ಇದೂ ಸಾಧ್ಯವೇ ? ವೈಯಕ್ತಿಕ ಸ್ವಾರ್ಥ ದೇಶಕ್ಕಿಂತಲೂ ಹೆಚ್ಚು ಎಂದು ಭಾವಿಸುವವರು ಇರುವಾಗ ಎಲ್ಲವೂ ಸಾಧ್ಯ. ಅದೆಲ್ಲವೂ ಹಾಗಿರಲಿ, ಕಮ್ಯೂನಿಸ್ಟರು ನಾಸ್ತಿಕರೇ ?

ಇ.ಎಂ.ಎಸ್. ನಂಬೂದ್ರಿಪಾದರು ಕಮ್ಯೂನಿಸ್ಟರಲ್ಲವೇ ? ಅಲ್ಲ ಅನ್ನುವುದು ನಂಬೂದ್ರಿಪಾದರಿಗೇ ಅವಮಾನ. ಅರೆಬೆಂದ ಹಸಿಬಿಸಿ ಕಮ್ಯೂನಿಸ್ಟರಲ್ಲ ಅವರು ಪಕ್ಕಾ ಕಮ್ಯೂನಿಸ್ಟರು, ಅಳತೆಕೊಟ್ಟು ಹೇಳಿಮಾಡಿಸಿದ ಕಮ್ಯೂನಿಸ್ಟರು. ಮೊನ್ನೆ ಮೈಸೂರಿನಲ್ಲಿ ಆಂಧ್ರ ವಿಭಜನೆಯ ಬಗ್ಗೆ ಮಾತನಾಡುತ್ತ ಇ.ಎಂ.ಎಸ್. ಏನು ಹೇಳಿದರು ? ಅವರು ಹೇಳಿದುದರಲ್ಲಿ ತಪ್ಪೇನಿದೆ ? ಎಂದು ಕಣ್ಣರಳಿಸಿ ಕೋಪದಿಂದ ಕೇಳುವುದು ಬೇಡ. ಆಂಧ್ರಪ್ರಾಂತ ವಿಭಜನೆ ತಪ್ಪು ಎಂದು ಆಂಧ್ರದವರಲ್ಲದವರೆಲ್ಲರೂ ಹೇಳಿಯೇ ಹೇಳುತ್ತಾರೆ. ಆದರೆ ಆಂಧ್ರದವರು ? ಅವರು ಮೊಟ್ಟಮೊದಲು ಆಂಧ್ರರು, ಆನಂತರ ಭಾರತೀಯರು.

ಛೆ ಛೆ ! ನಿಮ್ಮ ಅಭಿಪ್ರಾಯ ತಪ್ಪು ಎಂದು ತಿಂಮನ ಉಗ್ರವಾದ ಖಂಡನೆ. ಹಾಗಾದರೆ ಅವನನ್ನುವುದಾದರೂ ಏನಂತೆ ? ಆಂಧ್ರರು ಮೊಟ್ಟ ಮೊದಲು ಆಂಧ್ರರು, ಆನಂತರವೂ ಆಂಧ್ರರು ಎಂದನ್ನುತ್ತಾನೆ ತಿಂಮ. ಆಯಿತು ಬಿಡಿ, ಅಂತೂ ನಂಬೂದ್ರಿಪಾದರು ಆಂಧ್ರದ ವಿಭಜನೆಯನ್ನು ಖಂಡಿಸಿದರು, ಸಂತೋಷ. ಆದರೆ ಅದರೊಟ್ಟಿಗೆ ಇನ್ನೊಂದನ್ನೂ ಹೇಳಿದರಲ್ಲಾ ಎಂಬುದೇ ತಿಂಮನಿಗೆ ತಲೆನೋವು. ತಲೆ ಇರುವವರಿಗೆಲ್ಲಾ ತಲೆನೋವು ಇದ್ದುದೇ ! ಆದರೆ ಎಲ್ಲರಿಗೂ ಇದು ಇಲ್ಲ ಎಂಬುದೇ ತಿಂಮನಿಗೆ ಸಮಾಧಾನ.

"ಇಂದಿರಾಗಾಂಧಿ ಅಂದರೆ ಯಾರೆಂದು ತಿಳಿದಿರಿ ? ಆಕೆ ಸಾಕ್ಷಾತ್ ಚಾಮುಂಡೇಶ್ವರಿ! ಶ್ರೀ ಚಾಮುಂಡೇಶ್ವರಿಯ ಶಕ್ತಿಯೊಂದಿಗೆ ಆಂಧ್ರರು ಕುಚೋದ್ಯ ನಡೆಸುವುದೇ ?"

ಈ ಅಣಿಮುತ್ತುಗಳು ಹದಮಾಡಿದ, ಪಕ್ವವಾದ, ಪಳಗಿದ ಕಮ್ಯೂನಿಸ್ಟ್ ಅಗ್ರೇಸರ ನಂಬೂದ್ರಿಪಾದರ ಬಾಯಿಂದ ಹೊರಬಿದ್ದಾಗ ಇಂದಿರಾಗಾಂಧಿಯವರಿಗೇನಾಯಿತೋ ಇಲ್ಲವೋ ಶ್ರೀ ಚಾಮುಂಡೇಶ್ವರಿ ಯಂತೂ ಮೂರ್ಛೆ ಹೋಗಿರಲೇ ಬೇಕು ಎಂದನ್ನುತ್ತಾನೆ ತಿಂಮ.

ಇ.ಎಂ.ಎಸ್.ಗೂ ಚಾಮುಂಡಿಯಲ್ಲಿ ಭಕ್ತಿಯೇ ? ಇರಲಿಕ್ಕಿಲ್ಲ, ಪಾಪ! ಮೈಸೂರಿನಲ್ಲಲ್ಲವೆ

ಮಾತನಾಡಿದುದು ? ಹಾಗಾದರೆ ಸ್ಥಳ ಮಹಾತ್ಮೆ ಇರಬೇಕು, ಅಷ್ಟೆ. ಬೆಂಗಳೂರಲ್ಲಿ ಮಾತನಾಡಿದ್ದರೆ ಅಣ್ಣಮ್ಮ ಅನ್ನುತ್ತಿದ್ದರು. ತಿರುಪತಿಯಲ್ಲಾ ಗಿದ್ದರೆ ಇಂದಿರಾಜಿ ಬಾಲಾಜಿ ಆಗುತ್ತಿದ್ದರು. ಜನ ಚಪ್ಪಾಳೆ ತಟ್ಟಬೇಡವೆ ? 'ಟು ಎರ್ ಈಜ್ ಹ್ಯೂಮನ್' ಎಂದಲ್ಲವೆ ? ಪಾದರು ಕಮ್ಯೂನಿಸ್ಟರಾದರೂ ಮನುಷ್ಯರಲ್ಲವೇ ? ಮನುಷ್ಯರೆಂದ ಮೇಲೆ ತಪ್ಪು ಮಾಡುವ ಅಧಿಕಾರ ಇದ್ದೇ ಇದೆ, ದೇವರು ಅವರ ಬಾಯಿಂದ ತಪ್ಪಿ ಬಂದಿರಬೇಕು.

ಬರೀ ಇದೇ ಆಯಿತಲ್ಲ, ಇನ್ನು ದೇವರ ಬಗ್ಗೆ ಯೋಚಿಸೋಣ ಎಂಬುದು ತಿಂಮನ ಅವಸರದ ಸಲಹೆ. ಹೌದೂ ಯೋಚಿಸೋಣ. ಅದರೆ ದೇವರ ಬಗ್ಗೆ ಯೋಚಿಸಲು ದೇವರು ಎಂಬವನೊಬ್ಬ ಇದ್ದಾನೆಯೆ ? ಈ ಪ್ರಶ್ನೆಯನ್ನು ಕೇಳುವುದುಂಟೆ ? ಅದೂ ನಮ್ಮ ದೇಶದಲ್ಲಿ ? ಕೋಟ್ಯಾವಧಿ ಆಸ್ತಿಕ ಮಹಾಶಯರನ್ನು ಕೆರಳಿಸುವ ಪ್ರಶ್ನೆ ಇದು. ಇಷ್ಟು ಜನ ದೇವರು ಇದ್ದಾನೆಂದು ಹೇಳುತ್ತಿರುವಾಗ ನಾವೂ ಹೌದು, ಇದ್ದಾನೆ ಎಂದೊಪ್ಪಿಕೊಂಡು ತಲೆಯಾಡಿಸಿಬಿಡುವುದು ಬುದ್ಧಿವಂತಿಕೆಯ ಲಕ್ಷಣ. ನಮಗೆ ಬುದ್ಧಿವಂತಿಕೆಯ ಲಕ್ಷಣ ಬೇಡ, ಬುದ್ಧಿವಂತಿಕೆಯೇ ಬೇಕು ಎಂದು ವಾದಿಸಿದರೆ ಅದು ಮೊಂಡವಾದ ಆದೀತಲ್ಲವೆ ?

ಮಾನವ ಧರ್ಮವನ್ನಷ್ಟೆ ಒಪ್ಪುತ್ತೇವೆ, ಆದರೆ ದೇವರನ್ನು ಒಪ್ಪುವುದಿಲ್ಲ ಅನ್ನುವವರೂ ಇದ್ದಾರೆ. ಹೌದು, ಇದ್ದಾರೆ. ಇದೂ ಪರಮಾತ್ಮನ ಲೀಲೆಯೇ ಎಂದಂದರಾಯಿತು. ಧರ್ಮವನ್ನು ನಂಬುತ್ತೇವೆ ಆದರೆ ದೇವರನ್ನು ನಂಬುವುದಿಲ್ಲ ಅನ್ನುವುದೂ ಒಂದೇ, ಕರುವನ್ನು ನಂಬತ್ತೇವೆ ಆದರೆ ಅದರ ತಾಯಿಯಾದ ಹಸುವನ್ನು ನಂಬುವುದಿಲ್ಲ ಅನ್ನುವುದೂ ಒಂದೇ ಎಂಬುದು ನಮ್ಮ ಸನಾತನಿಗಳ ಅಭಿಪ್ರಾಯ. ತನ್ನ ಕರುಣೆಯಿಂದ ಜೀವಿಗಳನ್ನು ಸಂಸಾರ ದುಃಖದಿಂದ ಮುಕ್ತರನ್ನಾಗಿ ಮಾಡುವ ಆ ಅನಂತ ಚಿತ್ಸುಖ ಸ್ವರೂಪನಾದ ಪರಮಾತ್ಮನೇ ಇಲ್ಲ ಅನ್ನುವುದು ಮಹಾಪಾಪ !

ಧರ್ಮಕೃದ್ಧರ್ಮ ಗುಬ್ಧರ್ಮೀ–ಧರ್ಮವನ್ನು ಸೃಜಿಸಿದವನು, ಧರ್ಮದ ರಕ್ಷಣೆ ಮಾಡುವವನು, ಧರ್ಮದ ಅಧಾರವೂ ಸಹ ಈ ಪರಮಾತ್ಮನೇ. ಧರ್ಮಾವನಾಯೋರು ಕೃತಾವತಾರಃ – ಈ ಧರ್ಮದ ರಕ್ಷಣೆಗಾಗಿ ಆಗಾಗ ಅವತಾರ ಮಾಡಿದವನೂ ಪರಮಾತ್ಮನೇ. ಧರ್ಮಮೂಲಂ ಹಿ ಭಗವಾನ್ – ಪರಮಾತ್ಮನೇ ಈ ಧರ್ಮದ ಮೂಲರೂಪನು. ಧರ್ಮಸ್ಯ ಪ್ರಭುರಚ್ಯುತಃ–ಈ ವಿಶ್ವಧರ್ಮದ ಪ್ರಭುವು ಕೂಡಾ ಪರಮಾತ್ಮನೇ. ಯದಾದಿತ್ಯಗಂ ತೇಜೋ ಜಗದ್ಭಾಸಯತೇ ಖಿಲಂ ! ಯಚ್ಚಂದ್ರಮಸಿ ಯಚ್ಚಾಗ್ನೌ ತತ್ತೇಜೋ ವಿದ್ಧಿ ಮಾಮಕಂ–ಎನ್ನುವದಾಗಿ ಉದ್ಘೋಷಿಸಿದ ಪರಮಾತ್ಮನ ಪ್ರಕಾಶವೇ ಈ ವಿಶ್ವ ಧರ್ಮದ ದಿನಮಣಿಯಲ್ಲಿ ತುಂಬಿ ಹೊರತುಳುಕುತ್ತಿದೆ. ಆದುದರಿಂದಲೇ ಈತನನ್ನು ಧರ್ಮೋ ಧರ್ಮ ವಿದುತ್ತಮಃ ಎನ್ನುವರು. ಧರ್ಮ ರೂಪನೂ ಇವನೇ ಸರಿ. ಈತನೇ ಧರ್ಮಜ್ಞರಲ್ಲಿ ಆಗ್ರೇಸರನು. ಪರಮಾತ್ಮನು ಆನಂದ ಘನನ,....

ಏನು ? ಅಜೀರ್ಣವಾಯಿತು ಅಂದಿರಾ ? ಪರಮಾತ್ಮನ ವಿಚಾರವೇ ಹೀಗೆ.

ನಂಬಿಕೆ ಇಲ್ಲದವರಿಗೆ ಹೇಳಿದರೆ ಪ್ರಯೋಜನವಿಲ್ಲ. ನಂಬಿಕೆ ಇರುವವರಿಗೆ ಹೇಳಬೇಕಾದ ಅವಶ್ಯ ಕತೆ ಇಲ್ಲ. ಇನ್ನು ಯಾರಿಗಾಗಿ ಇದನ್ನೆಲ್ಲ ಹೇಳುವುದಾದರೂ ? ಈ ಜಿಜ್ಞಾಸೆಯೇ ಬೇಡ ಬಿಡಿ ಹಾಗಾದರೆ.

ಛೆ ಛೆ ! ಹಾಗಲ್ಲ, ನಿಮ್ಮ ಮೂಗಿನ ನೇರವಾಗಿ ನೀವು ಹೇಳುತ್ತ ಹೋದರೆ ಆಯಿತೆ? ಬೇರೆಯವರು ದೇವರ ಬಗ್ಗೆ ಏನೇನು ಹೇಳಿದ್ದಾರೆ ಎಂಬುದನ್ನೂ ಈ ಚರ್ಚೆಯಲ್ಲಿ ತಂದು ಹಾಕುವುದು ಒಳಿತಲ್ಲವೆ ? ಎಲ್ಲರ ಅಭಿಪ್ರಾಯಗಳನ್ನೂ ಒಟ್ಟುಗೂಡಿಸಿ ಆನಂತರ ಯೋಚಿಸೋಣ–ಹೌದು, ಇದೂ ಒಂದು ಸಲಹೆಯೇ.

ಪರಮಾತ್ಮನಲ್ಲಿ ಸರ್ವಾರ್ಪಣ ಭಕ್ತಿ ಇರಬೇಕು–ತೇನ ವಿನಾ ಎಂಬುದನ್ನು ಕೇಳಿಲ್ಲವೆ? ಕೇಳಿದ್ದೇವೆ. ಆದರೆ ಸರ್ವಾರ್ಪಣ ಅಂದರೇನು ? ಎಲ್ಲವನ್ನೂ ಅತನಿಗೆ ಅರ್ಪಿಸಬೇಕು. ಎಲ್ಲವನ್ನೂ ಅಂದರೆ ಬುದ್ಧಿಯನ್ನೂ ? ಇದು ಎಲ್ಲರಿಗೂ ಸರಿ ಎನಿಸುವುದಿಲ್ಲ, ಬುದ್ಧಿಯನ್ನೂ ಆತನಿಗೆ ಅರ್ಪಿಸಿ ಅನಂತರ ನಾವು ಯೋಚಿಸುವುದು ಹೇಗೆ ಎಂಬುದು ಕೆಲವರವಾದ. ತಿಂಮನ ವಾದ ಇದಲ್ಲ–ಪರಮಾತ್ಮನಿಗೆ ಬುದ್ಧಿಯನ್ನು ಅರ್ಪಿಸಲು ಅನೇಕರಿಗೆ ಸಾಧ್ಯವೇ ಇಲ್ಲ. ಎಂದೆನ್ನುತ್ತಾನೆ. ಏಕೆ ? ಇದ್ದರಲ್ಲವೆ ಅರ್ಪಿಸುವುದು ?

ಬರ್ಟ್ರೆಂಡ್ ರಸಲ್ ಏನನ್ನುತ್ತಾನೆ ? ಮಾನವನ ಆತ್ಮಗೌರವದ ಘನತೆಯನ್ನು ಏರಿಸುವುದು ಒಳಿತು. ಇದಕ್ಕೆ ಇರುವುದು ಒಂದೇ ಒಂದು ಉಪಾಯ–ಮನುಷ್ಯಾತೀತವಾದ ಅಧಿಕಾರದ ಸಾರ್ವಭೌಮತ್ವವನ್ನು ಮಾನವನ ತಲೆಯ ಮೇಲೆ ಹೇರುವುದು ಬೇಡ. ಸಾಮಾನ್ಯವಾಗಿ ಶಕ್ತಿ ಎಂಬುದು ದುಷ್ಟವಾದುದು ಎಂಬುದೇ ನಮ್ಮ ಅನುಭವ. ಹೀಗಿರುವಾಗ ಆ ಶಕ್ತಿಯನ್ನು ನಾವು ಪೂಜಿಸುವುದು ಸರಿಯೇ, ಅಥವಾ ಒಳಿತೆಂಬುದನ್ನು ಪೂಜಿಸುವುದು ಸರಿಯೇ ? ದುಷ್ಟಶಕ್ತಿಯಲ್ಲಿ ನಮ್ಮ ದೇವರನ್ನು ಇಡೋಣವೋ, ಅಥವಾ ಆತನನ್ನು ನಮ್ಮ ಅಂತಸ್ಸಾಕ್ಷಿಯ ಸೃಷ್ಟಿ ಮಾತ್ರ ಅನ್ನೋಣವೋ ? ನಂಬಿಕೆ–ನಂಬಿಕೆ ಎಂಬುದೂ ಒಂದು ಹಗಲು ಕನಸು. ಈ ನಂಬಿಕೆಯನ್ನು ನಾವು ನಂಬುವುದಾದರೂ ಹೇಗೆ ? ವೈಚಾರಿಕ ಸ್ವಾತಂತ್ರ್ಯ ಎಂಬುದು ಬುದ್ಧಿಜೀವಿಗೆ ಬೇಡವೆ ?

ಜಾರ್ಜ್ ಬರ್ನಾಡ್ ಷಾ ಒಂದೆಡೆ ಹೀಗನ್ನುತ್ತಾನೆ–ದೇವರು ಸರ್ವ ಸಮರ್ಥ, ತನಗೆ ತೋಚಿದವರಿಗಷ್ಟೆ ವರಗಳ ಕರುಣಿಸುತ್ತಾನೆ ಎಂಬ ಸೂತ್ರಾಂಧ ವಾದ ಮಾತನ್ನು ಮಕ್ಕಳಿಗೆ ಉಪದೇಶಿಸುವುದನ್ನು ನಾನೆಂದೂ ಸಹಿಸಲಾರೆ. ನನಗಧಿಕಾರವಿದ್ದಿದ್ದರೆ ನಾನಂತಹರನ್ನು ಜೇಲಿಗೆ ಕಳಿಸುತ್ತಿದ್ದೆ.

ಬರ್ನಾಡ್ ಷಾನ ವಿಚಾರವನ್ನು ಬಿಡಿ, ಅವನೇನಾದರೂ ಅನ್ನುತ್ತಾನೆ. ಏಸು ಸ್ವಾಮಿ ಯಾರು ? ದೇವರ ಮಗನಲ್ಲವೆ ? ಅಂತಹ ಏಸುಕ್ರಿಸ್ತನ ಬಗ್ಗೆ ಷಾ ಹೇಳಿರುವುದನ್ನು ಕೇಳಿದರೆ ಕ್ರಿಶ್ಚಿಯನ್ ಎದೆ ಒಡೆದೇ ಹೋಗುತ್ತದೆ.

ಹಾಗೇನಿಲ್ಲ, ಎಲ್ಲರ ಎದೆಯೂ ಒಡೆಯುವುದಿಲ್ಲ ಎಂಬುದು ತಿಂಮನ ತರ್ಕ. ಪ್ರೆಸಿಡೆಂಟ್ ನಿಕ್ಸನ್ ವಿಯಟ್ನಾಂನಲ್ಲಿ ಸಹಸ್ರಗಟ್ಟಲೆ ಜನವನ್ನು ನಿತ್ಯವೂ ಕೊಲ್ಲಿಸಿ, ಪ್ರತಿ

ಭಾನುವಾರವೂ ತಪ್ಪದೆ ಚರ್ಚಿಗೆ ಹೋಗಿ ಆ ಸಮರದಲ್ಲಿ ಹತವಾದ ಜೀವಿಗಳ ಆತ್ಮಕ್ಕೆ ಶಾಂತಿ ದೊರೆಯಲೆಂದು ಅದೇ ಏಸುದೇವನ ಮುಂದು ಪ್ರಾರ್ಥನೆ ಸಲ್ಲಿಸಲಿಲ್ಲವೇ ? ನಿಕ್ಸನ್ ಸಾಹೇಬರ ಎದೆ ಎಂದಿಗೂ ಒಡೆಯುವುದಿಲ್ಲ. ಏಕಂದರೆ ಒಡೆಯಲು ಎದೆ ಎಲ್ಲಿದೆ ? ತಿಂಮನ ಪ್ರಶ್ನೆ !

ಷಾ ಉವಾಚ :– ಏಸುಕ್ರಿಸ್ತ ಧರ್ಮಕ್ಕೆ ಬಲಿಯಾದ ಹುತಾತ್ಮನೇ ? ಅಲ್ಲ ಅಲ್ಲ. ತಾನೇ ದೇವರೆಂದು ಹೇಳಿ ದೈವನಿಂದೆ ಮಾಡಿದುದಕ್ಕಾಗಿ ಏಸುನನ್ನು ಜ್ಯೂ ಜನ ಕೊಂದರು. ಆದರೆ ಇದರಲ್ಲಿ ಏಸು ಸ್ವಾಮಿಯದೂ ತಪ್ಪಿಲ್ಲ, ಆತನು ಸುಳ್ಳಾಡಲಿಲ್ಲ. ತಾನು ಹೇಳುತ್ತಿದ್ದುದನ್ನು ಆತ ಭದ್ರವಾಗಿ ನಂಬಿದ್ದ. ಆಗ ಏಸು ಹೇಳಿದುದನ್ನು ಇಂದು ಯಾರಾದರೂ ಹೇಳಿದರೆ ನಮ್ಮ ಆಧುನಿಕ ನ್ಯಾಯಾಸ್ಥಾನಗಳು ಅವನನ್ನು ಇಬ್ಬರು ಮಾನಸಶಾಸ್ತ್ರಜ್ಞರಿಂದ ಪರೀಕ್ಷೆ ಮಾಡಿಸಿ, ಮನೋವಿಕಾರಕ್ಕೆ ಬಲಿಯಾಗಿದ್ದಾನೆಂದು ತೀರ್ಮಾನಿಸಿ ಹುಚ್ಚಾಸ್ಪತ್ರೆಗೆ ಕಳುಹಿಸುತ್ತಿದ್ದುವು.

ದಯವಿಟ್ಟು ಕ್ಷಮಿಸಿ. ಇದು ನನ್ನ ಅಭಿಪ್ರಾಯವಲ್ಲ, ಜಾರ್ಜ್ ಬರ್ನಾಡ್ ಷಾ ಅವರ ಅಭಿಪ್ರಾಯವನ್ನು ತಮ್ಮ ಗಮನಕ್ಕೆ ತಂದಿದ್ದೇನೆ ಮಾತ್ರ. ಇದನ್ನು ತಾವು ಪರಿಗ್ರಹಿಸಬಹುದು, ತಿರಸ್ಕರಿಸಬಹುದು. ನಷ್ಟವಂತೂ ನನ್ನದಲ್ಲ ಎಂದನ್ನುತ್ತಾನೆ ತಿಂಮ.

ತಾವಿದನ್ನು ಒಂದು ವೇಳೆ ಪರಿಗ್ರಹಿಸುವುದಾದರೆ–ರೆ ?– (ಪರಿಗ್ರಹಿಸು ವುದಿಲ್ಲ ಎಂಬುದು ಖಾತ್ರಿ) ನಾವು ನಮ್ಮ ಇಂದಿನ ಲೇಟೆಸ್ಟ್ ದೇವರುಗಳ ತಲೆಗಳನ್ನು (ಕೂದಲು ಸಹಿತ) ಹೀಗೆಯೇ ಮಾನಸ ಶಾಸ್ತ್ರಜ್ಞರಿಗೆ ಕೊಟ್ಟು ಏಕೆ ಪರೀಕ್ಷಿಸಬಾರದು ಎಂಬುದು ತಿಂಮನ ನಮ್ರ ಸಲಹೆ. ಸಲಹೆ ಅಂದಾಗ ಬೇಕಾದರೆ ತೆಗೆದುಕೊಳ್ಳಬಹುದು, ಬಿಡಬಹುದು.

ಯಾರು ನಮ್ಮ ಲೇಟೆಸ್ಟ್ ದೇವರು ? ಬಾಬಾ ದೇವರಲ್ಲವೆ ? ನಾನು ದೇವರು ಎಂದು ಅವರೆಂದೂ ಹೇಳಿಲ್ಲವಲ್ಲ ? ಇದೇ ದೇವರ ಜಾಣತನ–ನಾನೇ ದೇವರು ಎಂದು ಹೇಳುವಷ್ಟು ದಡ್ಡ ಯಾವ ದೇವನೂ ಇರಲಿಲ್ಲ. ಆದರೆ ಆತ ಸ್ವಾಮೀ, ಆತ ಪರಮಾತ್ಮ ಎಂದು ಕೂಗಿ ಹೇಳುವ ಹೊಗಳಭಟ್ಟಂಗಿಗಳಾದ ಆಧ್ಯಾತ್ಮಿಕ ವಿಧವೆಯರ ಸೇನೆಯನ್ನೇ ಸೃಷ್ಟಿಮಾಡಿದ್ದಾನೆ. ಯಾರೋ ಹೇಳಿದರೆ ಅದು ಆತನ ತಪ್ಪೇ ? ಪ್ರತ್ಯಕ್ಷ ತಪ್ಪಲ್ಲ, ಆದರೆ ಅಪ್ರತ್ಯಕ್ಷ ತಪ್ಪು. ಅವರೆದುರಿನಲ್ಲಿ ಹಾಗೆಂದು ಇತರರು ಹೇಳಿದಾಗ ಆತ ಸುಮ್ಮನಿದ್ದರೆ ಏನೆಂದು ಅರ್ಥ ?

ಮನೋವಿಕಲ್ಪವಾಗಿ ತಾನೇ ದೇವರೆಂದು ಭ್ರಮಿಸಿದ್ದರೂ ಇರಬಹುದು. ಇಷ್ಟೆಲ್ಲ ಪಂಚಾಯಿತಿಯೇ ಬೇಡ. ಸಮರ್ಥ ಡಾಕ್ಟರುಗಳಿಂದ ಪರೀಕ್ಷೆ ಮಾಡಿಸಿಬಿಡುವುದು ಸೂಕ್ತವಲ್ಲವೇ ?

ಸೋಮವಾರ ಪೇಟೆಯ ಶನಿದೇವರ ಪೂಜಾರಿಯಾದ ರಂಗಶೆಟ್ಟಿಯ ಸಮಾಚಾರವೇನು ? ಆ ಏಳು ವರ್ಷದ ಹರಿಜನ ಬಾಲಕ ಸಿದ್ದಯ್ಯನ ಮೇಲೆ

ಅವನಿಗೇನಾದರೂ ದ್ವೇಷವಿತ್ತೆ ? ಸೇಡು ತೀರಿಸಿಕೊಳ್ಳಬೇಕಾದ ಅವಶ್ಯಕತೆ ಇತ್ತೆ ? ಇವನ್ನೆಲ್ಲ ಮೊದಲು ವಿಚಾರಿಸೋಣ ಇಲ್ಲ ಎಂದು ರುಜು ವಾತಾದರೆ ಪೂಜಾರಿ ರಂಗಶೆಟ್ಟಿ ಕೊಲೆಪಾತಕನೇ ? ತಾನೇ ಶನಿದೇವರು ಎಂದವನು ಹೇಳುವುದಿಲ್ಲ ನಿಜ, ಆದರೆ ಆ ಶನಿದೇವರು ಇವನ ಮೈಮೇಲೆ ಬಂದ. ಅಥವಾ ಬಂದನೆಂದು ರಂಗಶೆಟ್ಟಿ ಭ್ರಮಿಸಿದ. ಆ ಪರಿಸ್ಥಿತಿಯಲ್ಲಿ ಆದುದಕ್ಕೆ ಅವನು ಹೊಣೆಯೇ ? ಒಂದು ವೇಳೆ ಆ ಬಾಲಕನ ಜ್ವರ ಗುಣವಾಗಿದ್ದರೆ ಆಗ ಯಾರೂ ರಂಗಶೆಟ್ಟಿಯನ್ನು ಹೊಗಳುತ್ತಿರಲಿಲ್ಲ. ಶನಿದೇವರಿಗೇ ಥ್ಯಾಂಕ್ಸ್ ಹೇಳುತ್ತಿದ್ದರು. ಥ್ಯಾಂಕ್ಸ್ ಮಾತ್ರ ದೇವರಿಗೆ, ಕೊಲೆಯ ಮೊಕದ್ದಮೆ ರಂಗಶೆಟ್ಟಿಯ ಮೇಲೆಯೇ ? ಎಂದು ಕೇಳುತ್ತಾನೆ ತಿಂಮ.

ಮಾನವನೆ ನಿನ ಶತ್ರು ಬರೆದಿಟ್ಟುಕೋ ದೇವ ।
ನಿನಗಾವಾದ ದ್ರೋಹಗಳ ಎಸಗಿಹನು ಗೊತ್ತೇ ? ॥
ತನಗಿರುವ ದಡ್ಡ ದೌರ್ಬಲ್ಯ ನಿನಗಂಟಿಸಿಹನು ।
ಏನು ದೇವನ ಬವಣೆ ! ನೋಡು ತಿಂಮ ॥

ಸ್ಮಶಾನ ಕುರುಕ್ಷೇತ್ರ

"ನೀವು ಹೊಟ್ಟೆ ಕರಗಿಸಬೇಕು."

"ಯಾರದು ?"

ಎಂದು ಕೇಳಿ ಡಾಕ್ಟರ ಮುಖ ನೋಡಿದೆ.

ನನ್ನ ದನಿಯಲ್ಲಿದ್ದ ವ್ಯಂಗ್ಯ ಡಾಕ್ಟರರಿಗೆ ಅರ್ಥವಾಯಿತು. ತಮ್ಮ ಬೃಹತ್ ಹೊಟ್ಟೆಯ ಮೇಲೆ ಕೈಯಾಡಿಸಿಕೊಳ್ಳುತ್ತ ಮೀಸೆಯಲ್ಲಿಯೆ ಮುಸಿ ಮುಸಿ ನಕ್ಕರು.

ಅವರದು ಪುರುಷಗರ್ಭ. ಆ ದೊಳ್ಳನ್ನು ಹೊತ್ತುಕೊಂಡು ಹೇಗೆ ಓಡಾಡುತ್ತಾರೆ ಇವರು ಎಂಬುದು ನನ್ನ ಚಿಂತೆ. ಇವರು ನನಗೆ ಹೊಟ್ಟೆಯನ್ನು ಕರಗಿಸಲು ಉಪದೇಶ ಮಾಡುವುದೆ ?

ನನ್ನ ಪುಟ್ಟ ಮೊಮ್ಮಗಳನ್ನು ಶಾಲೆಗೆ ಬಿಡಲು ಒಮ್ಮೆ ಜೊತೆಯಲ್ಲಿ ಹೋದಾಗ ರಸ್ತೆಯ ಅಂಚಿನಲ್ಲಿದ್ದ ಹೊಲಸನ್ನು ಕಂಡು ಆ ಮಗುವಿಗೆ ನಾನು ಹೇಳಿದ್ದುದು ನೆನಪಾಯಿತು.

"ರಸ್ತೆಯಲ್ಲಿ ಹುಷಾರಾಗಿ ಬಾರಮ್ಮಾ ! ದೊಡ್ಡವರು ಹೊಲಸು ಮಾಡಿರುತ್ತಾರೆ, ಮಕ್ಕಳು ಎಚ್ಚರದಿಂದ ನಡೆಯಬೇಕು."

ಮಾನವ ಚರಿತ್ರೆಯೇ ಇದು. ನಮ್ಮ ಹಿರಿಯರ ಅನೇಕ ತಪ್ಪುಗಳನ್ನು ನಾವಿಂದು ತಿದ್ದಿಕೊಳ್ಳುತ್ತಲಿಲ್ಲವೆ ? ಹಿರಿಯರು ತಪ್ಪು ಮಾಡುತ್ತಾರೆ. ಕಿರಿಯರು ಅವರನ್ನು ಅರ್ಥಮಾಡಿಕೊಳ್ಳುತ್ತಾರೆ, ಅನಂತರ ಕ್ಷಮಿಸುತ್ತಾರೆ.

ಡಾಕ್ಟರ ಕಾಯವಷ್ಟೇ ಸ್ಥೂಲ. ಬುದ್ಧಿ ? ಅಷ್ಟೇ ಚುರುಕು.

"ಈಗ 'ಇಲಾಜು' ನಡೆದಿರುವುದು ನಿಮಗೆ, ನನಗಲ್ಲ"

ಎಂದು ಹೇಳಿ ಮತ್ತೊಮ್ಮೆ ನಕ್ಕರು, ವಾದದಲ್ಲಿ ಗೆದ್ದವರಂತೆ. ಹೌದು ಎಂದಂದು ಸುಮ್ಮನಾದೆ.

ಎಷ್ಟೆಷ್ಟು ಬೊಜ್ಜು ಬೆಳೆಸಿದವರಿದ್ದಾರೆ ನಮ್ಮಲ್ಲಿ ? ಅದೂ ಹೇಗೆ ಹೇಗೆ? ಚಿನ್ನವನ್ನು 'ಸ್ಮಗಲ್' ಮಾಡುವ ಚಿನ್ನದಂತಹ ಜನ ಎಷ್ಟೆಷ್ಟಿದ್ದಾರೆ ? ಒಂದು ಪೈಸಾಕ್ಕೆ ಒಂದು ದಿನಕ್ಕೆ ಒಂದೇ ಪೈಸಾ ಬಡ್ಡಿ ಗಿಟ್ಟಿಸುವ ಬಡ್ಡೀ ಮಕ್ಕಳಿಲ್ಲವೆ? 'ಮಿಾಸಾ'ಕ್ಕೇ ಲಾಯಖ್ ಆದ ಮೋಸಗಾರರ ಹೊಟ್ಟೆ ಹೇಗಿದೆ ? ಇವರೆಲ್ಲರ ಹೊಟ್ಟೆ ನಮ್ಮ ಡಾಕ್ಟರರಿಗೆ ಕಾಣಲೇ ಇಲ್ಲವೆ ? ನಾನು ರಿಟೈರ್ ಆಗಿರುವಂತೆ ನನ್ನ ಹೊಟ್ಟೆಯೂ ರಿಟೈರ್ ಆಗಿದೆ–ನನಗೆ ಅರ್ಧ ಸಂಬಳ, ನನ್ನ ಹೊಟ್ಟೆಗೂ ಅರ್ಧ ಊಟ. ಇನ್ನೂ ಕರಗಿಸಬೇಕೆ ? ನನ್ನ ಬೆಲ್ಟ್‌ಗೆ ಹೊಸ ತೂತುಗಳನ್ನು ಹಾಕಬೇಕಿನ್ನು.

"ನಿಮ್ಮ ಕಾಲ ನೋವಿಗೆ ಈ ಹೊಟ್ಟೆಯೇ ಕಾರಣ."

"ತಲೆನೋವಿಗೆ ?"

"ಅದಕ್ಕೂ ಹೊಟ್ಟೆಯೇ."

ಕಿವಿನೋವು, ಬೆರಳುನೋವು–ಎಲ್ಲದಕ್ಕೂ ನನ್ನ ಹೊಟ್ಟೆಯೇ ಕಾರಣ ಎಂದನ್ನುತ್ತಾರಿವರು ಎಂಬುದರ್ಥವಾಯಿತು. ಮಾತು ಬೆಳೆಸಲು ಇಚ್ಛಿಸಲಿಲ್ಲ.

"ನೀವು ಎಕ್ಸರ್‌ಸೈಜ್ ಮಾಡಬೇಕು"

ಈ ಅರವತ್ತೂರನೆ ವಯಸ್ಸಿನಲ್ಲಿ ಗರಡಿಮನೆಗೆ ಹೋಗಲೆ ?

"ನೀವು ಪ್ರಾಣಾಯಾಮ ಮಾಡುವುದಿಲ್ಲೇನು ?"

"ನನ್ನ ಬದುಕೇ ದ್ರಾವಿಡಪ್ರಾಣಾಯಾಮ ಸ್ವಾಮೀ !"

ಹೀಗೆಯೇ ಮಾತಿನ ಚಕಮಕಿ ಸುರುವಾದರೆ ನನ್ನ ಕಾಯಿಲೆಗೆ 'ಇಲಾಜು' ಆದಂತೆಯೇ ಇದೆ ಎಂದಂದುಕೊಂಡು ಸಪ್ಪೆಯಾಗಿ ನುಡಿದೆ.

"ಹೇಳಿ ಸ್ವಾಮಿ ! ಸಾಮು, ಗೀಮು, ಅದೆಲ್ಲ ಸಾಧ್ಯವಿಲ್ಲ ನನ್ನಿಂದ ಏನು ವ್ಯಾಯಾಮ ಮಾಡಬೇಕು, ಹೇಳಿ."

"ಓಡುತ್ತೀರಾ ?"

"ಬುದ್ಧನಂತೆ ಓಡುವುದೆ ? ಹೆಂಡತಿ, ಮಗನನ್ನು ಬಿಟ್ಟು ಓಡಿಹೋಗುವ ಪಲಾಯನಸೂತ್ರ ನನ್ನದಲ್ಲ. ಇದ್ದು ಬದುಕಿನೊಂದಿಗೆ ಹೋರಾಡುವುದೇ ನನ್ನ ಗುರಿ. ಓಡಿದರೆ ಬೀಳುತ್ತೇನೆ, ಅಷ್ಟೆ."

"ಅದೂ ಖರೆ"

ಅಂದರು, ಡಾಕ್ಟರ್ ರಾಯಚೂರು.

"ವಾಕಿಂಗ್ ಆದರೂ ಹೋಗಿಬನ್ನಿ, ದಿನಾಲೂ"

ಆಯಿತು ಎಂದಂದು ಬಂದೆ. ಬೆಂಗಳೂರಲ್ಲಿ ವಾಕಿಂಗ್ ಯಾವಾಗ ಹೋಗುವುದು? ಬೆಳಿಗ್ಗೆ ಚಳಿ. ಮಂಜು. ಹೊರ ಬೀಳುವುದು ಆಗದು ಇನ್ನು ಸಂಜೆ ? ಯಾರಾರೋ ಬರುತ್ತಾರೆ, ಏನೇನೋ ಕೆಲಸ-ಕಾರ್ಯಗಳು. ಆದರೂ ಡಾಕ್ಟರು ಹೇಳಿದ ಮೇಲೆ ಹೋಗಲೇಬೇಕು.

ಒಂದು ಸಂಜೆ ಹೊರಬಿದ್ದೆ ಮನೆಯಿಂದ. ಎತ್ತ ಹೋಗುವುದು ಎಂಬ ಯೋಚನೆ ಕಾಡಿತು. ರಸ್ತೆ ತುಂಬ ಲಾರಿ, ಆಟೋಗಳ ಕಾಟ.

"ಫುಟ್‌ಪಾತ್‌ನಲ್ಲಿ ಹೋಗಿ"

ಹೆಂಡತಿಯ ಸಲಹೆ. ಕಾರ್ಯೇಷು ಮಂತ್ರೀ ?

ತಗ್ಗು ದಿನ್ನೆ, ಕೆಟ್ಟು ನಿಂತ ಲಾರಿಗಳು, ಹಿಂಡದ ಆಕಳು, ಹೊಟ್ಟೆಗಿಲ್ಲದ ಜನ, ಹುಚ್ಚುನಾಯಿ, ಟೆಲಿಫೋನ್ ಹಾಕುವವರ ಬಿ ಡಾ ರ, ಸರಕಾರೀ ಭಿಕ್ಷುಕರು-ಅನೇಕಾನೇಕ ರೋಗಗಳ ಪ್ರದರ್ಶನ-ಅಂಬೋಡೆ, ಮೆಣಸಿನಕಾಯಿ ಕರಿಯುವ ಕಡಾಯಿ, ಗೂರ್ಲಿನವರ ಉಗುಳು, ಹರಕು ಚಿಂದಿ, ಬಸ್ಸಿಗಾಗಿ ಕಾದು ನಿಂತ ದಡ್ಡ ಜನಜಂಗುಳಿ, ವೈತರಣೀ ವಾಸನೆ, ಮನುಷ್ಯನಿಟ್ಟ ಪಾಷಾಣವನ್ನು ತಿಂದು ಸತ್ತುಬಿದ್ದ ಹೆಗ್ಗಣ, ಅದನ್ನು ಹರಿದು ತಿಂದು ಹಬ್ಬಮಾಡುವ ಬಾವುಗ, ಹಾದಿಯುದ್ದಕ್ಕೂ ಮಗನನ್ನು ಹೊಡೆಯುತ್ತ ಸಾಗಿರುವ ಹೆಡ್ಡತಾಯಿ, ದಾರಿಯಲ್ಲಿ ಹೋಗುವ ಪೋನಿಟೇಲ್ ಹುಡುಗಿಯರನ್ನು ನೋಡುತ್ತ ನಿಂತ ಬೊಚ್ಚು ಬಾಯಿ ವೃದ್ಧರು – ಈ ಜಾತ್ರೆಗೆ ಫುಟ್‌ಪಾತ್ ಎನ್ನುತ್ತಾಳೆ ನನ್ನ ಹೆಂಡತಿ.

ಒಳ್ಳೆ ಡಾಕ್ಟರು ಗಂಟುಬಿದ್ದ. ಔಷಧಿಯ ಹೆಸರನ್ನು ಯಾರಿಗೂ ಅರ್ಥವಾಗದ ರೀತಿಯಲ್ಲಿ ಬರೆದುಕೊಟ್ಟು ಕಾಸು ಗಿಟ್ಟಿಸುವುದನ್ನು ಬಿಟ್ಟು ಮನೆಯಿಂದ ಹೊರಗೆ ಹೋಗು ಎಂದು ಉಪದೇಶ ಮಾಡುತ್ತಾನೆ ಈ ಪುಣ್ಯಾತ್ಮ ! ಇದನ್ನು ಹೇಳಲು ಕಲಿಯುವುದಕ್ಕೇ ಎಂಟು ವರ್ಷಗಳು ಇಂಗ್ಲಂಡಿನಲ್ಲಿ, ಎರಡು ವರ್ಷ ಕೆನಡಾದಲ್ಲಿ ಇದ್ದುಬಂದನೆ ? ಪಕ್ಕದ ಹಗರಿಬೊಮ್ಮನಹಳ್ಳಿಯನ್ನೂ ನೋಡದ ನನ್ನಜ್ಜಿ ಹೇಳುತ್ತಿದ್ದಳು ಇಷ್ಟನ್ನು – ಎಂದು ಬಾಯಲ್ಲಿಯೆ ಅಂದುಕೊಂಡು ತಲೆ ಕೆರೆದೆ.

ಬಲಗಡೆ ತಿರುಗಿದೆ, ದುಡುದುಡು ನಡೆದೆ

ಏನು ಬೋರ್ಡು ಇದು ? ಇಂಗ್ಲೀಷ್‌ನಲ್ಲಿದೆ, ಪಾಪ ! ನಮ್ಮ ಕನ್ನಡ ಚಳವಳಿಕೋರರ ಕಣ್ಣಿಗೆ ಬಿದ್ದಿಲ್ಲ, ಇನ್ನೂ ಜೋತಾಡುತ್ತ ಬದುಕಿದೆ. ನಿಂತು ಓದಿದೆ – 'ಕ್ರಿಶ್ಚಿಯನ್ ಪ್ರೊಟೆಸ್ಟೆಂಟರ ಸ್ಮಶಾನ' ಸೂಳೇ ಮಕ್ಕಳು ! ಸತ್ತ ಮೇಲೂ ಜಾತಿ ! 'ಇಲ್ಲಿ ರೋಮನ್ ಕ್ಯಾತೊಲಿಕ್ಸ್ ಹೆಣಗಳಿಗೆ ಪ್ರವೇಶವಿಲ್ಲ' ಎಂದು ಬೋರ್ಡನ್ನು ಹಾಕಿಲ್ಲ ಅದೇಕೋ ! ಹುಟ್ಟುವ ಮುನ್ನ ಈ ಜಾತಿಭೇದ ಅದೇಕೆ ಇಲ್ಲ ? ಬ್ರಾಹ್ಮಣ ಸ್ತ್ರೀಯರ ಸುಸಂಸ್ಕೃತ 'ಪ್ರಸೂತಿಗೃಹ,' ಲಿಂಗಾಯತ ಹೆಣ್ಣುಮಕ್ಕಳು ಹಡೆಯುವ 'ಹೆರಿಗೆ ಆಸ್ಪತ್ರೆ, ಕ್ರಿಶ್ಚಿಯನ್ ಲೇಡಿಗಳ 'ಡೆಲಿವರಿ ಹೋಂ,' ಮುಸ್ಲಿಂ ಬೂಬವ್ವಗಳ 'ಝುಜಕೀಖಾನಾ'....

ಜಾತ್ಯತೀತ ಸ್ಮಶಾನಗಳೂ ಇಲ್ಲ, ಆದರೂ ನಮ್ಮದು ಜಾತ್ಯತೀತ ರಾಷ್ಟ್ರ! ದೇವರು ಮಾನವನನ್ನು ಮಾಡಿದನಂತೆ. ಮಾನವಶತ್ರು ಜಾತಿಯನ್ನು ಮಾಡಿರ ಬೇಕು.

ಹಿಂದೂಗಳು, ಮುಸ್ಲಿಮರು ಇರುವಾಗ ಮಾತ್ರವಿಲ್ಲ ಸತ್ತಮೇಲೂ ಒಂದಾಗುವಂತಿಲ್ಲ – ಆ ಕಡೆ ಮುಸ್ಲಿಮರ ಗೋರಿಗಳು, ಈ ಕಡೆ ಹಿಂದೂಗಳ ಸಮಾಧಿ, ಈ ಎರಡರ ಮಧ್ಯೆ ತಾರಿನ ರಸ್ತೆ. ಏಕೆ ? ಇವರು ಸತ್ತಮೇಲೂ ಜಗಳಾಡುತ್ತಾರೆಯೆ ?

ತಲೆಗೆ ವಾಕಿಂಗ್ ಸುರುವಾಯಿತು, ಕಾಲಿಗೆ ಸಾಕಾಯಿತು. ಎಲ್ಲಿ ಯಾದರೂ ಕೂಡಬೇಕು ಪ್ರಶಸ್ತವಾದ ಸ್ಥಳಕ್ಕಾಗಿ, ಸುತ್ತಲೂ ಕಣ್ಣು ಹೊರಳಿಸಿದೆ. ಬಿಳೀ ಮಾರ್ಬಲ್ ಬಂಡೆ, ಅದೇ ಕಲ್ಲಿನ ಲೋಡು ಅದಕ್ಕೆ. ಕಾಲಿಗೆ ವಿಶ್ರಾಂತಿ ಕೊಡಲು ಆ ಹಾಸುಬಂಡೆಯ ಮೇಲೆ ಕುಳಿತುಕೊಂಡೆ. ಸೋಮಾರೀ ಅಂಗಾಂಗಗಳ ಸಮೂಹಕ್ಕೇ ದೇಹವೆಂದು ಹೆಸರೆ ? ನನಗೂ ವಿಶ್ರಾಂತಿ ಬೇಕು ಎಂದಂದಿತು ಸೊಂಟ, ಹಾಗೆಯೇ ಅಡ್ಡಾದೆ. ಮರುಕ್ಷಣವೆ ತಲೆಗೆ ಕೈ ಬಂತು. ಆ ಉದ್ದಕ್ಕೂ ಮಲಗಿದೆ, ಮೈಗಳ್ಳ ಅನಂತಶಯನನಂತೆ.

ಬೆಳಕು ಹೋಗಿದೆ, ಕತ್ತಲೂ ಬಂದಿಲ್ಲ. ಕುಳಿತಲ್ಲಿಯೇ ಕೈ ಸವರಾಡಿದೆ–ಆ ಬಳೀ ಬಂಡೆಯ ಮೇಲೆ ಏನೋ ಅಕ್ಷರಗಳನ್ನು ಕೆತ್ತಿದ್ದಾರೆ. ಕಣ್ಣಿಟ್ಟು ನೋಡಿದೆ. ಕಾಣಲಿಲ್ಲ – ಕೈಗೆ ಸಿಕ್ಕದ್ದು ಕಣ್ಣಿಗೆ ಸಿಗಲಿಲ್ಲವಲ್ಲಾ ?

ಆದರೂ ಊಹಿಸುವುದು ಕಷ್ಟವೆ ?

ನಾನೆಲ್ಲಿ ಕುಳಿತಿದ್ದೇನೆ ? ಸ್ಮಶಾನದಲ್ಲಿ – ಯಾವನೋ ಸತ್ತವನ ಸಮಾಧಿಯ ಮೇಲೆ. ಅದರ ಮೇಲೆ ಇನ್ನೇನು ಬರೆದಿರುತ್ತಾರೆ ?

ಇದರಡಿಯಲ್ಲಿ ಮಲಗಿರುವವರು ಮಹಾನುಭಾವರು, ಲೋಕಕಲ್ಯಾಣಕ್ಕಾಗಿ ತಮ್ಮ ಪ್ರಾಣಾರ್ಪಣೆಮಾಡಿದರು, ಎಟ್‌ಸೆಟೆರಾ ಎಟ್‌ಸೆಟೆರಾ ಮುಂತಾದ ಸುಳ್ಳಿನ ಸರಪಣಿ – ಅಕ್ಷರ ಹುಟ್ಟಿದ ದಿನವೇ ಅಕ್ಷರ ವ್ಯಭಿಚಾರವೂ ಹುಟ್ಟಿತೆ ? ಎಂದೋ ನಾನೇ ಬರೆದಿದ್ದ ನಾಲ್ಕು ಸಾಲು ತಲೆಗೆ ಬಂತು, ತುಟಿಗೂ ಬಂತು. ಗೊಣಗಿಕೊಂಡೆ.

"ಅಚ್ಚುಮೆಚ್ಚಿನ ಲಿಖಿತ ಗೋರಿಗಳ ಮೇಲೆಲ್ಲ।

ಸ್ವಚ್ಛ ಬರೆದಿಹರು ಮಹಾತ್ಮರಿವರು ॥

ಉಚ್ಚ ಮನ ಶ್ರೇಷ್ಠ ಜೀವನ ನಡೆಸಿದವರಿವರೆಂದು ।

ನೀಚರೊಬ್ಬರೂ ಸಾಯಲಿಲ್ಲವೆ ತಿಂಮ ? ॥"

ಈ ಪ್ರಶ್ನೆಗೆ ತಿಂಮ ನನಗಿನ್ನೂ ಉತ್ತರ ಹೇಳಬೇಕಾಗಿದೆ. ಅಥವಾ ನನ್ನ ಸಾವೇ ಈ ಪ್ರಶ್ನೆಗೆ ಉತ್ತರವೆ ? ಅರ್ಥವಾಯಿತು ತಾನೆ ? 'ಇವನೊಬ್ಬ ಮಹಾನೀಚ – ದೇವರೇ ಇಲ್ಲ ಎಂದಂದ' ಎಂದು ಬರೆಯುತ್ತಾರೆಯೆ ? ಆ ಸುಯೋಗವೂ ಇಲ್ಲವಲ್ಲಾ ಈ ಪಾಪಿ ದೇಹಕ್ಕೆ ! ಹುಟ್ಟಿನಿಂದ ಬ್ರಾಹ್ಮಣನಲ್ಲವೆ? ಇದೂ ನನ್ನ ತಪ್ಪೆ ? ದುಬಾರಿ ವಿಸ್ಕಿ ಸುರಿದು ಮೂರೂವರೆ ದಶಕಗಳು ನಾನು ಪೋಷಿಸಿ ಪ್ರೇಮಿಸಿದ ಈ ದೇಹವನ್ನು ಸುಟ್ಟು ಬೂದಿಮಾಡಿ, ಆ ಬೂದಿಯನ್ನು ಕೂಡ ಹರಿಯುವ ನೀರಿಲ್ಲಿ ಹಾಕಿಬಂದು ಸ್ನಾನ ಮಾಡಿ, ಜನಿವಾರ ಬದಲಿಸಿ ಕೂಳಿಗೆ ಕೂಡುತ್ತಾರೆ ಸಂತೋಷದಿಂದ–ಒಬ್ಬ ನಾಸ್ತಿಕ ಸತ್ತ ಎಂಬ ಖುಷಿ ! ನನಗೆ ಮುಟ್ಟದ ಪಿಂಡ ವರ್ಷ ವರ್ಷಕ್ಕೂ. ರುಚಿ ರುಚಿ ಅಡುಗೆ ತಮಗೆ. ಇವಾವುದನ್ನೂ ಮಾಡಕೂಡದು ಎಂಬ ಉಯಿಲು ಬರೆದಿಟ್ಟು ಸಾಯುತ್ತೇನೆ. ಆಗ ?

ಮೊದಲೆಲ್ಲ ಬ್ರಾಹ್ಮಣರೂ ಶವಗಳನ್ನು ಹೂಳುತ್ತಿದ್ದರಂತಲ್ಲಾ ? ಹೌದು, ಅವರ ಮಂತ್ರಗಳೇ ಚಾಡಿ ಹೇಳುತ್ತವೆ.

ಉಚ್ಛ್ವಂಚಸ್ವ ಪೃಥಿವೀ ಮಾ ನಿಬಾಧಥಃ, ಸೂಪಾಯನಸ್ಮೈ

ಭವಸೂಪವಂಜನಾ ।

ಮಾತಾಪುತ್ರಂ ಯಥಾ ಸಿಚಾಭ್ಯೇನಂ ಭೂಮ ಊರ್ಣುಹಿ ॥

–(ಋಗ್ವೇದ, 10ನೆ ಮಂಡಲ, 18ನೆ ಸೂಕ್ತ)

ಭೂಮಿತಾಯಿಗೆ ದೇಹವನ್ನು ಅರ್ಪಿಸಿ ಪಕ್ಕದಲ್ಲಿ ಪ್ರಮಾಣಕ್ಕೆ ಬೇಕಾಗ ಬಹುದಾದ ಊಟವನ್ನೂ ಇಟ್ಟು ಮೇಲೆ ಮಣ್ಣೆರಚುತ್ತಿದ್ದರು ಕೆಲವರು. ಮೂರ್ಖಜನ, ಅನ್ನವನ್ನು ಹೀಗೆಲ್ಲ ಹಾಳುಮಾಡುವುದೆ ? ಸತ್ತವನು ಉಣ್ಣುತ್ತಾನೆಯೆ ದಾರಿಯುದ್ದಕ್ಕೂ ? ದಾರಿ ಅನ್ನಲು ಅವನು ಹೋಗುವುದಾದರೂ ಎಲ್ಲಿಗೆ ? ಹೋಗುವುದು ಹೇಗೆ ? ಏಕೆ ? ಇದೆಲ್ಲವೂ ದೇವರ ತಲೆಹಿಡುಕರ ಕುಂತಂತ್ರ. ಈ ಹಾರವರಿಗೆ ನಾಮವನ್ನು ಹಾಕಲು ಒಂದು ಹೊಸ ದಾರಿಯನ್ನು ಹುಡುಕಿದ್ದೇನೆ. ಮೆಡಿಕಲ್ ಕಾಲೇಜಿಗೆ ನನ್ನ ದೇಹವನ್ನು ಬರೆದುಕೊಟ್ಟು ಸಾಯುತ್ತೇನೆ. ಆ ಕಾಲೇಜಿಗೆ ಹೊಂದಿರುವ ಆಸ್ಪತ್ರೆಯಲ್ಲಿಯೇ ಸಾಯುತ್ತೇನೆ. ಅಲ್ಲಿ ಇನ್ನೂ ಒಂದು ಅನುಕೂಲ : ವೈದ್ಯರ ನಿರ್ಲಕ್ಷ್ಯದಿಂದ ಇನ್ನೂ ಬೇಗ ಸಾಯಬಹುದು. ನಾಳೆ ಬಪ್ಪುದು ಇಂದೇ ಬರಲಿ, ಇಂದು ಬಪ್ಪುದು ಈಗಲೇ ಬರಲಿ ಎಂಬುದು ಆ ಸರಕಾರೀ ಡಾಕ್ಟರ ಮಂತ್ರ ಅಲ್ಲವೆ ? ಲಂಚ ಕೊಡಲು ಹೇಗೂ ಹಣವಿಲ್ಲ ನನ್ನಲ್ಲಿ.

ನನ್ನನ್ನು ಬೇಗ ಕೊಲ್ಲುತ್ತಾರೆ. ಹೌದು, ಸರಕಾರೀ ಆಸ್ಪತ್ರೆಗೇ ಹೋಗುತ್ತೇನೆ.

ಸಾಯಲು ಸಿದ್ಧನಾಗಿರುವ ನಾನು ಈ ರಾಯಚೂರ ಡಾಕ್ಟರ ಬಳಿ ಏಕೆ ಬಂದೆ ? ಈ ವಾಕಿಂಗ್ ಏಕೆ ? ನನಗಂತೂ ಬುದ್ಧಿ ಇಲ್ಲ, ಡಾಕ್ಟರರಿಗೂ ಇರಬೇಡವೆ ? ಇರಬೇಕಾಗಿತ್ತು. ಇದ್ದಿದ್ದರೆ ಒಳ್ಳೆಯದಾಗುತ್ತಿತ್ತು. ಯಾರಿಗೆ ?

ಹೌದು, ಸತ್ತಮೇಲೆ ಏನಾಗುತ್ತದೆ ? ಸತ್ತಮೇಲೂ ನಾನು ಬದುಕಿರುತ್ತೇನೆ ಎಂದನ್ನುತ್ತಾರಲ್ಲಾ ? ಗೀತೆಯಲ್ಲಿ ಏನೇನೋ ಹೇಳಿದ್ದಾನಂತೆ ಕೃಷ್ಣ? ಯಾರು ಕೇಳಿದವರು? ಟೇಪ್ ರೆಕಾರ್ಡು ಮಾಡಿಸಿದ್ದಾರೆಯೆ ? ಆತ್ಮ ಶಾಶ್ವತ ಎಂದನ್ನುತ್ತಾರಲ್ಲಾ ? ಹೌದು, ಹಾಗೆಂದು ಬೊಗಳುವವರ ಬಾಯಿಗೆ ಬೀಗ ಹಾಕಬೇಕು. ಆಗ ಆ ಬೀಗವಷ್ಟೇ ಶಾಶ್ವತ. ಆತ್ಮ, ಜೀವಾತ್ಮ, ಪರಮಾತ್ಮ– ಕವನಕ್ಕೇ ಲಾಯಖು ಈ ಅಂತ್ಯಪ್ರಾಸದ ಅರ್ಥವಿಲ್ಲದ ಶಬ್ದಗಳು.

ತಣ್ಣನ ಗಾಳಿ, ಅದರಲ್ಲೂ ಸ್ಮಶಾನದ ಗಾಳಿ. ಬ್ರಾಹ್ಮಣರ ಸ್ಮಶಾನದ ಗಾಳಿ ಬಿಸಿ. ಸಮಾಧಿಯ ಕಲ್ಲಿನ ಮೇಲೆ ಬೀಸುವ ಗಾಳಿ ಮುಖಕ್ಕೆ ಹಿತ. ತಲೆ ಸ್ವಚ್ಛವಾಯಿತು, ಅಲ್ಲಲ್ಲಿದ್ದ ಜೇಡನ ಬಲೆಗಳು ಹರಿದುಹೋದುವು.

ಸಾಕೀ ಸ್ಮಶಾನ ವೈರಾಗ್ಯ. ಹೊಟ್ಟೆ ತಾಳ ಹಾಕಿತು. ನಾನು ಬ್ರಾಹ್ಮಣನಲ್ಲ ನಿಜ, ಆದರೂ ನನ್ನ ಹೊಟ್ಟೆ ಬ್ರಾಹ್ಮಣ. ಬ್ರಾಹ್ಮಣಿಕೆಗೆ ಮೈಲಿಗೆಯಾಗಬಾರದೆಂದು ನಾನು ಅದನ್ನು ಹೊಟ್ಟೆಯಲ್ಲಿಟ್ಟುಕೊಂಡಿದ್ದೇನೆ. ಮೊನ್ನೆ ಎಕ್ಸ್‌ರೇ ಡಾಕ್ಟರು ಕೂಡ ನೋಡಿ ಹೇಳಲಿಲ್ಲವೆ, ಐದು ಕಿಲೋ ಮೀಟರೋ ಮಿಲಿ ಮೀಟರೋ ಇದೆ ಎಂದು ? ಆ ನನ್ನ ಬ್ರಾಹ್ಮಣಿಕೆಯ ಹೆಸರೇ 'ಡ್ಯುಡೋಡೆನಲ್ ಅಲ್ಸರ್'. ಕರಕರೆ ಎಂದಿತು. ಹಸಿವು ಎಂದು ಅಳಲು ಸುರು ಮಾಡಿತು. ಈ ಹಾಳು ಹೊಟ್ಟೆ ಚಿಕ್ಕ ಮಗುವಿನಂತೆ. ಸ್ಥಾನ, ಮಾನ, ಒಂದೂ ಇಲ್ಲ. ಸ್ಮಶಾನದಲ್ಲಿ ಏನಿದೆ ತಿನ್ನಲು ?

ಯಾರೀ ಹುಡುಗರು ? ಇಲ್ಲಿಗೆ ಬಂದಿದ್ದಾರೆ ಗೋಲಿ ಆಡಲು ! ಇವರ ತಾಯ್ತಂದೆಗಳು ಬೈದಿರಬೇಕು – ಸುಡುಗಾಡಿಗೆ ಹೋಗೆಂದು. ಅರೆರೆ ! ಜಗಳ ಸುರುವಾಯಿತು, ಅಯ್ಯಯ್ಯೋ! ಕೆಡವಿಯೇಬಿಟ್ಟ, ಇದು ಮಕ್ಕಳಿಗೆ ಆಡುವ ಸ್ಥಳವೆ ? ಮತ್ತೆಲ್ಲಿ ಆಡಬೇಕವು? ಆಡುವ ಮೈದಾನ ಎಲ್ಲಿದೆ ? ಮೈ ದಾನ ಮಾಡಿ ಸತ್ತವರೆಲ್ಲರೂ ಹೀಗೆ ಇಷ್ಟಿಷ್ಟು ಜಾಗ ಹಿಡಿದು ಮಲಗಿದರೆ ಮೈ ಇರುವ ಮಕ್ಕಳು ಇನ್ನೆಲ್ಲಿ ಆಡಬೇಕು, ಪಾಪ ! ಸ್ಥಳದ ಅಭಾವ ಇರುವ ಬೆಂಗಳೂರಲ್ಲಿ ಈ ಸತ್ತವರ ಪಾರ್ಕು ಇರಕೂಡದು. ಹೀಗೆಯೆ ಹೆಣಗಳನ್ನು ಹೂಳುತ್ತ ಹೋದರೆ ಬದುಕಿರುವವರಿಗೇ ಸ್ಥಳವಿಲ್ಲದಾಗುತ್ತದೆ. ಬದುಕಿರುವಾಗ ಜಾಗಕ್ಕಾಗಿ ಜಗಳಾಡಿತು ಈ ಜನ ; ಸತ್ತಮೇಲೂ ಇವರಿಗೆ ಇಷ್ಟಿಷ್ಟು ಜಾಗ!

ಅಷ್ಟು ದೂರದಲ್ಲಿ ದೀಪ ! ಹೌದು, ಪೆಟ್ರೋಮ್ಯಾಕ್ಸ್ ಲೈಟ್. ಇದನ್ನು ಒಬ್ಬ ಹುಡುಗ ಮೆಟ್ರೋಪ್ಯಾಕ್ಸ್ ಎನ್ನುತ್ತಿದ್ದ ಎಲ್ಲಿ ಹೋದನೋ ಆ ಹುಡುಗ? ಅವನೂ ಒಬ್ಬ ನವ್ಯಕವಿ ಆಗಿರಬೇಕೀಗ, ಪಾಪ.

ಅರೆ ! ಇಲ್ಲಿಗೇ ಬರುತ್ತಿದೆ ದೀಪ. ಮದುವೆಯ ಮೆರವಣಿಗೆಯೆ ?

'ಏನು ಬುದ್ಧಿಯಯ್ಯಾ ನಿನ್ನದು ? ಮದುವೆ ಮೆರವಣಿಗೆ ಸ್ಮಶಾನಕ್ಕೆ ಬರುತ್ತದೆಯೆ?'

ಪಾಪ, ಚಿಕ್ಕ ಮಗು ! ತಾಯಿ ಅಳುತ್ತಿದ್ದಾಳೆ. ಹೀಗಾಗಬಾರದು. ಕಾಲ ಕೆಟ್ಟು ಹೋಯಿತೆ ? ಹೌದು ಕೆಟ್ಟಿತು, ಯಾವಾಗ ಕೆಟ್ಟಿರಲಿಲ್ಲ ? ರಾಮ ರಾಜ್ಯದಲ್ಲಿಯೂ ಇದೇ ಆಗಿರಲಿಲ್ಲವೆ ? ಶೂದ್ರ ತಪಸ್ವಿಯನ್ನು ರಾಮ ಕೊಂದುದೇಕೆ ? ಮುಂದು ಈ ರಾವಣಲೀಲಾ ಬರಲಿ ಎಂದೆ ?

ಮಗ ಸಾವಿನತ್ತ ಸಾಗುತ್ತಾನೆ ; ಬೆಳೆಯುತ್ತಿದ್ದಾನೆ ಮಗ ಎಂದು ಹೆತ್ತ ತಾಯಿ ಭ್ರಮಿಸುತ್ತಾಳೆ – ವಿಷಾದಯೋಗ. ಅಂತೂ ಲಯವಾಗಲೇಬೇಕು, ಆಗಿದೆ.

ಅರೆ ! ಪಕ್ಕದ ಸಮಾಧಿಯಿಂದ ಗುಜುಗುಜು. ಕಿವಿಗೊಟ್ಟು ಆಲಿಸಿದೆ. ಪಕ್ಕದ ಸಮಾಧಿಯಿಂದಲ್ಲ, ಪಕ್ಕದ ಸಮಾಧಿಯ ಪಕ್ಕದಿಂದ. ಯಾರದು ? ದನಿಯಿಂದ ಅರ್ಥವಾಯಿತು, ಒಂದು ಗಂಡು ಇನ್ನೊಂದು ಹೆಂಣು. ಇಲ್ಲೇನು ಮಾಡುತ್ತಿದ್ದಾರಿವರು ? ಸ್ಮಶಾನ ಕುರುಕ್ಷೇತ್ರ ?

ಪಶ್ಚಿಮದತ್ತ ಲಯ, ಪೂರ್ವದಲ್ಲಿ ಸೃಷ್ಟಿ. ಅತ್ತ ನೋಡಬಾರದು, ಮುಂದು ಕತ್ತೆ ಜನ್ಮ ಬರುತ್ತದಂತೆ.

ದಿಢೀರನೆ ಎದ್ದಿತು ಹೆಂಣು. ಗಂಡು ಕುಡಿದಿದೆ ? ಹೌದು, ತೂರಾಡುತ್ತಿದ್ದಾನೆ ಸೃಷ್ಟಿಕರ್ತ.

ಅವರ ಗುಜುಗುಜು ಗಟ್ಟಿಯಾಯಿತು.

"ಯಾವನೋ ಕೂತವ್ನೆ, ಗಡ್ಡದವನು ?"

"ನಿನ್ನ ಗಂಡನಂತೂ ಅಲ್ಲಲ್ಲ, ಬಾ !"

ಛಟ್ಟನೆ ಎದ್ದು ಈಚೆಗೆ ಬಂದೆ.

ಬಾಯಿ ತಲೆಗೆ ಹೇಳಿತು.

'ವಯೋಧರ್ಮ ಪಾಪ !'

ತಲೆ ಪ್ರಶ್ನೆ ಕೇಳಿತು – ನಿನ್ನ ಕತೆ ಏನು ?

ಅಮ್ಮನವರ ಇಚ್ಛಾ !

"ಚಾಮಯ್ಯಂಗಾರರಿಗೆ ಕ್ಷಯ ಅಂತೆ"

ಅಗ್ರಹಾರದಲ್ಲಿ ಎಲ್ಲರ ಬಾಯಲ್ಲೂ ಇದೇ ಮಾತು.

ಮೊದಲು ಕೆಲ ದಿನಗಳು ಗುಟ್ಟಾಗಿ ಆಡಿಕೊಂಡಿತು ಬ್ರಾಹ್ಮಣ್ಯ ; ಆನಂತರ ಏನಿದೆ? ರಂಗನಾಥಸ್ವಾಮಿಯ ದೇವಾಲಯದಲ್ಲೂ ಇದೇ, ತರಕಾರಿ ಮಾರ್ಕೆಟಿನಲ್ಲೂ ಇದೇ, ರಾತ್ರಿ ಹರಟೆ ಕಟ್ಟೆಯ ಮೇಲೂ ಇದೇ. ಚಿಕ್ಕ ಊರಲ್ಲಿ ಸುದ್ದಿ ಹರಡುವುದು ತಡವೇ ? ತತ್ರಾಪಿ ಇಂತಹ ಸುದ್ದಿ ! ಬೇಸಿಗೆಯಲ್ಲಿ ಗುಡಿಸಲುಗಳಿಗೆ ಬೆಂಕಿ ಹರಡಿದಂತೆ ಹರಡಿತು.

"ಪಾಪ ! ಆಂಡಾಳು ಇನ್ನೂ ಚಿಕ್ಕ ಹುಡುಗಿ."

ಪಾಟೆಮ್ಮ ಪೇಚಾಡಿಕೊಂಡಿತು ಊರಿಗೆಲ್ಲ ಕೇಳುವಷ್ಟು ಗಟ್ಟಿಯಾಗಿ.

"ಒಂದು ವರ್ಷಾನೂ ಆಗಲಿಲ್ಲ ಮದುವೆ ಆಗಿ."

ಶ್ರೀರಂಗಮ್ಮ ಲೊಚಗುಟ್ಟಿ ದನಿಗೂಡಿಸಿದಳು.

ಲಾವಣ್ಯ ತನ್ನ ಸಿ.ಐ.ಡಿ, ವರದಿಯನ್ನು ಹೊರಬಿಟ್ಟಳು, ಇದೇ ಸರಿಯಾದ ಸಮಯವೆಂದು.

"ಜಾತಕಾನೇ ಸುಳ್ಳಂತೆ ಪಾಟೆಮ್ಮಾ ! ಚಾಮಯ್ಯಂಗಾರಿ ಸುಳ್ಳು ಜಾತಕ ತೋರಿಸಿ ಮದುವೆ ಆಗಿದ್ದಾನಂತೆ."

"ಹಾಂ, ಹಾಗೆ ಹೇಳು, ಅಂತಹದೇನೋ ಇರಲೇಬೇಕೆಂದು ನಾನಂದು ಕೊಂಡೆ ಆಗಲೇ. ಈ ಮುಂಡೇಗಂಡ ಚಾಮು ಮೋಸ ಮಾಡಿದನಾ ಅವರಿಗೆ?"

"ಮೋಸ ಮಾಡಿದ, ಈಗ ತನಗೇ ಮೋಸ ಆತು. ಸ್ವಾಮಿ ಅಲ್ಲಿಯೇ ತೋರಿಸಿಬಿಟ್ಟ."

ಇದು ಸ್ವಾಮಿಯ ಕೆಲಸದ ರೀತಿ ಮತ್ತು ನೀತಿ.

"ಒಂದು ಮಗೂನೂ ಕಾಣಲಿಲ್ಲ ಆಂಡಾಳು, ಪಾಪ !"

ಚಾಮಯ್ಯಂಗಾರಿ ಆಗಲೆ ಸತ್ತಂತೆಯೇ ಇವರ ಮಾತೆಲ್ಲ. ಶೋಕ ಸಭೆಯ

ಭಾಷಣಗಳನ್ನು ಮಾಡಿ ಮುಗಿಸಿದರು.

ಅವರಿವರ ಮಾತು ಹಾಗಿರಲಿ, ಅಯ್ಯಂಗಾರಿಯ ವಿಷಯ ನಿಜವಾಗಿಯೂ ಏನು? ಚಾಮಯ್ಯಂಗಾರಿ ತಾನೇ ಹೋಗಿ ಹೇಳಿದನಂತೆ ಡಾಕ್ಟರ ಮುಂದು, ತನಗೆ ಕ್ಷಯ ಆಗಿದೆ ಎಂದು.

"ಡಾಕ್ಟರು ನಾನೋ ನೀನೋ ?"

ರಂಗಸ್ವಾಮಿ ಡಾಕ್ಟರು ಗದರಿಸಿ ಕೇಳಿದರಂತೆ. ರೋಗವನ್ನು ಹೆಸರಿಸುವ ಅಧಿಕಾರವಿರುವುದು ಡಾಕ್ಟರಿಗೊಬ್ಬರಿಗೇ ? ಆ ಹಕ್ಕು ಅವರದು ಮಾತ್ರ. ಅದನ್ನು ಹೇಳಲು ರೋಗಿ ಯಾವನು ?

"ನಿನಗೇನಾಗಿದೆ, ಅದನ್ನು ಹೇಳಯ್ಯಾ !"

"ಕೈ, ಕಾಲು ಬಟ್ಟಿಯಂತಾಗಿವೆ ರಂಗಣ್ಣಾ ! ಎರಡು ಹೆಜ್ಜೆ ನಡೆದರೆ ದಣಿವು. ಮೈಯಲ್ಲಿ ಕೊಂಚಾನೂ ನಿಶ್ಯಕ್ತಿ ಎಂಬೋದೇ ಇಲ್ಲ....."

ತುಟಿಯಲ್ಲಿಯೇ ನಕ್ಕರು ರಂಗಾಸ್ವಾಮಿ ಡಾಕ್ಟರು

"ಬೇಷ್ ! ಕೊಂಚಾನೂ ನಿಶ್ಯಕ್ತಿ ಇಲ್ಲ ? ಅದಕ್ಕೇ ಕ್ಷಯ ಅಂದುಬಿಟ್ಟಿ. ಹೂಂ, ಇಲ್ಲಿ ಬಾ"

ಬೆನ್ನಿನ ಮೇಲೆಲ್ಲಾ ಸ್ಟೆಥೋಸ್ಕೋಪ್ ಓಡಾಡಿಸಿ, ಅಡ್ಡಡ್ಡವಾಗಿ ತಲೆಯಾಡಿಸುತ್ತಾ ಕುರ್ಚಿಯಲ್ಲಿ ಕುಳಿತರು.

"ಕ್ಷಯ ಇಲ್ಲ, ಅಕ್ಷಯನೂ ಇಲ್ಲ. ಹಣ ಕರ್ಚಾಗುವ ರೋಗ ಬಂದಿದೆ ನಿನಗೆ. ಕರ್ಚು ಮಾಡು, ಎಲ್ಲ ಸರಿಹೋಗುತ್ತೆ."

ಎಂದಂದು ತುಂಡು ಕಾಗದದಲ್ಲಿ ಏನೇನನ್ನೋ ಬರೆದು ಕೈಗಿತ್ತು ಹೇಳಿದರು.

"ಎದೆ ಪುಪ್ಪುಸ ಎಕ್ಸ್‌ರೇ ಮಾಡಿಸು. ಕಫ ಮತ್ತು ರಕ್ತ ಪರೀಕ್ಷೆ ಕೂಡ ಬರೆದಿದ್ದೇನೆ. ಎಲ್ಲಾನೂ ಮುಗಿಸಿಕೊಂಡು ಬಾ. ಆ ಮೇಲೆ ನೋಡೋಣ."

ಚಾಮಯ್ಯಂಗಾರಿ ಕಾಲೆಳೆಯುತ್ತ ಬರುವಾಗ ಬಾಯಂಗಳದಲ್ಲಿಯೇ ಅಂದುಕೊಂಡ.

'ಹಣ ಹೋದರೆ ಪೀಡೆ ಹೋತು, ಬದುಕಿದ್ದರೆ ಅಮ್ಮನವರು ಕೊಟ್ಟೇ ಕೊಡ್ತಾರೆ ಈ ರೋಗ ಹೋದರೆ ಸಾಕು.'

ಹಣವನ್ನು ಕೊಡಬಲ್ಲ ಶಕ್ತಿಯುಳ್ಳ ಅಮ್ಮನವರು ಅದೇಕೆ ಈ ಕಾಯಿಲೆಯನ್ನು ಗುಣಮಾಡಲಾರರು ? ಈ ಪ್ರಶ್ನೆ ಅರ್ಚಕ ಚಾಮಯ್ಯಂಗಾರರ ತಲೆಗೆ ತೋಚಲಿಲ್ಲ. ಪ್ರಾಯಶಃ ತೋಚದಿರುವುದೂ ಅಮ್ಮನವರ ಮಾಯೆಯೇ?

ಚಾಮಯ್ಯಂಗಾರರ ಪೂರ್ವವೃತ್ತಾಂತವನ್ನು ಇಲ್ಲಿ ಸ್ವಲ್ಪದರಲ್ಲಿಯೇ ಹೇಳುವುದು ಸೂಕ್ತ. ಅಲಮೇಲು ಮಂಗಮ್ಮತಾಯಾರ್ ಅವರ ಅರ್ಚಕರು ಇವರು, ಇದು ಅವರಿಗೆ ಅನುವಂಶಿಕವಾಗಿ ಬಂದ ಹಕ್ಕು. ಅಮ್ಮನವರ ದೇವಾಲಯಕ್ಕೆ ಇನಾಮಾಗಿ ಬಂದ ನಾಲ್ಕು ಎಕರೆ ನೀರಾವರಿ ಜಮೀನು ಇದೆ, ಕುಟುಂಬಕ್ಕಾಗಿ ಇನ್ನೂ ಉಳಿಯುವಷ್ಟು ಬತ್ತ ಬರುತ್ತದೆ ಇದರಿಂದ. ಅನ್ನ ಕೊಡುವ ದೇವರನ್ನು ಯಾರು ಬಿಡುತ್ತಾರೆ ? ಅನ್ನವೇ ದೇವರು. ಪೂಜೆ ಮಾಡಿಕೊಂಡು ಹಾಯಾಗಿದ್ದರು. ಪಾಪ !

ಹೆಂಡತಿ ಸಾಯಬಾರದ ವಯಸ್ಸು ಚಾಮಯ್ಯಂಗಾರಿಗೆ – ಐವತ್ತೆರಡು ದಾಟಿದೆ, ಆಗ ಅಂಡವನೇ ಅನ್ನುತ್ತ ಕಣ್ಣು ಮುಚ್ಚಿದಳು ಕೈ ಹಿಡಿದ ಮಡದಿ. ಅಮ್ಮನವರು ತನ್ನ ಅರ್ಚಕನಿಗೆ ಮಾಡಿದ ಮಹಾ ಅನ್ಯಾಯ ಇದು. ಇನ್ನೊಂದು ಮದುವೆ ಆಗಿ ಹೊಸ ಹರೆಯದ ಹೆಂಡತಿಯೊಡನೆ ಸಂಸಾರ ನಡೆಸುವ ವಯಸ್ಸು ಹಿಂದಾಗಿದೆ ; ಹೆಂಡತಿಯೇ ಬೇಡ ಎಂದು ಹಾಯಾಗಿದ್ದುಬಿಡಲು ಸಾಧ್ಯವಿಲ್ಲ. ಮೈಯಲ್ಲಿ ಇನ್ನೂ ಅಷ್ಟಿಷ್ಟು 'ಮಸ್ತಿ' ಉಳಿದಿದೆ. ಸಾಲದುದಕ್ಕೆ ಚಾಮಯ್ಯಂಗಾರಿಗೆ ಹದಿನಾರು ವರ್ಷದ ಮಗ ಬೇರೆ ಇದ್ದಾನೆ.

"ನಿಮ್ಮ ಮಗ ದೊರೆಗೆ ನಮ್ಮ ಮಗಳನ್ನು ಮಾಡಿಕೊಳ್ಳಿ. ಈಡು ಜೋಡು ಚೆನ್ನಾಗಿದೆ"

ಎಂದು ದೇಶಿಕಾಚಾರ್ಯರು ಒಮ್ಮೆ ಅಂದಿದ್ದರು ಕೂಡ.

"ಆಗಲಿ ನೋಡೋಣ, ಕಾಲ ಬರಲಿ. ಅಮ್ಮನವರ ಇಚ್ಛಾ ಇದ್ಧರೆ ಆದೀತು."

ಹೀಗೆಲ್ಲ ಮಾತುಗಳು ಸಾಗಿದ್ದುವು ಆಗೆಲ್ಲ. ಆ ಸಮಯದಲ್ಲಿ ಅಯ್ಯಂಗಾರ್ಯರ ಹೆಂಡತಿ ಆಂಡವನ್‌ಸ್ವಾಮಿಯ ಪಾದಪದ್ಮಂಗಳನ್ನು ಸೇರಿದಳು. ಆಕೆಯ ಕತೆ ಮುಗಿಯಿತು – ಚಾಮಯ್ಯಂಗಾರಿಯ ಕತೆ ಆರಂಭ ವಾಯಿತು.

"ಮುದುಕ ಆಗಿದ್ದಾನೆ, ಮೇಲೆ ಮೀಸೆ ಬಂದ ಮಗ ಇದ್ದಾನೆ. ಈ ಅಯ್ಯಂಗಾರಿಗೆ ಕೊಡಲು ಯಾವಳು ಹಡೆದಿಟ್ಟಿದ್ದಾಳೆ ?

ಏನೇನೋ ಆಡಿಕೊಂಡಿತು ಜನ. ಜನದ ಬಾಯಿಗೆ ಯಾರ ಅಡ್ಡಿ ?

"ಮಧ್ಯಾಹ್ನಕ್ಕೆ ಕೂಳು ಬೇಯಿಸಿಡಲಿಕ್ಕೆ ಒಂದು ಹೆಂಡತಿ ಬೇಡವೇನೋ ಚಾಮೂ?"

ಪಕ್ಕದ ಮನೆ ಪಾಟೆಮ್ಮನ ವಾದ ಇದು. ಹೌದೂ, ಇದೂ ನಿಜವೇ ಎಂದು ತಲೆ ಹಾಕಿದ ಚಾಮಯ್ಯಂಗಾರಿ.

ದಾರಿಯಲ್ಲಿ ಕಂಡ ದೇಶಿಕಾಚಾರ್ಯರು ಉಪದೇಶ ಮಾಡಿದರು.

"ಅದೆಲ್ಲ ಸರಿ ಅಲ್ಲ ಚಾಮಯ್ಯಂಗಾರರೇ ! ವೃದ್ಧಾಪ್ಯದಲ್ಲಿ ಮದುವೆ ಕೂಡ್ದು ಅಂದರೆ ಕೂಡದು. ಯಾಕೇ ಅನ್ನಿ, ಕೂಡದು. ಲಕ್ಷಣವಾಗಿ ದೊರೆಗೆ ಮದುವೆ ಮಾಡಿಬಿಡಿ, ನನ್ನ ಮಗಳನ್ನು. ಅವರನ್ನು ನೋಡಿಕೊಂಡು ಸುಖವಾಗಿ ಆಯುಷ್ಯತಳ್ಳಿ, ಆಂಡವನೇ ಅನ್ನುತ್ತ."

ಹೌದೂ, ಇದೂ ನಿಜವೇ ಎಂದು ಇದಕ್ಕೂ ತಲೆ ಹಾಕಿದ ಅಯ್ಯಂಗಾರಿ.

ರಾತ್ರಿ ಎಂದಾದರೂ ನಿದ್ರೆ ಮಾಡಿದ್ದುಂಟೆ ಚಾಮಾಯ್ಯಂಗಾರಿ ? ಬೆಳ್ಳಂ ಬೆಳಗೂ ಒಂದೇ ಯೋಚನೆ. ಆಗೊಂದು ನಿರ್ಧಾರ. ನನಗಾವ ಆಗಬಾರದ ವಯಸ್ಸಾಗಿದೆ ಈಗ? ಏನೇ ಆಗಲಿ, ಮದುವೆ ಆಗಿಯೇ ಬಿಡ್ತೇನೆ. ಹಗಲಿನಲ್ಲಿ ಬರುತ್ತಿದ್ದ ಅಲೋಚನೆಯ ರೀತಿ ಬೇರೆ. ಇನ್ನೆಷ್ಟು ಕಾಲ ಬದುಕುವುದಿದೆ ? ಈ ಇಳಿವಯಸ್ಸಿನಲ್ಲಿ ಒಂದು ಹುಡುಗಿಯನ್ನು ತಂದು ತಲೆನೋವು ತಂದುಕೊಳ್ಳುವುದೇ ? ದೊರೆಗೆ ಮದುವೆ ಮಾಡಿ, ಅವರು ಹಾಕಿದುದನ್ನು ತಿಂದು ರಾಮಾ, ಕೃಷ್ಣಾ ಎಂದಿದ್ದು ಬಿಡ್ತೇನೆ. ಒಂದು ಹಗಲಿಗೆ ಒಂದು ರಾತ್ರಿ, ಒಂದು ರಾತ್ರಿಗೆ ಒಂದು ಹಗಲು, ರಾತ್ರಿ ಮಾಡಿದ ನಿರ್ಧಾರ ಹಗಲು ಬಿದ್ದು ಹೋಗುತ್ತಿತ್ತು. ಹಗಲು ಮಾಡಿದ ನಿರ್ಧಾರವನ್ನು ರಾತ್ರಿ ತಿರಸ್ಕರಿಸುತ್ತಿತ್ತು. ಅಂತೂ ಅಯ್ಯಂಗಾರ್ಯರ ಮನಸ್ಸು ಡೋಲಾಯಮಾನವಾಯಿತು. ಸೇನಯೋರು ಭಯೋರ್ಮಧ್ಯೇ ರಥವನ್ನು ನಿಲ್ಲಿಸಿ ನಿಂತ ಅರ್ಜುನನ ಗತಿಯಾಯಿತು ಅವರದು. ಮದುವೆ ಆದರೆ ? ಯೌವನದ ಹೆಣ್ಣನ್ನು ಸುಖವಾಗಿಡಬಲ್ಲ ದೇಹಶಕ್ತಿ ತನಗಿದೆಯೇ ಎಂಬ ಪ್ರಾಮಾಣಿಕ ಸಂದೇಹ. ಇಡಬಲ್ಲೆ ಎಂಬ ಆತ್ಮವಿಶ್ವಾಸ ವಿಲ್ಲ. ಹೆಂಡತಿಯೇ ಬೇಡ ಎನ್ನಲು ಸುಲಭವಲ್ಲ. ಇನ್ನೂ ಆ ವಾಸನಾ ಹೋಗಿಲ್ಲ.

ಇದಕ್ಕೊಂದೇ ಒಂದು ಪರಿಹಾರ ಮಾರ್ಗ, ಅದು ವಾಮ ಮಾರ್ಗ. ಬೇರೆ ಅಲ್ಲಿ ಇಲ್ಲ....ಛೆ ! ಅಂದಿತು ಅರ್ಚಕ ಅಯ್ಯಂಗಾರ್ಯರ ಮಡಿ ಮನಸ್ಸು. ಕೆಲ ಕಾಲ ವಿಲಿವಿಲಿ ಒದ್ದಾಡಿದರು, ಪಾಪ !

ಪಾಟೆಮ್ಮನ ಕಟಕಟ ಕ್ರಮೇಣ ಜಾಸ್ತಿಯಾಯಿತು.

"ನಿಂಗೊಂದು ಹುಚ್ಚು ಅಷ್ಟೇ. ದೊರೆ ಲಗ್ನಕ್ಕೆ ಏನೋ ಚಾಮೂ ಅವಸರ ? ಅಲ್ಲದೆ ಹುಡುಗ ಅವನಿನ್ನೂ, ಯಾರಾದರೂ ಕೊಡತಾರೆ ಅವನಿಗೆ. ಆ ದೇಶಿಕನ ಮಗಳನ್ನು ನೀನೇ ಕಲ್ಯಾಣ ಮಾಡಿಕೋ. ತಿಳಿತೇನೋ ನಾ ಹೇಳಿದ್ದು ?"

ಇದರಲ್ಲಿ ಚಾಮಯ್ಯಂಗಾರ್ಯರಿಗೆ ತಿಳಿಯಲಾರದಂತಹದು ಏನಿದೆ ? ತಿಳಿಯತು, ತಲೆಗೂ ಏರಿತು.

"ಇಲ್ಲಿ ನೋಡು ಪಾಟೆಮ್ಮ ! ನನ್ನ ತಾಯಿ ಕಲ್ಯಾಣಮ್ಮ ಬೇರೆ, ನೀನು ಬೇರೆ ಅಂತ ನಾನೆಂದೂ ತಿಳಿದಿಲ್ಲ. ಆಕೆ ಸತ್ತ ಮೇಲೆ ನೀನೇ ನನ್ನ ತಾಯಿ. ಅದೇನೆ ಮಾಡಬೇಕು ಅನ್ನತೀಯೋ ಅದನ್ನೆಲ್ಲ ನೀನೇ ಮಾಡು. ನೀನು ಹೇಳಿದರೆ ನಾನು ಮಣೆ ಮೇಲೆ ಕೂಡಲೆ ಕೂಡಲಿಕ್ಕೆ ಈ ತಕ್ಷಣ ಸಿದ್ಧ. ಆ ದೇಶಿಕಾಚಾರಿನ್ನ ಮೊದಲು ಒಪ್ಪಿಸು, ಆ ಭಾರ ನಿಂದು."

ಪಾಟೆಮ್ಮ ಈ ಪುಣ್ಯಕಾರ್ಯಕ್ಕೆ ಸೊಂಟ ಕಟ್ಟಿ ನಿಂತಳು. ಲೋಕವನ್ನನುಭವಿಸಿ ಅರಿತ, ನುರಿತ ಅಜ್ಜಿ ಅದಲ್ಲವೇ ? ಯಾವ ಬೀಗಕ್ಕೆ ಎಲ್ಲಿ ಕೈ ಇದೆ ಎಂಬುದನ್ನು ಆಕೆಗೆ

ಹೇಳಬೇಕೆ ? ಮೀನಿಗೆ ಈಜಲು ಯಾರು ಕಲಿಸಿದರು ? ದೇಶಿಕಾಚಾರ್ಯರು ಶ್ರೀ ವೈಷ್ಣವ ಸಭಾದಲ್ಲಿ ಜರುಗುತ್ತಿದ್ದ ಆಂಡವ ಪುರಾಣ ಕೇಳಲು ಹೋಗುವ ಸಮಯವನ್ನು ಕಾದು, ಅವರ ಹೆಂಡತಿ ವಿಮಲಮ್ಮ ಮನೆಯಲ್ಲಿ ಒಬ್ಬಳೇ ಇದ್ದಾಗ ಬಂದಳು. ಅದು ಇದು ಲೋಕಾಭಿರಾಮವಾಗಿ ಆಡಿ

"ನಿಮ್ಮ ಆಂಡಾಳೂನ ಮದುವೆ ಯೋಚನೆ ಮಾಡಿಲ್ಲವೇನೇ ವಿಮಲಾ?"

ಎಂದು ಪೂರ್ವ ಪೀಠಿಕೆ ಹಾಕಿದಳು.

"ದೊರೆಸಾಮಿಗೆ ಕೊಡೋಣ ಅಂತಿದ್ದಾರೆ ಇವರು....."

"ಯಾರು, ಚಾಮೂನ ಮಗ ದೊರೇನೇ ? ಥೂ, ನಿನ್ನ ಗಂಡನಿಗೆ ಬುದ್ಧಿ ಇಲ್ಲ ಅಷ್ಟೇ. ನೋಡಿ ನೋಡಿ ಅವನಿಗೆ ಕೊಡೋದೆ ? ಶುದ್ಧ ಪೋಲಿ.... ಅದೆಲ್ಲೊ ಪೆಟ್ಟು ತಿಂದು ಬಂದನಂತೆ. ಸೂದ್ರ ಸಹವಾಸ ಅವಗೆ. ಖಂಡಿತಾ ಬೇಡ, ನನ್ನಾಣೆ."

ಪಾಟೆಮ್ಮ ಹೇಳಿದ ಮೇಲೆ ಮುಗಿದೇ ಹೋಯಿತು.

"ಹಾಗಾದರೆ ಬೇಡವೇ ಬೇಡ, ಪಾಟೆಮ್ಮಾ ! ಇರೋದು ಒಬ್ಬಳೇ ಮಗಳು ನಮಗೆ...."

"ಲಕ್ಷಣವಾಗಿ ಚಾಮೂಗೇ ಕೊಡಿ...."

"ಯಾರಿಗೆ ? ಚಾಮಯ್ಯಂಗಾರಿಗೇ !"

ಬೆಚ್ಚಿ ಬಿದ್ದು ಕೇಳಿದಳು ವಿಮಲ.

"ನನ್ನ ಮಾತು ಕೇಳು, ನಿಂಗೇನು ತಿಳಿಯುತ್ತೆ ? ಬೇಕಾದಷ್ಟು ಜಮೀನಿದೆ. ಬತ್ತ ಬರುತ್ತೆ....."

"ಅದೇನೋ ಸರೆ, ವಯಸ್ಸೂ...."

"ಏನು ಮಹಾ ವಯಸ್ಸಾಗಿದೆ ಅವಗೆ. ನನ್ನ ಮುಂದಿನ ಹುಡುಗ ಅವನೂ. ಅಬ್ಬಾ ಅಂದರೆ ನಲವತ್ತು, ನಲವತ್ತೆರಡು. ಮನೋರೋಗ, ಹಾಗೆ ಕಾಣಿಸ್ತಾನೆ. ಅಷ್ಟೆ. ಇಲ್ಲಿ ಕೇಳೇ ವಿಮಲಾ ! ಮಕ್ಕಳನ್ನು ಹೆರೀತೇವೆ, ಹಣೆಬರೆಹ ನಾವು ಬರೀತೇವೆಯೇ ? ನನ್ನನ್ನೂ ಚಿಕ್ಕಪುಟ್ಟಾತನಿಗೇ ಕೊಟ್ಟರು ನನ್ನ ಅಜ್ಜ, ಅಮ್ಮ. ಏನಾತು ? ಮದುವೆ ಆಗಿ ಆರು ತಿಂಗಳೂ ಆಗಿಲ್ಲ, ಸತ್ತೇ ಹೋದ. ಅದೇ ಆ ಮುದುಕಿ ಸಾವಿತ್ರಿನ್ನ ನೋಡು. ಕಂಡೂ ಕಂಡೂ ಮೂರನೇ ಸಂಬಂಧಕ್ಕೆ ಕೊಟ್ಟರು. ಅವಳ ಪುಣ್ಯ ಹೇಗಿದೆ ನೋಡು. ಮೊಮ್ಮಕ್ಕಳನ್ನೂ ಕಂಡು ಮುತ್ತೈದೆಯಾಗೇ ಸತ್ತಳು. ಅದೆಲ್ಲ ಅವರವರ ಪುಣ್ಯ ಭಾಗ್ಯ. ನನ್ನ ಮಾತು ಕೇಳು. ಇದ್ದೂರಲ್ಲಿಯೇ ಇರತಾಳೆ ಮಗಳು. ಉಂಡು ಉಡತಾಳೆ ಸುಖವಾಗಿ, ನಿನ್ನ ಗಂಡಗೂ ಹೇಳು."

ಪಾಟೆಮ್ಮ ಹೊರಹೋಗುತ್ತ ಇನ್ನೊಂದು ಮುತ್ತಿನಂತಹ ಮಾತನ್ನೂ ಸೇರಿಸಿಯೇ

ಬಿಟ್ಟಳು.

"ಹಾಗೇನಾದರೂ ಆದರೆ ಆಸ್ತಿ, ಪೂಜೆ ನಿಮ್ಮದೇ. ಆ ಪೋಲಿ ಮುಂಡೇ ಗಂಡ ದೊರೇನ್ನ ದುತ್ ಅಂದುಬಿಡೋಣ."

ಈ ಕಡೆಯ ಮಾತು ವಿಮಲಮ್ಮನ ತಲೆಗೇರಿತು. ಅಮ್ಮನವರ ಮಾತಿಗೆ ಇದಿರಾಡುವ ದಾರ್ಢ್ಯ ಅಯ್ಯಂಗಾರ್ಯರಿಗಿದೆಯೇ ?

"ಸಾಮಿ ಇಚ್ಛಾ !"

ಎಂದಂದು ಮಾಳಿಗೆಯತ್ತ ಕೈ ತೋರಿಸಿಬಿಟ್ಟರು ದೇಶಿಕಾಚಾರ್ಯರು. ಸರ್ವಾಂತರ್ಯಾಮಿ ಸ್ವಾಮಿ ಇರುವುದು ಆಕಾಶದಲ್ಲಲ್ಲವೆ ? ಶುಭಸ್ಯ ಶೀಘ್ರಂ–ಯಾವುದು ಶೀಘ್ರವಾಗುತ್ತದೋ ಅದೇ ಶುಭ.

ಹಸುವನ್ನು ಬದಲಾಯಿಸಿದರೆ ಎತ್ತಿಗೆ ಹೊಸ ಹುರುಪು. ಚಾಮಯ್ಯಂಗಾರ್ಯರಿಗೆ ಯೌವನ ಮರುಕಳಿಸಿತು. ಕೆಲವೇ ದಿನಗಳಲ್ಲಿ ದಣಿವಾಯಿತು ದೇಹಕ್ಕೆ. ಒಂದು ದಿನದ ವಿಶ್ರಾಂತಿ ಅನಿವಾರ್ಯ. ಆ ರಾತ್ರಿ ಎಲ್ಲವೂ ಚಾಮಯ್ಯಂಗಾರಿಗೆ ನಿದ್ರೆಯೇ ಇಲ್ಲ, ಪಾಪ! ತಲೆ ತುಂಬ ಯೋಚನೆ. ಏನು ಯೋಚನೆ ?

ಆಂಡಾಳು ಪ್ರಾಯದ ಹುಡುಗಿ. ಅವಳಿಗೆ ದಾಹ ಸಹಜ. ತೃಪ್ತಿ ಆಗಲೇ ಬೇಕು. ತನ್ನಿಂದ ಆಗದಿದ್ದರೆ ? ನಾಯಿಯನ್ನು ಸಾಕಿದವನು ಅದಕ್ಕೆ ಹೊಟ್ಟೆತುಂಬವಷ್ಟು ಹಾಕಲೇಬೇಕು. ಹಾಕದಿದ್ದಲ್ಲಿ ? ಅದು ಬೇರೆ ಕಡೆ ಹೋಗುತ್ತದೆ. ಅದರಂತೆಯೇ....ಥೂ ಅಂದಿತು ಚಾಮಯ್ಯಂಗಾರಿಯ ಮನಸ್ಸು. ಹಾಗೇನಾದರೂ ಆದರೆ ನಾನು ಸತ್ತಂತೆಯೇ ! ನನಗೇನಾದರೂ ಆಗಲಿ, ಅಂಡಾಳುವಿಗೆ ತೃಪ್ತಿ ಅಗಲೇಬೇಕು. ಅಯ್ಯಂಗಾರ್ಯರ ಶ್ರಮದಾನಕ್ಕೆ ರಜೆಯೇ ಇಲ್ಲ.

ಕುದುರೆ ಹೊಚ್ಚ ಹೊಸತು, ಗಾಡಿ ಹಳತು, ಹಾಗೆ ಓಡಿದರೆ ಗಾಡಿಯ ಗತಿ ? ರಂಗಸಾಮಿ ಡಾಕ್ಟರರಿಗೆ ಚಾಮಯ್ಯಂಗಾರಿಯ ಕಥೆ ಚೆನ್ನಾಗಿ ಗೊತ್ತು. ಅವರು ತಂದಿದ್ದ ಎಕ್ಸ್‌ರೇ ಮುಂತಾದುವನ್ನೆಲ್ಲ ನೋಡಿ ಕೊನೆಯಲ್ಲಿ ಹೇಳಿದರು.

"ಎಲ್ಲಾನೂ ನೆಗೆಟಿವ್ ಬಂದಿದೆ ಕಣಯ್ಯಾ ! ಯಾವ ರೋಗಾನು ಇಲ್ಲ ನಿಂಗೆ. ಒಂದು ತಿಂಗಳು ಹೆಂಡತಿನ್ನ ತವರುಮನೆಗೆ ಕಳಿಸು, ಎಲ್ಲಾನೂ ಸರಿ ಹೋಗುತ್ತೆ."

ಡಾಕ್ಟರಾದವನು ಬಂಣದ ನೀರು ಕೊಟ್ಟು ಕಾಸು ಕಸಿದುಕೊಂಡರೇ ರೋಗಿಗೆ ತೃಪ್ತಿ. ಹೆಂಡತಿಯನ್ನು ತವರು ಮನೆಗೆ ಕಳಿಸು ಎಂದು ಹೇಳಿದರೆ ವಿಶ್ವಾಸ ಹುಟ್ಟುವುದಾದರೂ ಹೇಗೆ ? ಅಯ್ಯಂಗಾರಿಯ ನಿತ್ಯ ಕರ್ಮ ಅನೂಚಾನವಾಗಿ ಸಾಗಿತು. ಒಂದು ರೀತಿಯಲ್ಲಿ ದೇಹಕ್ಕೆ ಬೇಕಿಲ್ಲ ನಿಜ, ಮನಸ್ಸು ? ಮನಸ್ಸೆಂಬುದೊಂದು ವಿಚಿತ್ರ ಪ್ರಾಣಿ. ಏನು ಕೊಟ್ಟರೆ ಅದನ್ನೆ ತಿನ್ನುತ್ತದೆ, ತಿಂದುದನ್ನೆ ಮತ್ತೆ ಮತ್ತೆ ಬೇಡುತ್ತದೆ. ಚಾಮಯ್ಯಂಗಾರಿಯದು ವಿಕೃತ ಕಾಮಕ್ಕಿಟ್ಟುಕೊಂಡಿತು. ಮನದ ನವೆಗೆ ಮದ್ದುಂಟೆ ?

ಪಕ್ಕದ ಕೋಣೆ ದೊರೆಯದು. ಅವನಿಗೆ ಮಾತ್ರ ನಿದ್ರೆಯ ವಯಸ್ಸೇ ? ಮಾತು ಕೇಳಿಸುತ್ತವೆ, ಆದರೆ ಕಾಣಿಸುತ್ತಿಲ್ಲ. ವಯೋಧರ್ಮಕ್ಕೆ ತಕ್ಕ ಕುತೂಹಲ, ಅದೂ ಸಹಜವೇ

ಎದ್ದು ಕುಳಿತು ಬಾಗಿಲ ಸಂದಿಗೆ ಕಂಣಿಟ್ಟ ; ಅಪ್ಪ, ಚಿಕ್ಕಮ್ಮ ಇಬ್ಬರೂ ಹುಟ್ಟುಡುಪಿನಲ್ಲಿ!

"ನಿಮ್ಮ ದೊರೆಗೆ ಇನ್ನೂ ಲಗ್ನ ಎಂದು ಮಾಡುತ್ತೀರಿ ?"

ಅವರಿವರು ಕೇಳುತ್ತಿದ್ದರು. ಚಾಮಯ್ಯಂಗಾರಿಯ ಉತ್ತರ ಎಲ್ಲರಿಗೂ ಒಂದೇ.

"ನನ್ನದೇನಿದೆ ? ಅಮ್ಮನವರ ಇಚ್ಛಾ !"

ಹೀಗೇಕೆ ಎಲ್ಲರೂ ಇದೇ ಮಾತನ್ನು ಕೇಳುತ್ತಿದ್ದಾರೆ. ಏನಾದರೂ ಒಳ ಅರ್ಥ ಇರಬೇಕಲ್ಲವೆ ? ಹೌದು, ಇರಲೇಬೇಕು. ಅಮ್ಮನವರ ಪೂಜೆಗೆ ನಾನು ಹೋದಾಗ....ಮನೆಯಲ್ಲಿ ಆಂಡಾಳು, ದೊರೆ – ದೊರೆ, ಅಂಡಾಳು. ಇರ ಬಹುದೇ, ಬಲಿತು ಕೋಣವಾಗಿದ್ದಾನೆ. ಮುಂಡೇಗಂಡ !

"ದೊರೆಸ್ವಾಮೀ !"

ಮಗನನ್ನು ಕೂಗಿದರು ಒಂದು ಬೆಳಿಗ್ಗೆ. ದೊರೆ ಬಂದು ಮುಂದು ನಿಂತ.

"ಇಂದಿನಿಂದ ಅಮ್ಮನವರ ಪೂಜೆಗೆ ನೀನೇ ಹೋಗಯ್ಯಾ ! ನನಗೂ ದೇಹ ಸೋತಿದೆ."

ಅಭಿಷೇಕ, ವಸ್ತ್ರಾಭರಣದೊಂದಿಗೆ ಅಲಂಕಾರ, ಆರತಿ, ನೈವೇದ್ಯ, ಎಲ್ಲ ವನ್ನೂ ಪಾಂಗಿತವಾಗಿ ಮಾಡಿ ಮುಗಿಸಿಕೊಂಡು ಬಂದನಂತರವೇ ಮನೆಯಲ್ಲಿ ತಂದೆ, ಮಗನ ಊಟ.

ಒಂದು ದಿನ ಮಧ್ಯಾಹ್ನ ಗಂಟೆ ಒಂದು. ಗುಡಿಯಿಂದ ಇನ್ನೂ ಬರಲಿಲ್ಲ ದೊರೆ. ಅಯ್ಯಂಗಾರ್ಯರಿಗೆ ಹಸಿವು. ಅಮ್ಮನವರ ನೈವೇದ್ಯ ಬರುವವರೆಗೂ ಅವರು ಉಣ್ಣುವಂತಿಲ್ಲ. ಏನು ಮಾಡುತ್ತಿದ್ದಾನೆ ಮಗ ಇನ್ನೂ ಎಂದು ಬಾಯಲ್ಲಿಯೇ ಅಂದುಕೊಳ್ಳುತ್ತ ಚಾಮಯ್ಯಂಗಾರು ಇತ್ತ ಬಂದರು. ದೊರೆ ಅಲ್ಲಿಲ್ಲವೆ ? ಇದ್ದಾನೆ ಏನು ಮಾಡುತ್ತಿದ್ದಾನೆ? ಅಮ್ಮನವರಿಗೆ ಅಭಿಷೇಕ ಮಾಡಿಸಿ ಆಗಿದೆ. ವಸ್ತ್ರದಿಂದ ಒರೆಸಿದ್ದಾನೆ ಮೇಲಿನ ಭಾಗವನ್ನು ಮಾತ್ರ. ಆ ನಂತರ ? ಆ ನಂತರ ಕೈ ನಿಂತು ಹೋಗಿದೆ. ಭದ್ರವಾಗಿ. ಎಲ್ಲಿ ? ಅಯ್ಯಂಗಾರ್ಯರಿಗೆ ತಮ್ಮ ಹಿಂದಿನ ರಾತ್ರಿ ನೆನಪಾಯಿತು.

"ಅಡೆಪ್ಪಾವೀ !"

ಎಂದಿತು ಬಾಯಿ.

ಮೂರೇ ದಿನಗಳಲ್ಲಿ ದೊರೆಯ ಮದುವೆ ನಿಶ್ಚಯವಾಗಿ ಹೋಯಿತು.

ಅಮ್ಮನವರ ಇಚ್ಛಾ !